black blood academy

SPADE

ARDEN

WRITTEN BY
HEARTRUINER

Black Blood Academy: Spade Arden
by heartruiner

Cover Concept by:

heartruiner

Cover Design by:

Sunny Morgan

(@Sunny_Torres on Wattpad)

Published by:

Dreams & Pages Publishing

"Treachery and violence are spears pointed at both ends—they wound those who resort to them worse than their enemies."

Acknowledgments

The last installment of this series took years to finish. A lot of things happened to me, to us. The characters grew up with me. The story grew up with me. That was why even through at my breaking point, I fought to finish Raphael and Spade.

There were only few people I'd like to thank at this point onwards. First off, my loyal readers who never missed a book in this series. To Shiny Teo, Renee Rose Sabater, Roma Esmeralda T. Muñoz, Kay Ann Claridad, Maricon M. Aragoncillo, Alyssa Julianne Callano, Eden Rose Remedios, Cattleya Amber V. Soriano, and Rowena Agtang. Special thanks to Crissa Kate Yusi. Mrs. Arden, here's an entire book dedicated to you. ☺

Thank you also to my family and friends, to my wonderful bessy Joevelyn Nieve. Salamat sa tiyaga mo kahit alam kong hirap na hirap ka na. Hahahahaha. Love you, bes! To my sisters, Sheena and Geraldine. Salamat ng marami sa mga tulong ninyo.

But most of all, I dedicate this to the people who believes that vengeance will bring them ahead of their enemies.

It won't.

So I hope, Spade would be effective in teaching you that revenge is not the perfect solution to fix a broken heart. Because only love can do that.

So love with all your heart. Love without fear. Love unconditionally. Love forever.

ABOUT THE AUTHOR

Heartruiner is an AB Communications graduate. She is an avid wrestling fan and loves writing about dark paranormal stories with dashing males that often gets abused by the females. *(But that's debatable.)*

She had been writing on Wattpad since 2011 and has 27 posted works in total with four series. She had a brief writing stint on LIB imprint from Precious Pages Corp that ended last 2015. Most days when she's not writing, she's nose deep in film productions and/or video editing. Sometimes she's just nose deep in her fridge; she likes eating. *(Or fidgeting perhaps with her hands because you know, her anxiety has anxiety. Life sucks like that.)*

She has one sister, lots of cousins and lots of plastic friends but zero lovelife. So she's hoping she gets a score on her career. At least…

You can definitely add her on:
Facebook: *https://web.facebook.com/heartruiner*
Or like her pages:
Heartruiner Stories: *https://web.facebook.com/heartruinerstories/*
Black Blood Academy:
https://facebook.com/blackbloodacademyseries
Hit follow on:
Wattpad: *https://www.wattpad.com/user/heartruiner*
Twitter: *heartruiner*
Instagram: *heartruiner*
Or you can just simply check her amazing website:
https://www.heartruiner.weebly.com

"And all I gave you is gone.

Tumbled like it was stone.

Thought we built a dynasty that heaven couldn't shake.

Thought we built a dynasty like nothing ever made.

Thought we built a dynasty forever couldn't break up.

It all fell down."

PROLOGUE

MALAMIG ang gabi. Nagising ang Reyna Alexandria sa tunog ng hanging humahampas sa kurtina ng kanilang silid. Hinanap ng kanyang mga mata ang kabiyak ngunit sa kanyang pakiramdam ay wala na sa silid na iyon ang Hari. Pabuntong hiningang bumalikwas siya ng bangon at tinungo ang bukas na bintana saka iyon isinarado.

May mga araw talagang naiinis siyang nag-asawa siya ng isang Hari ng isang makapangyarihang emperyo. Ang oras na dapat ay sa kanya, napupunta pa sa ibang bagay. Pero ang kaso naman ay mahal niya rin ang kahariang minamahal ng kanyang asawa kung kaya naman hindi siya makapagreklamo.

"...kailangan ang mahal na reyna Alexandria."

Napatigil siya nang marinig ang kanyang pangalan sa kabilang balkonahe. Agad-agad ay kinuha niya ang manipis na roba, isinuot iyon at saka lumabas ng kwarto upang puntahan ang mga pamilyar na tinig sa kabilang silid.

Pagbukas ng pintuan ay bumungad sa kanyang paningin ang nakakunot ng noo niyang asawa at ang kanang kamay nitong si Samuel.

"Cesare? Narinig ko ang pangalan ko. Anong nangyayari?"

Bumuntong hininga ang Hari, inabot si Alexandria nang makalapit ito at tinaniman ng masuyong halik sa noo. "I didn't want to concern you, darling. Pero hindi mabuksan ng mga babaylan sa templo ng Abuhar ang huling sulat na inihabilin ng pumanaw na pantas na si Arkidy. Ang hula ni Samuel ay may mahikang ginamit dito."

Dala ng kuryosidad ay sinilip ni Alexandria ang nakabilot na papel na nakapatong sa ibabaw ng pabilog na mesa. Sa hula niya'y isang salamangka ng pagbibigkis ang ginamit sa sulat.

Taka siyang bumaling sa asawang Hari. "Anong laman ng sulat? Bakit kailangang gamitan ni Arkidy ng mahika ito upang mabuksan?"

"Ang sabi ng Nakatataas na babaylan sa templo, ang sulat ay naglalaman ng huling propesiya ng pantas." Sagot ni Samuel na

nang balingan niya ay nakatitig din sa sulat. "Mahalagang mabuksan ang sulat sa tamang panahon at maipakalat ang propesiya sa mga mamamayan ng Calipto. Ngunit ang mga may dugo ng fey lamang ang maaaring bumali sa salamangka."

"Madali lamang mabali ang salamangka. Pero gusto kong malaman kung tungkol saan ang propesiya at kung bakit kailangan itong protektahan ng salamangka."

"Ang huling propesiya ng pantas ay importante sa kaharian, mahal ko. Kapag napunta ito sa maling kamay ay baka may mangyaring masama at hindi kanais-nais. Anuman ang laman ng sulat o ng propesiya, sa atin lamang dapat ito ipinagkakatiwala. Kaya't nilapatan ni Arkidy ng salamangka ang propesiya na ikaw at ang ating anak lamang ang tanging may kakayahang magbukas dahil nais niyang tayo ang unang makaalam nito at magpakalat sa ating mga mamamayan."

In hindsight it makes sense. Dahil kung sakaling may ibang nakaalam ng propesiya, kung naglalahad ito ng padating na panganib sa kanilang emperyo ay pwedeng itago lamang iyon ng kanilang mga kaaway at hindi nila mababatid ang babalang iyon ng pantas. What Arkidy did was smart.

Hinawakan niya ang sulat at tinitigan ng may katagalan. Isang nakabilot na kapiraso ng papel. It was ironic how something as trivial as this can grant them a very good news or a very very bad news that will shook their empire and destroy them at once.

Sa isang kisap-mata ay nagbukas ang nakabilot na papel. Biglang-bigla ay naglapat ang mga titik sa blangkong papel na tila mga nagising na langgam. Pumorma ang mga kalat na titik, naging salita, naging isang kumpletong pangungusap. Manghang napatitig si Alexandria sa papel. Maging ang hari at si Samuel ay napasinghap sa gulat.

"Mahal, anong nakalagay?" tanong ng kanyang asawa at tinignan siya ng may pagtatanong.

Napailing siya habang paulit-ulit iyong binabasa sa isip. Hindi niya maintindihan ang nais na sabihin ng propesiya. "It sounds like a riddle. I'm not sure."

"Read it, Your Majesty." Samuel suggested. "Iparirinig ko sa Nakatataas na babaylan sa templo upang maipaliwanag niya ang

nilalaman ng propesiya."

Muli siyang napatitig sa papel sa kanyang palad. And although for the life of her, she couldn't understand what is written, sinunod niya ang suhestyon ni Samuel.

She read the scripture.

Sa kahon ng pagkakasala pagkamuhi ay kakawala

Sumunod ay digmaan sa pangalawang pagbubukas ay tangan

Paghahangad sa kapangyarihang hindi naman ukol

pagsamba'y sa huwad na kaharian ipinukol

Sa ikaapat na pagbubukas ng kahon

kamatayan ang syang ipababaon

Pagbagsak ng sangkatauha'y magsisimula

hanggang sa bawiin ng langit ang huling hininga

Mula roon ay babangon

emperyo ng mga imortal na bubuo sa bagong henerasyon

Pamumunuan ng limang imortal

kaakibat ang buhay na walang kamatayan sa pagluwal

Isisilang sa ikaapat na gabi ng pag iisa ng kambal na tala

kasabay ng paglilinya ng mga planeta sa araw na dinadakila

Gawa upang wasakin ang mali

higit ay protektahan ang limang sa kasamaan ay gagapi

Ang una'y isisilang ng dalawang nananahan sa Gehenna

nag isa ang anak at ang ina

Ang pangalawa'y mula sa salamangka

orihinal at walang bahid na pagdududa

Dugo sa mga kamay dala ng ikatlong panganay

Sa gabi naman ng pagwawakas ng mga manunugis

ikaapat na sanggol ay malakas na tatangis

Simbolo ng walang hanggang siklo ng buhay

sa likuran ng ikalimang sanggol sisilay

At sa pagbangon ng mga nilalang na pinagkaitan ng

kamatayan

kahon ay maisasarado na ng tuluyan'

"Hindi ko maintindihan." Litong wika ng hari.

Napailing ang Reyna. "Maging ako ay nalilito, Cesare. Tila ba… tila ba sinasabi ng propesiya na sa pagwawakas ng isang paghahari ay magsisimula ang pamumuno ng limang imortal na sinasabi rito. Mga imortal na hindi maaaring wasakin at patayin."

"Diyata't tinutukoy ng propesiya ang ating kaharian!" Naaalarmang singhap ni Samuel. "Haring Cesare, ipagbibigay alam ko na ba ito sa mga pinuno ng mga kagawaran upang mabantayan ang mga sanggol na isisilang at agad silang ma-idispatya bago magkatotoo ang propesiya?"

Kumunot ang noo ng hari at saka umiling. *"Hindi, h'wag."* Nagnipis ang linya ng mga labi nito, pag-unawa ay nababakas sa ekspresyon at walang bahid ng takot ang makikita sa mga mata. *"Wala tayong sanggol na papatayin o ipatatapon. Ang propesiya ay mangyayari kung ito ang nakatakda. Kung ang ating kaharian ang tinutukoy ng pagwawakas, mangyayari ang dapat na mangyari."*

"Subalit, Mahal na Hari—"

"Walang kikilos ng anumang hindi ko nalalaman, Samuel. Walang sanggol na masasaktan. Nagkakaintindihan tayo?"

Nagsukatan ng tingin ang dalawa. Ngunit gaya ng inaasahan ni Alexandria, naunang magbaba ng tingin si Samuel. Nag-aalala niyang binalingan ng tingin ang asawa. At tila ba naramdaman iyon ni Cesare ay yumakap ito sa kanya at marahang bumulong upang pawiin ang kanyang mga takot.

"Walang mangyayaring masama, mahal ko. Magtiwala ka sa 'kin. Poprotektahan ko kayo. Walang masasaktan. Mangyayari ang dapat na mangyari. Inshallah."

Nais niyang maniwala sa mga sinabi ni Cesare. Nais niyang paniwalaang walang mangyayaring masama sa kanila sa hinaharap. Na wala siyang dapat na ipag-alala dahil mabubuhay sila ng matagal ng magkasama. Subalit alam nilang dalawa na isa lamang kalokohan iyon.

May mangyayari. At natatakot siya ng husto sa mangyayaring iyon.

1st Blood
BEAST

"THAT'S right, Spade. Wala silang pakialam sa 'yo. Iniwan ka na nila. Namuhay sila ng matiwasay, ng masaya. At ikaw ang iniwan nila rito para magdusa. H'wag mo na silang isipin. They are not the friends you think they were."

Hindi kahit kailan na naisip ni Spade Arden na sasang-ayon siya sa High Queen na si Avery—o kahit na sino pa sa mga High Queens, for that matter. Pero sa pagkakataong ito at sa mga pagkakataong susunod pa, sang-ayon siya sa sinasabi nito. However painful it was, batid niya sa kanyang sarili na nag-iisa na lamang siya sa labang ito.

Six months ago, that fact finally sunk into him. Ilang buwan siyang naghintay upang iligtas siya ng mga kaibigan niya. Ilang buwan niyang tiniis ang panunuya ng limang High Queens sa kanya, ang mga pasakit, ang bawat latay at peklat na nasa katawan niya na ngayon ay nagsisilbi na lamang paalala ng kanyang kamangmangan sa paniniwalang kakampi niya ang mga traydor na iyon.

They were selfish bastards. They were the enemy, not the colony. And they will pay for everything he endured waiting for them to save him.

"Come to me, pet. I can avenge you. Come to me…"

Suminghap siya't tinakpan ang kanyang tainga, as if the voice can be blocked out by doing that. Ngunit hindi. Ilang beses na niyang sinubukan, ilang beses na niyang pinagtangkaan.

But the voice couldn't be blocked. It won't go away.

Naramdaman niya ang malamig na kamay sa kanyang pisngi, ang pag-aangat ni Avery sa kanyang mukha upang mabasa niya ang bibig nito.

"You're hearing him again, aren't you?"

Tumiim ang kanyang bagang at nag-aalangan na ibinaba ang kanyang mga kamay mula sa kanyang tainga. The grin Avery gave him was self-explanatory. He knew he looked so stupid covering his ears. As if he could even hear anything.

He's deaf, for crying out loud!

"It's okay, Spade. I understand. Now come here, ignore *him* if you must. But do now what you want to do to forget everything that's plaguing you. I'm here—*we* are all here to serve purpose to you."

He believed that's High Queen euphemism for *'I want you to fuck me now'*. They do have a tendency to use kind words to convince him that anything they command is for his benefit. Nauunawaan niyang ginagamit lamang siya ng mga High Queen—either it was in bed or out of it. But that was fair enough for him. Dahil ang katotohanan ay ginagamit din lamang naman niya ang mga High Queen upang makaganti sa mga dati niyang kasamahan.

"Come release my dress, Spade. I want you to touch me with your bare warm hands."

And he wanted to touch something warm too instead of a cold as granite body only willing to be touched by him because they wanted his allegiance.

And because they simply has no choice. Same as he didn't have any either.

Hindi niya aaminin ng malakas pero alam niyang kontrolado siya ng mga High Queen. Be it with his body or be it with his mind. They fucked him up so badly. The scars, the damage and the mess in his mind. He was a broken man. Theirs to play and theirs to use as they deem necessary.

And while he could feel Avery's hand on his bare length, squeezing and grasping hard as if to punish him, he remembered the torment he'd endured from the hands of the Colony almost a year ago.

Sa bawat haplos ng High Queen, naaalala niya ang mga araw na inilagi niya sa silid na iyon. Ang bawat paghampas ng latigo, ang sakit ng nagbabagang metal sa kanyang dibdib. Ang mga araw na nanghihina na siya sa gutom, deprived of any food until he speaks up. The nights where it was so hard to fall asleep despite his exhaustion. The nights where he prayed for someone to ease all his pain away.

The nights where he realized no one would.

And then he remembered that fateful day as he entered Avery in one powerful thrust. Iyong madilim na kweba. Iyong pamilyar na halakhak na kahit ngayon ay malinaw sa kanyang pandinig. Ang nakakadiring mga kamay na humahaplos sa kanyang hubad na balat. The extreme anguish and pain he felt when it was all over. The dirt that seemed to stick with his sweat-filled body even now.

The nightmares that came with it. *The voice...*

"Finish me, Spade. That's it. Pleasure me. Pleasure your Queen!"

He was once the light in the darkness of his friends. But he was now reduced to this dark broken man. A pet for *him.* A toy for the High Queens. Made to entertain them. Made to make sure he obeys them.

He was now a slave.

"Now go and kill that traitor na ipinasok ng mga traydor mo ring kaibigan dito para himukin kang mag-traydor sa 'yong mga Reyna. Rip him from limb to limb for daring to insult your intelligence by telling you how you should trust those Black Beasts again! Rip him off, Spade."

He was now a man, a werewolf who shifts at his Queen's demands. Who tear a person, even a mere orderly that was here to 'save him', from limb to limb at his Queen's beck and call.

He'd been reduced to this... to this hateful person.

He'd become a real Beast.

CRISSA Fierce believed herself to be the most calm and collected person she'd ever known. Na maski isang digmaan ay hindi kayang guluhin ang nananahimik niyang mga buhok sa ulo. For being a half vampire, that's pretty strange. Pero for the first time in history, ngayon pa lamang yata siya nakaramdam ng ganitong katinding galit sa isang tao. Even the High Queens, at their present prime, couldn't even begin to manage to ruffle her pretty feathers.

And one man had succeeded to do that. *One man.* Only one man.

Only the goddamned son of a bitch, Spade Arden, who was supposed to be one of her allies in this godforsaken battle.

"Fucking A! I can't even begin to understand why you would want to save someone like Spade Arden! Mabilis pa sa alas kwatro siyang kumampi sa mga High Queens para mailigtas ang sarili niya! Kalokohan 'to, Jensens! Wala nang pag-asa 'yang gagong asong kaibigan n'yo!"

"Calm down, Crissa." Pabuntong hiningang saway sa kanya ni Cattleya habang si Rain naman ay nag-iwas lamang ng tingin at tila nahihiya sa nangyari. "We need to figure this all out. For the past six months, we've been receiving shocking news from you. And now this... Woman, give us all a break."

Napapadyak siya ng kanyang paa sa inis. "When y'all had your goddamn breaks and you believe now that Arden isn't your friend anymore, holler at me! Or better yet just text me, dahil mukhang matatagalan pa 'yang pag-iisip n'yo r'yan. And while you're at it, I hate to remind you pero hindi lang si Arden ang na-stuck sa palasyo. May isa pa kayong kaibigan na mas nangangailangan ng tulong n'yo kaysa sa walang kwentang Arden na 'yan!"

Sa pagkatahimik ng tatlong miyembro ng Black Beasts at ng mga kabiyak ng mga ito ay inis siyang nag-martsa palabas ng mansyon ni Kill Schneider. Nakita niya ang mga apat na Beta na kumakain sa front yard kung kaya naman imbis na doon na lamang tumungo ay lumiko pa siya para dumeretso sa Green house.

Huminga siya ng malalim nang makarating doon. Somehow, the flowers and its vibrant colors seemed to calm her ruffled temper. And instead of the anger, grief filled her senses.

Isang tapat na tauhan ang nalagas sa kanya nang dahil sa Spade Arden na iyon. It had never happened to her before. Wala sa mga tauhan niya ang namamatay, lalong-lalo na ang mga ispiyang itinatanim niya sa mga kalaban. Granted, it was a Dreasianian Colony she was against this time. But even a Dreasianian Colony had proven safe for her men. Hindi siya magtatanim ng tauhan sa isang lugar kung hindi siya siguradong hindi ito masasaktan doon.

But she told her spy to drop the disguise for him to be able to tell Spade Arden that they were coming for them, for him and Raphael. That they are going to save them. They had been a year late pero sabi nga ng lumang kasabihan, it's better late than pregnant—este never, hindi ba? Ano ba kasing ipinaghihimutok ng asong ulol na 'yon?

It started six months ago when they received information na napakawalan na sa basement si Arden. Ayon sa kanyang itinanim na tauhan, nawala ito kasama ang mga High Queens ng apat na araw. Pagbalik ay nagsisilbi na ito sa lupon ni Avery. And the High

Queens—all five of them—seemed a little bit too intimate with the damn dog—este wolf.

She had a suspicion then. Dreasianian Royalties have a certain tradition ng pagkuha ng concubine (a term for male mate) o ng consort (a term for a female mate) especially if you're sitting in position. The High Queens of a Dreasianian Colony is a high enough post to require such concubines. At maaaring kumuha ang limang High Queens ng iisang concubine lamang.

But so far, wala pa siyang natatanggap na tawag mula sa Calipto ukol sa nagbabadya niyang takot na baka kumuha sina Avery ng permiso upang gawin iyon. Maybe then, she'd be so damn satisfied to prove Kill, Rain and Seige and their stubborn mates na nasa panig na ng Colony si Spade at hindi na sa kanila.

That damn dog stopped being a victim months ago nang magumpisa itong magpagamit sa mga High Queens. And the Black Beasts, the lot of them, wouldn't believe her.

Ugh. She really hates dogs.

"Crissa?"

"Ay palakang nakabukaka!" napatalon siya sa gulat nang bigla na lamang sumulpot ang tinig ni Van sa likuran niya, perhaps being too bothered with her thoughts kaya't hindi niya narinig ang pagdating nito. Nang humarap siya sa Beta ni Arden, nadatnan niyang nanlalaki ang mga mata nito at nakataas ang dalawang kamay. "Dude, you scared me!"

"S-sorry. Sorry na, kalma lang. Hindi ko sinasadya. Ilang beses kitang tinawag sa labas ng pintuan pero hindi mo ako sinasagot. Kaya pumasok na lang ako. Hindi ko naman alam na magugulat ka."

Napabuga siya ng marahas na hininga. "I wanted to cool off a little bit." Saka siya muling bumaling sa mga bulaklak at tinalikuran si Van.

She sensed him still standing behind her back. Malapit sa pintuan at malayo sa kanya. She could hear his mind whirling, turning. Na tila ba may nais itong sabihin sa kanya.

"Narinig namin ang mga pinag-usapan n'yo sa loob kanina. I'm sorry, we didn't intend to eavesdrop." Agad nitong hingi ng tawad nang bahagya siyang gumalaw mula sa kinatatayuan. "At alam ko…

na mamamatay ka muna bago mo sabihin pero nararamdaman kong nagagalit ka dahil sa nangyari sa tauhan mo. For a year and a half na nakilala ka naming lahat, I know how careful and gentle you were with your men. You treat them like your brothers, your family. And I'm sorry about what Spade did to him.

"Pero kahit na katiting, hindi ako kumbinsidong gagawin ni Spade ang lahat ng 'yon ng wala siyang matinong dahilan. Yes, I admit. We're probably too foolish to hope given the details. But Spade is our friend, Crissa. Mas kilala namin siya kaysa sa 'yo. Mahirap paniwalaan lahat ng impormasyong naihatid sa atin dahil nagtatalo iyon sa paniniwala namin kay Spade. He's a gentle soul. Loving. Fun. In our mind, he wouldn't do everything you've said he did for the past six months."

Napatiim siya ng bagang at kumuyom ang kanyang mga palad. Iyon ang problema. That was the damn crux of their problems. They know the bastard, she did not. And there lay their disagreement about Spade fucking Arden.

Puno ng galit at paghihimagsik ang kanyang dibdib nang bumaling siya kay Van. Nakita niyang humakbang pabalik ang lalaki, perhaps surprised to see her ocean blue eyes turning into a raging red.

"*I* lost a man, Van. *I,*" diin niya at itinuro ang kanyang sarili. "who never loses a man, a friend, in battle lost one today because of your goddamn Alpha! He ripped him! Tore him limb from limb! For fuck's sake, I saw it in my mind's eye! I felt it! And you know what's the problem with all of you? It's that you seem so stuck with his memories, with how good he was when he was still here. But it never occurred to you to think how pain must have changed that good man! Pain changes everything! Every damn thing! A saint becomes a devil because of pain! A good man becomes a beast because of pain! Everything changes and why wouldn't he?!

"You know what I think though, Van? That it's very probable that he loathes the lot of you now. Iniisip niya sigurong kayo ang trumaydor sa kanya dahil hindi n'yo siya iniligtas sa palasyong 'yon! That's how little he thinks of y'all! Na iiwanan n'yo siya sa ere ng walang dahilan. I'd bet my ass he doesn't even know na nakakulong pa rin doon si Raphael at mas nagdudusa kaysa sa kanya sa mga oras na 'to! And you… you fucking tell me he's a gentle soul? Bullshit!"

"You're not allowed to talk of my Alpha like that!" the guy had the guts to snarl at her. And while she commends the Beta for his bravery, she sure as hell wouldn't let that pass. "Whatever he did, first and foremost, he is my Alpha first! At wala kang karapatan na sabihin ang mga bagay na 'yan sa kanya! Hindi mo siya kilala at hindi mo alam kung anong sinasabi mo!"

Sa isang kisap-mata, Crissa was seen pinning Van down the cemented ground of the Green House, her nails digging into his flesh and her hand choking his neck. Narinig niya ang takbuhan ng mga tao mula sa mansyon. A second later, she was being thrown off of the man and straight into the other side of the Green House.

Matatamaan niya sana ang pader—at sigurado siyang malaking damage ang magagawa ng impact niya roon—kung hindi lamang niya nagawang balansehin sa lupa ang kanyang mga paa at ginawa iyong kapitan upang hindi na siya umabot pa roon. In her rage, she was instantly at Courtney, whom she knew had thrown her off. Crissa had managed to hit her jaw, made her lip bust and kick her stomach in one attack. Nang akmang susugod din si Courtney upang gumanti ay natigilan silang pareho sa pakiramdam ng kung anong bubble sa kanilang paligid.

Vina. Her shield.

"Tama na!" Rain bellowed, growling at her and Courtney. "Tigilan n'yo na 'to! Hindi ito ang tamang panahon para mag-away kayo na parang mga bata!"

She bared her sharp fangs at Courtney na noo'y inirapan lamang siya, probably giving, in deference to her scattering emotions na sigurado siyang nararamdaman din ng mga ito.

In the back of her mind, alam niyang pinoprotektahan lamang ni Courtney si Van. Kahit naman hindi niya ganoon kasundo si Courtney kagaya ng pagiging malapit niya kina Cattleya at Vina (because seriously, who in this ever-loving earth ang nakasundo ni Courtney?) ay hindi naman sila magkaaway na mortal. The woman had even learned to ask for her help with vampire stuff and in present, a favor to search for a born vampire child in Calipto na pwedeng ampunin ng mga ito.

So yes, this is all because of the passing of her spy. She's lashing out, nauunawaan iyon ng mga ito. Pero hanggang kailan ba kasi mabubulagan ang mga taong ito bago nila matanggap na wala nang pag-asa ang Spade na iyon na kumamping muli sa kanila? Gaya ng sinabi niya, pain can change the purest of men.

Tumitig siya ng masama kay Van na hinihimas ang leeg. He flinched, albeit a bit, but she saw that. And damn, she got pride. Hindi niya pwedeng palampasin ang paninigaw ng isang aso sa isang kagaya niya.

"I believe you owe me an apology, mutt. You—damn you!—you screamed at me and you dared talk to me like that without my permission!"

Tumiim ang bagang nito, halatang walang balak na gawin ang ipinag-uutos niya. Akma na siyang muling susugod nang makita niyang tinignan nina Kill at Rain si Van with disapproval.

"She said things about my Alpha!" depensa nito sa sarili.

Umiling si Kill, pag-unawa ay malinaw sa ekspresyon nito. "Yes. But that had been the truth, Van. And although painful, you needed to accept that. This has been boiling for far too long. Spade… Spade is what he made himself to be. Hihingi kami ng tawad sa kanya, because that was our due for abandoning him and Raphael in the palace. But that's that. It's… it's painful to lose a friend. But we couldn't afford to put one man's life above many, no matter how much we love that man.

"Now you *will* apologize to Crissa. Now, Van. You don't talk to a Vampire Goddess like that and get out alive and in one piece. You were lucky to even remain standing there. As is Courtney is lucky to have thrown her like that and only get a busted lips and a kick in the stomach after that." Baling nito sa katipan na muli lamang umirap.

Goodness! She was glad that at least Kill knows how to respect her. It's frustrating to be in a bunch of supernaturals na wala yata sa bokabularyo ang takot at respeto sa mga nakatataas na ranggo sa kanila.

Damn.

"Okay. Fine. I'm sorry. That was wrong of me to shout at you. My apologies, My Lady."

Her pride had told her to simply ignore the apology at bumaling sa tatlong Black Beasts at sa mga katipan nitong naghihintay ng kanyang sagot. Muli ay bumuntong hininga siya't sinenyasan si Vina. "Keep the shield, thicken it. We have a change of plans."

Tumango si Vina, sinunod ang kanyang sinabi. Naramdaman niya ang pagkapal ng bubble sa kanilang paligid, na tila ba maski hangin ay hindi na nakakapasok doon. Alam naman niyang ligtas ang mansyon ni Kill dahil sa kung anong samu't-saring salamangkang inilapat sa paligid ng mansyon ng mga pinsan nitong may pagka-weirdo. But it's better to be safe than to be sorry.

"We need to rescue Raphael first. But we need to be careful. Hindi nila ako pwedeng makita when I go to the rescue bid with you. We will kill Avery first. Or I at least will kill her. Then our original plan will take place. The only difference is that I need to deal with Arden too as well as infiltrating the palace from the inside."

"Crissa…" nilapitan siya ni Cattleya, hinawakan ang kanyang kamay at may pagmamakaawa sa mga mata nito nang tumingin sa kanya. "Please save Spade. Whatever happens, whatever he do, save him. I… I have a feeling he just need someone to do that. To save him from that hell. Please. Don't hurt him. Promise me."

Well that's a pretty fuck up request. What Cattleya was asking her is in contrast from what she wanted.

How the hell can she not resist hurting the damned mutt bastard when that's all that she ever wanted to do?

2nd Blood
PLAN

"**S**O WHAT'S your plan, Crissa?"

Tumitig siya ng masama kay Aniyah na naka-dekwatro sa Victorian chair nito at halatang nang-aasar ang mga iginagawad na tingin. Si Honey Cherise naman ay napapailing na lamang sa kasama at sa kanya na kausap ng mga ito mula sa hologram call.

"If you don't wipe off that smug grin, I swear to God I'm gonna go over there and punch it out of your face myself."

Sa inis niya'y lalo lamang tumawa si Aniyah. Muli'y umiling-iling si Honey at hinataw sa braso ang katabi. "Stop it, Aniyah. Alam mong kahit na Reyna ka hindi ka sasantuhin n'yang si Crissa. Stop goading her."

"You're spoiling my fun, Cherise. Besides, I'm merely asking Crissa kung ano nang plano niya ngayong hindi naman na pala niya kakampi ang isang 'yon sa palasyo. That man could pose different kinds of complication to the situation, Crissa. I suggest you kill him instead along with Avery."

She rolled her eyes at her friend at uminom sa baso ng whiskey na hawak niya sa kanang kamay. "And pray tell me, Your Royal Majesty, how on earth would I be able to do that? Baka imbis na magkaroon tayo ng kakampi sa mga Black Beasts, mas lumala pa ang sitwasyon at maging kaaway natin sila. That would be hard on me, my Queen, since I've rather grown fond of these people here."

"Mm. A pretty good argument. But what will you do with the mutt? Keep him restricted to the palace? Forbade any High Queen to claim him as a concubine? Or would you rather throw him to the dungeon and into the Department of Slaves so you could make sure he won't do anyone harm?"

She licked her lower lip. Lahat ng ibinigay ni Aniyah na pagpipilian, naisip na niya. At lahat ng iyon, magkakaroon pa rin ng komplikasyon pagdating sa mga kaibigan ni Arden. They would certainly want the mutt in a safe condition. And though, hindi siya nangingiming baliin ang tiwala ng mga ito, the point is she didn't want to. They all have grown on her system.

Hindi siya ganoon kadaling magtiwala at maging malapit sa kahit na kaninong tao. Everyone thinks she's a crazy ass vampire bitch and that she only knows how to play stupid creepy games on people she wants to make prey. Walang kahit na sinong nakaunawa sa kanya gaya ng pag-unawa ni Honey Cherise at ni Aniyah. Even Aniyah, who holds the most powerful position of all, being the Supreme Queen of the Dreasiana Empire, knows how hard she can be with people she don't care about.

Kaibigan na ang turing niya sa Black Beasts at sa mga katipan nito. Totoong nais niyang tumulong sa kabila ng lihim niyang agenda sa palasyo. At one point nga sa palagay niya, iyon na lamang ang naging goal niya sa pagpapabagsak sa kolonya nina Avery. Because she merely wanted to help the Black Beasts.

Pero sa isang kisap-mata, parang ang lahat ng iyon ay nag-back fire pa sa kanya.

May punto ang Reyna. Good point, well made as ever. Magiging komplikasyon nga si Arden sa kanyang mga plano. But how in the hell could she ground that wild card? Hindi niya pwedeng patayin, hindi niya pwedeng ipatapon, hindi rin naman niya pwedeng patahimikin ng gano'n-gano'n na lang.

Anong gagawin niya?

"Why don't you just kill him? Make it look like it was an accident?" suhestyong muli ni Aniyah na nagtaas ng kilay sa kanya.

"Hindi gano'n katanga sina Rain, Aniyah. Kill would have sensed a foul play. At pagka nangyari 'yon, automatic na ako ang pagsususpetyahan nila. I don't want to do anything that will wound their trust. I'm telling you, my Queen. We need their allegiance. Please listen to me."

"Okay, fine, I hear you. I get your point. And you know I've always listened to you. But you know that I did not want anything or anyone to inconvenience you. This is new, Crissa. Sarili nating kolonya ang sinasabotahe mo. And you know what they all say about birds having the same feathers.

"They are Dreasianian. Avery knows how to play the Dreasianian way. Andora is as tricky as a typical Dreasianian. Nemaiah too, as well as Junial and Farida. They know how you operate. Hindi mo sila pwedeng ipagwalang bahala. Alam nila ang kalikaw ng bituka mo. They betrayed the kingdom for power, they can betray you for lesser logical reasons!"

And again, good point well made by the Queen. Ngunit sa kabila niyon ay nakangiti lamang siyang sumimsim sa kanyang inumin. Masama marahil ang pagiging over confident lalo na't iyon ang naging pagkakamali niya sa pagpapadala ng kanyang ispiya kay Arden. But the fact is that she made the mistake once. She's never gonna make the same mistake again. Alam na niya ngayong wala siyang mapagkakatiwalaan sa loob ng palasyo ng kolonya. That applies to everyone *in* the palace, victim or not victim, prisoner or not prisoner.

Anyone. Everyone.

"That's where you're wrong, Your Majesty. They do not know me at all. They've seen me at work in the Andruselia invasion. But that was a piece of cake, no offense, My Queen."

Daglit siyang napangiti nang irapan siya ni Aniyah. That had been the running joke within their circle. The rise of the Queen, they dubbed that day.

"I am leading. Not *infiltrating*. Kung ako ang nasa eksena, I'd worry about them knowing the extent of my abilities. Pero halos hindi nila nakita kung anong kaya kong gawin no'n. There had been ocassions that I sensed them fearing me. But that fear will work on our advantage, Your Majesty. Believe me. Trust me. I can do this.

"I only ask you of one thing. Please don't play God on me, Aniyah. I know what you're trying to do. I know that with one sweep, kayang-kaya mong patumbahin ang High Queens sa kolonyang ito gaya ng ginawa mo sa dating gobyerno ng bansa. And the only reason that you're not doing it is because you loathe the added responsibility of paperworks. Trivial matter. *For you.* Pero sa mga taong nagbuwis ng buhay noong nakaraang taon para ipagtanggol ang mga sarili't teritoryo nila, hindi 'yon maliit na bagay. Let me do the clean up, Aniyah. *Hand this to me.*"

Matagal silang nagkatitigan ng Reyna. Nagsukatan ng tingin. Nagpakiramdaman. Ngunit sa isang tango lamang ng kaharap, ang buong responsibilidad ay nakaatang na sa kanyang balikat.

The Queen has given her the right to do all.

And that's what she's going to do.

"YOU look rather smug there. What's going on?"

Nahuli niya ang pag-irap ni Courtney kay Kill na na-late sa ipinatawag niyang meeting. Napangiti lang siya. Halos lahat naman sila'y naiintindihan ang pressure sa parte ni Kill simula nang ito ang humawak sa pamamalakad ng Black Blood Academy. Lahat sila pwera kay Courtney.

Pero anong bago? Kahit naman noong hindi pa ito nagiging bampira'y may asim na talaga ang behavior nitong si Courtney. Na-emphasize lang nang i-convert ito ng asawang si Kill.

"The blue print for Plan A is up," sagot ni Cattleya para sa kanya. "Na-brief na namin ang lahat ng isasamang mga taong-lobo sa pag-rescue kay Raphael. That team will be led by Kuya Rain and Seige. Courtney and you will be acting guard to the Academy in case they retalliate."

"That's the first phase of the Plan A." Kunot-noong sabi ni Kill bago bumaling sa kanya na tila ba inaasahan nitong siya ang magpunan ng kulang na impormasyon. "How 'bout the second phase?"

He's asking her move, she realized. Hindi naman siguro sa kawalan ng tiwala but rather... he just simply wanted to know what her next step is going to be. And ironically, she didn't feel any offense about that.

"The second phase will be me and Avery. I'm going to infiltrate the palace while Rain and Seige attacks. Let's hope that Avery is isolated so I can get near her without a hitch. Then I'll kill her. I'll go down the same route, the underground passage. After that... we wait."

"Sasama ako sa 'yo."

Lahat sila'y napatingin kay Vina nang bigla itong magsalita. Maski siya'y napanganga nang marinig ang sinabi nito't mag-sink in iyon sa kanyang utak.

Most of the time, si Rain lang ang kausap ng dalaga kapag nasa mansyon sila ni Kill at pinag-uusapan ang mga plano. Hindi naman siya nagtataka dahil sadya namang malapit ang mga werewolf mates sa isa't-isa. Inseparable. But Vina seems to be so closed off when it came to her. Malapit ang babae kay Courtney at sa kapatid ni Rain na si Cattleya ngunit tila pagdating sa kanya'y nangingilag ito.

She wondered what Vina thinks of her at times.

Pero sa pagkakataong ito, nagulat siya sa biglang pagpiprisinta ni Vina na sumama sa pagpatay kay Avery. Yes, she has the ability to do that dahil sa nakamamangha nitong abilidad na gumawa ng shield at manipulahin ito ng kay dali. But she didn't think the woman has it in her to be vindictive.

"Are you sure?"

"No!" Rain growled, jolting all of them. "No, Vina! You're not going to do this! I know what you're trying to do. Ayoko! Hindi ako papayag! Dito ka lang!"

Pinanood niyang inis na tumayo si Vina at balingan ang asawa. "You promised me we'll fight together! You promised me we'll do it together! Rain, hindi mo ako pwedeng iwanan dito. Gusto kong tumulong. May kakayahan akong tumulong! And I wanted to hurt Avery too the way she made you suffer! Give me this, baby. Ito lang ang hinihingi ko."

Long silence passed. Nagsukatan lamang ng tingin ang mag-asawa na tila ba mayroong kung anong pag-uusap ang nagaganap sa mga isipan ng mga ito. Pagkatapos maya-maya'y bumaling sa kanya si Rain, frustration and surrender filled his expression.

"Your plan is full proof, right?"

Tipid siyang ngumiti at tumango. Muli'y bumuntong hininga ang binata. "You'll take care of my princess? You won't let anything happen to her?"

Nang balingan niya ng tingin si Vina ay nakita niya ang determinasyon sa mga mata nito. Nag-aalab. Nag-iigting. Hindi siya nag-aalalang hindi nito kakayanin na makalabas ng buhay mula sa palasyo kasama siya. Because she knew, base na rin sa nakikita niyang determinasyon ng babae, that revenge is urging Vina to survive by any means possible. Whatever the situation might be.

And she has first hand knowledge that revenge is the best source of strength for anyone.

"Kilala mo ako, Rain. Of course, I will take care of her. I'll see she's safe."

Seemingly satisfied by that response, Rain nodded. "Thank you, Crissa."

She made a gesture of saluting bago muling nagpatuloy sa pag-iisplika kay Kill ng plano. "Hindi nila pwedeng itago ang balita sa Calipto. Makakarating ang pagkamatay ni Avery sa Reyna at sa konseho, in turn urging the remaining High Queens na palitan sa pwesto ang nawala. That's where I go in."

"Question." Nagtaas si Kill ng isang daliri. "How exactly do you 'go in'? Wala bang karapatan sina Andora na pumili ng ipapalit kay Avery sa kanilang apat? They were in the palace the longest. Isn't it a bit practical for Calipto to simply choose the High Queens that are most accustomed to the job?"

Umiling siya. "In our customs, the High Queens represent authority. They represent the separation of powers in a government. The Executive, Judiciary and Legislative. Sa kolonya ng Pilipinas, ang tumatayo para sa Judiciary ay sina Junial at Farida. They interpret the law. Sa Legislative ay si Nemaiah. She handles the creating of laws and the Departments that are assigned to it. Sa Executive naman ay si Andora. She handles the implementing of laws and the Departments assigned to the task as well.

"On the other hand, Avery's function is separate to those of the four High Queens. She stands as the Highest Queen of the five. The connection to Calipto's Supreme Queen. Kapag nawala si Avery, the Colony will be deemed an impartial state. They lose their link to the Supreme Queen, they're dead. The Supreme Queen chooses the Highest Queen fit to the position. In this case, pinipili ni Aniyah ang mga High Queen base sa kung sino ang mas pinagkakatiwalaan niya at 'yong mga walang kakayahang mag-traydor sa kanya. Once Avery is dead, she will make sure I will be put in position in replace of Avery."

"Pero wala ba silang kakayahang mag-aklas kung tutol sila sa desisyong 'yon?"

"Meron. They have the right. They just don't have the guts to do it." Sa pagkunot ng noo ni Kill ay napangiti siya. "You guys really don't understand, do you? Makapangyarihan ang Dreasiana. Makapangyarihan din ang pinuno ng Dreasiana. At lahat ng nakapaligid sa Reyna ng Dreasiana, makapangyarihan din sila. They all are willing and ready to fight and die for the Queen. Lahat ng nagbabalak na mag-aklas laban sa Reyna, nangingimi na't nababahag ang buntot kapag nakikita pa lamang ang mga nakapaligid doon.

Paano pa kaya sa mismong Reyna?

"Knowing the High Queens, hindi na nila babalakin pang mag-reklamo. They may have the resources to start a battle but they don't have the guts to win it. Kung ikukumpara sa Calipto, ang kolonyang binuo nila't pinugaran ay mas maliit pa rin kung tutuusin. Kayang-kaya namin silang durugin sa isang kisap-mata. Pero gaya ng sabi ko, kung batas ang pag-uusapan, hindi 'yon gano'n kadali."

"You said before that the Queen didn't want to take down the High Queens dahil ayaw niya ng paperworks. That seemed shallow to me at that time. But what do you mean by that?"

Sumandal siya sa sofa at huminga ng malalim, remembering the conversation na naganap sa pagitan nila kanina ni Aniyah. It's funny what a simple nod will do to your life.

"According to Calipto's law, a Queen cannot demolish her appointed High Queens without permission to the Elders and a proper case filed against the treason made. The position will be put in jeopardy kapag nagkataon. Sa kaso ni Aniyah, mas delikadong kumilos siya ngayon. Tutol ang Elders sa modernong pamumuno niya simula nang mamatay ang Hari. They could place the monarchy in a negative light kapag idinemolish ni Aniyah ang High Queens ng kolonyang ito.

"So our plan is to expose the Colony instead and finish them afterwards. Mas konti na lang ang paperworks kaysa kapag nag-file kami ng kaso for investigation. It could take two decades to be proven and solved. Lalong-lalo na kung may mga tuta sina Avery sa Elders. This seems the easiest way for all of us."

Tumango si Kill na sinundan ng lahat, seeming to understand a little bit more of their Dreasianian ways.

Hindi naman niya masisisi ang mga ito. Sadyang mahirap talagang intindihin ang batas nila. Nagsama kasi ang batas ng Amang Hari ni Aniyah at ang bagong batas na ipinatupad ng kaibigan niya.

Those laws contradicts each other. Hindi rin naman pwedeng ipagpilitan ni Aniyah ang gusto nito dahil may mga uwak pang nakabantay sa trono sa anyo ng mga Elders na parang daig pa ang sinisilaban ng apoy kapag nababanggit ang mga batas na nais ipatupad ni Aniyah.

They all didn't think her friend deserves the throne.

To hell with what they think.

"So… after you'll be put in place of Avery, ano nang susunod na plano?" maya-maya'y tanong ni Cattleya.

"I'm going to gather enough evidences. After that, pwede na nating sirain ang kolonya from the inside. We keep the communication intact. Lagi ko kayong babalitaan ng mga nangyayari sa loob to give you the cue for infiltration. After that, nasa Calipto na ang sunod na hakbang."

"Paano si Spade?"

Natigilan siya.

That was the dreaded question. *Paano si Spade?* Well, paano nga ba? It's not as if she has a choice. She needs to deal with the mutt sa ayaw man niya o sa gusto. The only thing she wished is that he be a great boy toy in bed. Mukhang iyon na lang kasi talaga ang magiging pakinabang niya sa tuta ni Avery kapag nagkataon.

"I'll see what I can do, Cattleya. Pero hindi ko maipapangakong maibabalik ko siya sa inyo ng agad-agad. Hindi 'yon gano'n kadali considering his rage na naiwan siya sa palasyo. I don't deal well with people who are closed minded. Kung hindi ko mabubuksan ang isipan niya pagdating sa nangyari sa inyo, I don't think y'all can do that as well."

"It doesn't matter whether or not he will believe us," singit ni Seige na bahagya niyang ikinamaang. Bibihira lamang magsalita ang katipan ni Cattleya, madalas ay sa tuwing kausap lamang nito ang asawa. "What matters is that he'll be safe. And he'll be locked away from this war."

Naningkit ang mga mata niya sa kahilingan ng taong-lobo. "Are you sure? Kahit pa… kahit pa ipatapon ko siya sa Calipto?"

"If you think he'll be safest there then do so."

Oh me thinks he's safest there, tuya niya sa isipan. Dahil, after all, naroon si Aniyah at ang buong lupon ng mga tauhan nito. Sigurado siyang hindi kakayanin ng isang ordinaryong taong-lobo na kagaya ni Arden ang mga kalibre ng taong-lobo sa Ergoth. Makakasiguro pa siyang hindi mawawalan ng pasensya si Aniyah. Hindi gaya niya na kaunting-kaunti na lang ang natitirang pasensya para sa asong iyon.

Nasa boiling point na niya si Arden at hindi malayong masapak niya ito agad-agad sa una pa lamang na pagkikita. That's how much she *loathes* the sight of him that even now she's trembling with rage upon just thinking of him.

"You need to understand, Crissa." Cattleya appealed to her, gripping her hand so tightly. "Marami nang pinagdaanan si Spade. And though we don't blame you for hating him, we can't blame Spade for what he did too. He never hurt anyone his entire life. He doesn't deserve what happened to him. So please. Gawin mo kung ano sa tingin mo ang mas makakabuti para sa kanya."

It's staggering to hear how much they all trust her to do the right thing by Arden. So if she thinks it's best for the mutt to be killed, hindi ba magagalit ang mga 'to sa kanya?

Gods, she hoped not. Nangangati talaga siyang ipakain sa buwaya ang tarantadong 'yon.

3rd Blood
QUEENS

"DITO na muna kayo, Cattleya. Rain will send the cue kapag pwede na kayong mag-teleport para kay Raphael."

Tumango si Cattleya na nginitian lamang ni Crissa. Saka niya sinundan sina Rain at Vina sa getaway van at tuluyan nang nilisan ang mansyon ni Kill. Tahimik lamang silang tatlo sa daan. Si Rain ay maya't-mayang ina-update ang grupo ng mga taong-lobo na kasama nila para i-distract ang mga tauhan ng palasyo. Siya'y nakatingin lamang sa bintana, pinagmamasdan ang bawat gusaling kanilang madadaanan.

Hindi niya mapigilan ang mamangha. Kahit papaano'y naa-appreciate niya ang mga nagawa ni Avery para sa kolonyang ito. Napataas ng High Queens ang lumalagapak na ekonomiya ng bansang ito sa kabila ng kawalan ng kooperasyon ng mga mamamayan. Nagawa ng High Queens ang hindi nakayang gawin ng mga dating namumuno sa Pilipinas.

Ang paunlarin ang bansang ito.

Ngunit kung ang kabayaran ng pag-unlad ay ang kalupitan ng palasyo at kabuktutan ng paniniwala ng mga namumuno, dibale na lamang siguro.

"How much wall time can you give us, Rain?"

Napatingin sa kanya si Rain na palabas pa lamang ng SUV. Kinunutan siya nito ng noo. "Wall time?"

"With Andora," sansala niya. "Kailangan ko siyang malayo kay Avery. Nemaiah and Farida would be with Strides at the moment kung hindi ako nagkakamali ng tantya. Junial on the other hand will probably be tasked with getting rid of the ruckus that we're going to stage. Kailangan ko ng magdi-distract kay Andora. Kaya mong gawin 'yon?"

Nagpalitan ng tingin ang magkatipan bago bumaling sa kanya si Rain at tumango. "Certainly. An hour. I can give you an hour."

"Thirty minutes." Wika niya. "Thirty minutes lang ang kailangan ko."

Tumangong muli si Rain. "Ingatan mo si Vina, Crissa. Promise me. Iingatan mo siya."

"Ako ang bahala sa kanya. Trust me. Now go bago makita ng spy cam ang getaway van. Papasok na kami ni Vina."

"Mag-ingat kayo. Princess," masuyong bumaling ang binata sa kabiyak at ginawaran ito ng halik sa labi. "Take care, okay? I'll see you later. I love you."

"I love you too. Mag-iingat ka ha?"

Binuksan ni Crissa ang tagong lagusan ng palasyo, ang tanging kahinaan ng matayog na palasyo ng Dreasiana Colonies na ang tanging nakakaalam lamang ay ang mga nakakataas na tauhan at miyembro ng Royal Blood sa Calipto. Ni hindi sigurado ni Crissa kung alam ba ng mga High Queens ang tungkol sa sikretong lagusan na iyon.

"Vina. Sigurado kang kakayanin mong i-expand ang bubble mula dito hanggang kay Rain?"

Confident na tumango si Vina at ngumiti pa sa kanya. "Walang problema. Nag-practice na kami ni Rain. Kaya ko hanggang one hundred feet."

Tahimik nilang binagtas ang madilim na daanan at ang paliko-likong pasilyo ng underground passageway. Sinadya ni Crissa ang paghantong nila sa Main Hallway. Naramdaman niya sa kanyang talampakan ang magaspang na carpet, ang bahagyang init dala ng friction ng mabilis niyang pagtakbo upang tunguhin ang apat na spy cameras na nakakabit sa bawat sulok ng koridor. Kasabay ng pagpatay niya sa mga iyon ay ang pagdilim sa buong palasyo.

Nagkatinginan sila ni Vina. Napaawang ang bibig ng huli nang mapagtantong namatay ang mga ilaw sa buong lugar.

"Sino…?" Vina began to mouth nang nakangising umiling si Crissa.

"Cattleya." She mouthed back na nakapagpangiti sa kasama.

Pinasok nila ang Throne Hall. Hindi naman na niya kailangang hanapin pa si Avery. She was very sure kung saan ito matatagpuan.

After all, no Queen can really resist her crown for a long time.

"Andora? Anong nangyari sa mga ilaw? God, you know I hate the dark! Tell 'em to bring it back on!" utos nito sa matigas na ingles, malinaw pati sa pandinig ang mabigat nitong Dreasianian accent.

Lalo pang nagtago sa dilim si Crissa bago niya tinanguan si Vina, aware that Rain's mate has some pretty intense fury against the High Queen.

"Andora, ano ba? Sinabi nang—"

"Ayaw mo pala sa dilim." Dinig niya sa kanyang pwesto ang pagsinghap ni Avery nang marahil ay mapagkilanlan ang nagpakitang babae. "Sad. Kasi mukhang this time, forever ka nang nasa dilim."

"H-How… how dare you! Paano ka nakapasok dito? Hindi ka ba natatakot? The palace guards are everywhere! They will kill you and I'm gonna make sure that happens! Lapastangan ka!"

"Blah blah blah." She could hear Avery's heartbeat. Mas lalo lamang napapangisi si Crissa habang mukhang aliw na aliw naman si Vina na panoorin ang nahihintatakutang mukha ng High Queen. After all, minsan lang namang mangyari iyon. "Sino bang mag-aakalang ang isang tulad ni Queen Avery ay takot sa isang tulad ko? Love this moment. Oomph! I can see your fingers trembling! Maiihi ka na ba sa takot?"

"Get out of my palace, you bitch! Don't test my patience! Hindi mo ako kilala! H'wag mong hintaying bumaba ako sa aking trono bago kita—"

At naputol ang lahat ng sinasabi ng Reyna kasabay ng isang malakas na tunog ng palad na lumapat sa pisngi. Then she heard Vina gritted, "Para 'yan sa ginawa mo sa asawa ko." Another slap. "Para naman 'to sa mga buhay na sinira't kinuha mo!" Another one—much louder and much harder. "At ito ang para sa mga kaibigan ng asawa kong walang pakundangan mong pinahirapan!"

Sumigaw si Avery. Narinig niya ang pagtawa ni Vina matapos niyon. "Nakalimutan mo na ba? Hindi mo ako pwedeng saktan. Haler? May powers kaya ako. Babalik lang kaya sa 'yo ang mga gagawin mo sa 'kin. H'wag kang syonga."

There was that clear amusement in Vina's voice. Maski siya'y napapangiti na lamang sa isang sulok. The woman's enjoying this too much. Kung sa bagay. Anyone who has that massive of a vendetta against someone would probably be as happy as Vina. Kaya't nauunawaan niya ang babae. Hindi rin naman basta-basta ang pinagdaanan nito.

"What do you want from me, bitch! Anong kailangan mo sa 'kin?!"

"Hala ka, ba't galit ka? H'wag kang sumigaw magkalapit lang tayo." Sa panunuyang iyon ay lalo lamang nagagalit si Avery. Dinig niya iyon sa bilis at gigil na tibok pa lamang ng puso nito at sa pagngangalit ng mga ngipin ng reyna. "Oh well anyway, isa lang naman ang sadya ko kaya ako narito. Ang buhay mo."

There was a second pause bago bumunghalit ng tawa si Avery, much to Crissa's amusement and surprise.

"You? A measly human-werewolf incapable of shifting into her beast form wants my death? This is interesting. Pray tell me, you weakling, how you think you can accomplish that."

"Oh nope, no, not me. Hindi ako ang gagawa no'n. I have someone here na kating-kati na ang kamay na sakalin ka."

Nahuli pa ni Crissa ang pagtaas ng kilay ni Avery bago siya tuluyang lumabas mula sa dilim na pinagkukublihan. Unti-unting bumakas ang pagkakakilanlan sa mukha ng reynang nakaupo sa trono habang siya'y papalapit sa kinaroroonan nito.

"Long time, no see, Avery. Ya' enjoyin' your life 'ere, bud?" bati niya sa nahihintatakutang babae sa kanyang Dreasianian accent.

Nakita niya ang pagtaas-baba ng lalamunan nito, ang panginginig at ang pamumutla ng labi. "L-l-lady… M-milady! I-I wasn't informed you're here…"

Ipinilig niya ang ulo. Ginawaran ng matamis na ngiti ang kaharap. "It's a surprise, Avery. Natatandaan kong gusto mo ng mga sorpresa. Aren't you surprised?"

"N-Nasorpresa ako p-pero hindi ka na dapat nag-abala pa."

Pinakatitigan niya si Avery. She wondered briefly kung paanong ang ganitong babae na nangangatog sa takot at kulang na lamang ay maihi na sa kinauupuan ay magiging catalyst ng paghihirap ng mga Black Beast. Hindi niya maunawaan. She could easily rip her off if she wanted to. Avery is an easy target. Pero paanong naging isang figure ng kahindik-hindik na kalapastanganan ang babaeng ito na putlang-putla na sa kanyang harapan?

"I have one question, Your High Queen. Anong gagawin mo kung sakaling sabihin ko na ako na ang papalit sa pwesto mo?"

Dinig sa buong crown room ang pagsinghap ni Avery. Kung posible'y mas naging maputla ang mukha nito nang maringgan iyon.

"T-that would be impossible, M-my Lady. You are a Goddess—"

"So? I am a God. *And* a vampire. The people needs a God who has firsthand knowledge of what they need, what they want and what they desire. They need a God that shares the same feeling, symphatizes with their griefs over something... *humanely*. They need a God that understands both worlds, that has the best of both worlds. I am that God, Avery."

"P-pero—"

"Who do you serve, Your High Queen?" Nakita niya ang daglit na pagdaan ng guilt sa ekspresyon nito. Nagngalit ang kanyang ngipin. Hindi na niya kailangan pa ng pruweba. Avery is guilty of treason. And that is written all over her face. "I serve my God, which my Queen serves too. In the eyes of that God, you did a lot of wrong. In the eyes of the law, which serves the purpose of my God, you committed atrocious crimes. I will not punish you. But I am going to kill you, Avery."

Tears sprung from Avery's wide eyes. Nagsunod-sunod ang pagtulo niyon kapanabay ng bawat hakbang niya upang akyatin ang elevated na trono na kinauupuan nito. Crissa blinked, met the queen's eyes head on. She blinked again. She saw Avery's pupils dilated. Kagyat na huminto ang pag-agos ng luha. Noong mga sandaling iyon, para bang huminto ang pag-ikot ng mundo at ang pagtakbo ng oras.

Everything simply... faded into the background.

"M-m-my... My L-lady, please..."

"I know you know that you've sinned, Avery. I know that you know your mistakes. And I know that you *know* that there's a consequence in all of those crimes you did. Nandito ako para singilin iyon. Nandito ako para kunin ang buhay mo bilang kabayaran sa paglabag mo sa batas ng Calipto."

Naging blangko ang ekspresyon ni Avery. Para bang biglang nag-shutdown ang sistema nito. Crissa placed it down to shock—and most probably fear. Ngunit nang iangat niya ang kanyang kamay in an attempt to hold Avery's neck down, she burst into action.

Naging mabilis ang mga pangyayari. Mayroong hinugot na patalim ang reyna na nagmula sa arm chair ng trono. Briefly, Crissa's eyebrow arched. Kung binabalak man nitong lumaban, she's pretty sure na alam ni Avery na ang mga armas ng Dreasiana ay hindi kakayaning patumbahin siya ng ganoon kadali. This foolish attempt would only damn Avery in her eyes.

But she was wrong. It wasn't what the dumbwit is planning. Not at all.

"I will not go down without a fight! I will not go down without dignity! Ako ang reyna! And I will always be a Queen!"

She braced herself for the blow. Hinintay niya ang pag-atake ni Avery. Ang talas ng patalim na dadampi sa kanyang balat. Subalit ang hindi niya inaasahan ay ang pagtalsik ng dugo ni Avery sa kanyang damit.

Nilaslas ng High Queen ang sarili nitong leeg.

Nagngalit ang ngipin ni Crissa. Hindi niya inaasahang magiging ganito ang pagkamatay ni Avery. She was once a good understudy. An underdog in the palace na umangat sa ranggo dahil sa taglay nitong galing at talento. For a moment there, nagluksa siya para sa dating Avery. The one who isn't blinded yet with power. Iyong maraming pangarap para sa sariling bansa. Iyong babaeng naghahangad na iangat ang Calipto.

It's ironic what power can do to you. For a brief second, noong sinabi ni Avery ang mga huling katagang iyon ay nakita niya ang babaeng understudy ng palasyo noon. Iyong babaeng nag-aalab ang mga mata sa determinasyon. Iyong babaeng puno ng paghanga para sa mga superiors at kapatid niya. The woman who promised to be someday like her. The woman who swore to be the country's warrior in times of need.

Kung paanong naging ganito ang babaeng iyon, hindi niya mapagtanto. Ni hindi maarok ng kanyang kaunawaan ang naging sanhi kung bakit ang Avery na minsang pinagkatiwalaan nilang magiging ilaw ng kolonyang ito ay nasilaw ng labis at naging halimaw sa mga mata ng karamihan.

The loss of that woman saddened her. And that says a lot about this situation.

"Crissa... Ayos ka lang?" dinig niyang untag ni Vina mula sa likuran.

She licked her parched lips bago tumalikod sa walang buhay na katawan ni Avery na nalulunod sa dugo at parang lantang gulay sa trono. Nakita niya ang concern sa mga mata ni Vina. In a way ay nakapagpagaan iyon ng kanyang loob.

"I'm fine. Let's get out of here."

Wala nang lingong likod na nilisan nila ni Vina ang crown room. Hanggang noong mga oras na iyon ay hindi pa rin nagbabalik ang electricity, salamat sa manipulasyon ni Cattleya. Tahimik na binaybay nila ng kasama ang sekretong passageway na maglalabas sa kanila roon sa palasyo ng hindi nakikita.

"Crissa... k-kung... kung kailangan mo ng kausap, nandito lang ako."

Napahinto siya sa kalagitnaan ng paglalakad. Binalingan niya ng tingin si Vina.

Inaamin niyang hindi siya nag-e-expect ng ganoong offer mula rito, lalo na't ang tanging taong malapit na malapit sa kanya sa grupong iyon ay si Cattleya lamang. She has a good relationship with Vina, but somehow in someway ay mailap pa rin ito sa kanya. And so it was unexpected that Vina would actually offer her comfort and a shoulder to lean onto at this point.

But she did. At hindi niya alam kung paanong magre-react.

Huminga ng malalim si Vina, marahil ay napansin at na-sense ang kanyang pag-aatubili. "Inaamin kong hindi agad ako nagtiwala sa 'yo. Inaamin ko na... na hindi ako gano'n kadaling nakumbinsi sa mga sinabi mo't ginagawa mo. But today, I saw how you... grieved, for a brief moment there. And yet... ginawa mo kung anong tama. You... you amaze me, Crissa. You amaze me so much."

First time niyang marinig ang mga katagang iyon—and ironically, nanggaling pa sa bibig ng isang half-werewolf. Kalimitan, siya ang itinuturing na kontrabida sa isang istorya. Isa siyang bampira. They have one of the most viscious and trickiest minds. They are beasts incarnate. Dangerous. Unpredictable. Evil.

At naiintindihan niya kung bakit hindi siya kaagad na pinagkatiwalaan ni Vina. Not to mention na isa siyang Dreasianian.

Whose person in their right mind would trust her knowing na ang mga kalahi niya ang sanhi ng paghihirap ng bansang kinalakihan at ipinaglalaban ng mga ito?

"Thank you, Vina. It means a lot... surprisingly."

May amusement ang iginawad na ngiti sa kanya ng kaharap. "You deserve my respect. No need to thank me."

Nilisan nila ang palasyo na may namamagitan na komportableng katahimikan sa kanilang dalawa. Kahit papaano'y gumaan ang loob ni Crissa.

Nauna sila sa getaway van kasunod si Rain ng mga ilang minuto. May katagalan naman ang paglabas nina Cattleya at Seige kasama si Raphael na malubha ang pinsalang natamo. She cringed in her seat habang tinutulungan ni Rain na isakay ang kaibigan sa mid seat ng SUV. Whatever the High Queens did to this man, it's horrible. Sa palagay niya'y mas maayos pa ngang tignan ang mga alipin nila sa Calipto kaysa kay Raphael.

Sa kalagitnaan ng byahe ay tumunog ang micro tablet na nasa kanyang sinturon. Kinuha niya iyon at nakitang rumehistro ang code ni Aniyah, hudyat na tumatawag ito sa kanya. Mabilis niyang ikinonekta ang tawag matapos ilagay ang kanyang earpiece.

"It's done," tahimik na bungad niya sa nasa kabilang linya. "She's dead."

"I know. I received the reports, I've seen the first news that broke out. You better turn your hologram call on mamaya kapag nakarating ka na sa isang ligtas na lugar. I'm making the announcement."

"Will do, Your Highness." She curtly replied, aware na isa iyong royal decree rather than a simple request from the queen.

Dumeretso sila sa pack mansion ni Raphael upang ihatid ang sugatang taong-lobo. She helped with things that needed helping. Matapos mabigyan ng sedative ang Alpha'y nakisuyo siya kay Cattleya at Nick, nagtanong kung may silid siyang maaaring gamitin para sa private conversation niya kay Aniyah. They settled her in a warm comfortable soundproof room. Hindi siya nagsayang ng oras. Pagkaalis ng dalawa'y tinawagan niya kaagad si Aniyah.

Bumungad sa kanya ang buong panel ng Elders sa Calipto. Ang umiiyak na si Andora, mga nagluluksang tauhan ng kolonya kasama sina Farida, Junial at Nemaiah na pare-parehong tulala't nakatingin lamang kay Aniyah. Her friend was there too, alongside her prince brothers. Ngunit ang nakatawag ng atensyon sa kanya ay ang maliit na projector sa gilid, airing the latest news regarding Avery's death.

"This just in. High Queen Avery Le Slew, High Steward of the Duchess and Chancellor My Lady Crissa Fierce and former Honorary Chaplain to the Queen Her Majesty Aniyah Beatrice Hailsworth, has passed away just a mere hours ago at exactly fourteen hundred thirty-five in the afternoon. The death was ruled suicide by the authority that looked into the High Queen's dead body. The Colony released a statement citing the High Queen's bout with depression as a cause to the suicide. As of this moment, the authorities finds no traces of homicide and foul play regarding the High Queen's death."

Umarko ang kilay ni Crissa ng palihim habang pinanonood ang paglabas ng litrato sa projector. That was Avery in her old position as Honorary Chaplain to the Queen. Sa ibaba niyon ay nakasulat in a cursive font, *'You will be missed.'* Sounds very insincere to Crissa.

"This is sudden," kunot-noong wika ng isang Elder—Lord Samuel—na nakapagpapitlag sa kanya mula sa pag-iisip. "Ni hindi n'yo man lamang ba napansing may pinagdadaanan si Avery?" baling nito sa mga High Queen na malinaw na malinaw ang panliliit sa inuupuan.

"We apologize dearly, My Lord." Tugon ni Andora na nakatungo. "Hindi namin alam na ganoon kalala ang depression ni Avery. I'm so sorry."

Crissa felt like she's missing something here. At nang magtama ang mga mata nila ni Aniyah ay napagtanto niya kung ano iyon.

Hindi isiniwalat ng mga High Queens ang naganap na pag-atake ng Black Beasts sa palasyo. They ruled suicide to the death para mapagtakpan ang pagsugod nila. They didn't want the Elders to know. So anong ibig sabihin niyon?

"Ngayon ano nang gagawin natin? The people is going crazy. Nag-aalala silang kapag hindi napalitan agad ang posisyon ni Avery ay baka makuha pabalik ng dating gobyerno ng bansa ang ating kolonya. We wouldn't want that!"

Nakita niya ang lihim na pag-ikot ng mga mata ni Aniyah bago seryosong humarap sa mga gurang na panel. "It's not a problem at all. Naipadala ko na si Crissa sa kolonya para sana sa annual visitation. But since she's already there, walang problema. De i-appoint na siya bilang bagong High Queen ng kolonya. It's the easiest and best thing we could do."

Nahuli niya ang pamumutla ng mga High Queens. Kumunot naman ang noo ni Lord Samuel na mukhang inako na ang responsibilidad bilang spokesperson ng mga kataas-taasang hukuman ng mga gurang.

"The Duchess might be busy right now, Your Majesty. Marami naman sigurong iba r'yan."

"Ah no. Kahit pa abala 'yang si Crissa, a royal decree is a royal decree. She'd have no choice but to follow. Isa pa, she's the best choice to do the job."

"No offense, Milady Goddess, but... Your Majesty, she's your executioner."

Taas ang kilay na tumingin sa kanya si Aniyah. Ipinilig niya lamang ang ulo at inarkuhan din ito ng kilay. Saka lamang bumalik ang kaibigan sa panel na matyagang naghintay sa palitan nila ng tingin.

"So? She does my dirty laundry, so what? She's still my best choice."

Karamihan sa mga Elders ay lumabi, ang iba'y nagkibit na lamang ng balikat. Maski siya'y ganoon din ang ginawa. Argue all they want. They all know she's indeed the best choice to do the job.

4th Blood
HAIL

NAALIMPUNGATAN si Crissa dahil sa isang masamang panaginip. Her chest burned. And she realized why later nang pakawalan niya ang pinipiit na paghinga. Nagpalinga-linga siya. May kapiranggot na sinag ng araw ang sumisilip sa sarado niyang bintana. Bumuntong hininga siya at muling ibinagsak ang kanyang sarili sa kama.

And then a part of her dream seeped into reality nang mag-ring ang cell phone na ibinigay sa kanya ni Cattleya. Muli siyang bumalikwas ng bangon, realizing that maybe some of her dream wasn't really a dream.

Kinuha niya ang telepono at sinagot ang tawag ni Cattleya. "What's going on?"

"Galing si Seige sa mansyon mo kanina pero hindi ka niya mahanap. Where on earth are you?"

Lumabi siya. Her lair is located at the very bottom of the mansion. Intricate ang design ng daan patungo sa kanyang bed lair. The only reason kung bakit nasisinagan iyon ng araw ay dahil sa salamin na nagsisilbing sahig ng upper floor. It's a trick mirror. No one could see something beyond the glass floor. Kung kaya naman hindi na siya nagtatakang hindi siya mahanap ni Seige. Though she wondered kung bakit ni katiting ay hindi man lamang niya narinig ang lalaki.

"I'm sorry, I slept for the whole day."

"Yeah, I see that. But you have to hurry down here. M-May... may nangyari kasi."

Masama ang kutob niya sa naging tinig ni Cattleya. If her dream was any basis, then she'd say this is very serious.

Mabilis siyang nakapagbihis at nagtungo sa mansyon ni Kill—the Black Beasts' only hideout. Sa gate pa lamang ay may naamoy na siyang kakatwa. A fading scent—a nasty one. Taong-lobo. Amoy na hindi pag-aari nina Seige at Rain. Lalo naman si Strides na mukhang hanggang ngayon ay hindi pa rin nakakatayo sa kama. Whose was it then?

Sumalubong sa kanya si Seige na madilim ang anyo. Walang imik siyang iginiya nito sa silid nina Kill at Courtney na ipinagtaka niya. But she didn't have to wonder any longer. Napagtanto niya kung bakit nang maabutan niyang nasa kama si Courtney, ang maputla nitong mukha ay lalo pang pumutla. Nangingitim ang ilalim ng mga mata nitong mariin ang pagkakapikit.

Naalarma siya.

"What the hell is going on?"

Hindi niya pinansin si Kill at ang mahigpit nitong pagkapit sa paanan ng kama na mukhang malapit nang bumigay dahil sa lakas nito. Wawarningan niya sana ang binata ngunit naalala niya ang dating disposisyon nito nang huling malagay sa panganib ang kabiyak. Nevermind. Minsan na silang nagkasubukan ng bampira, wala siyang balak sayangin ang kanyang lakas kay Kill.

"That mutt… that damned mutt!" dinig niyang galit na galit na usal ng huli. Inilibot niya ang paningin para hanapin sa mga kaibigan nito ang salarin ngunit hindi bumakas sa mukha ng dalawang Alpha ang kahit ni katiting man lang na guilt. Okay, so which mutt is it then? "Kung galit siya sa akin, kung ako ang kinamumuhian niya, ako na lang sana ang sinaktan niya! I won't forgive him! I'm going to destroy him!"

Tumayo si Kill at akma nang magma-martsa paalis sa silid nang pigilin ng dalawa nitong kaibigan. Crissa licked her lips in confusion.

"Sinong gumawa nito kay Courtney? At ano talaga ang nangyari? Bakit ganito?"

"It's Spade." si Cattleya na nakatungo. Pagkarinig niya ng pangalan ng nilalang na lubos niyang kinamumuhian ay tumiim ang kanyang bagang. "Nagpunta siya rito kagabi. We all thought na… na bumalik na siya. Na nakatakas din siya dahil sa ginawa nating pagsugod. But God! He… he asked… t-to talk to Courtney. Para raw makahingi siya ng tawad dahil sa mga nangyari, para sa mga magulang at mga Templars ni Courtney na namatay dahil sa giyera.

"We left them. And then when Kill felt something… strange, umakyat kami para silipin sila. We found Courtney on the floor, writhing in pain. Spade was gone. Hindi na namin siya nasundan."

Dumako ang tingin niya kay Courtney. Naupo siya sa gilid ng kama nito at kinuha ang pulso ng dalaga upang mapakinggan ang pagdaloy ng mga likido sa loob ng sistema nito. She felt the usual: the thick blood, the glucose, the others... and then that strange smooth feel of something.

Tears of Isis.

"I will finish Spade myself! I will finish him, I swear!" Kill muttered again and again. Crissa could hear resentment. But beneath the fury, alam niyang naroon ang hinanakit ni Kill sa ginawa ng sariling kaibigan.

Maski nga siya'y nanggigigil din at hindi makapaniwala na nakayang gawin iyon ni Arden sa mga kaibigan nito.

Just goes to show na kahit kakaunti'y umasa rin siyang hindi totoo ang nararamdaman niya kay Arden. Na kahit papaano'y may natitira pa ring pagmamahal ito sa mga kaibigan. Na maaari pa niyang mabawi ito mula sa mga High Queens kung saka-sakali man. Now it just... blew up on top of their faces.

Spade Arden is uncontrollable. That's just it.

"Huminahon ka, Kill. Let me handle the situation. Sit down."

"No! I'm going to kill that son of a bitch!"

Binalingan niya ng matalim na titig si Kill. "At anong gagawin mo? Sisirain mo ang plano dahil gusto mong gantihan si Spade? Sisirain mo ang lahat ng pinaghirapan natin dahil sa isang problemang maaari namang solusyunan? I hate to say this but I thought you're smarter than that. H'wag mong sayangin ang lahat ng pinaghirapan natin at h'wag mong ipahiya ang lahat ng taong nagbuwis ng buhay para rito dahil lang sa kasakiman ng emosyon mo. Sit the hell down!"

To her relief ay sinunod iyon ni Kill kahit nababakas pa rin sa mukha nito ang agitation. Inignora ni Crissa iyon at ibinalik na lamang ang atensyon kay Courtney. She raised her own arm and bit the thin flesh in her pulse. Blood oozed out from the cut. Narinig niya ang pagsinghap ng halos lahat na naroon. Immediately, nakita niyang nagsitalikuran ang lahat lalo na ang mga Alpha at nagtakip ng ilong. Kill needed to stay away from her at buksan ang bintana para makahinga ito roon.

Walang imik na itinapat niya sa lapat na lapat na bibig ni Courtney ang kanyang pulsong nag-aagusan ang dugo. The moment the blood touches Courtney's lip ay nagdilat agad ito ng mga mata. At bago mahablot ng dalaga ang kanyang kamay ay mabilis siyang lumayo rito saka isinara ang hiwa sa kamay.

"Okay… God, what the hell was that?" agad na usisa ni Cattleya na namimilog ang mata habang sina Vina at Kill ay dinaluhan si Courtney na naghahanap ng inumin—preferably blood.

"Feed her, maibabalik no'n ang lakas niya," wika niya kay Kill na kaagad nagpakuha kay Vina ng blood bag . Then to the rest she said, "I'm a demi-vampire, that's pretty obvious. My blood has… has a divine touch to it for a reason. Every creatures who smells a demilord's blood gets crazy with wanting to taste it, devour it even. H'wag n'yo akong tanungin dahil hindi ko rin alam kung bakit. And sadly, I learned that fact the hard way.

"But the good news is, ligtas na si Courtney. My blood has an antedote to the tears of Isis—the poison Arden probably used to subdue her. It has a pure component na maaaring makapag-reverse ng damage sa katawan ko as a vampire. And since tears of Isis is a chemical na ginagamit laban sa mga bampira, my blood was enough to dispell the toxic."

"Ano 'yong tears of Isis?" tanong ni Vina na iniabot kay Kill ang blood bag. "Ngayon ko lang narinig 'yon. Nakakain ba 'yon?"
Nakita niya ang pagpigil ng ngiti ni Rain habang lihim na sinisiko ang kabiyak. Nailing na lamang siya. Vina has more character than the Alpha.

"Nakakain 'yon," sa sagot niya'y napapalakpak si Vina na para bang sinasabi sa kabiyak na tama siya. "If you're human, you're completely immune to its effects. Tears of Isis is used to ward off vampires. In our country, it is a torture element for vampires and werewolves when mixed right."

"S-Static?"

Napatingin siya kay Kill na nakakunot ang noo at para bang nag-iisip ng malalim. Nahawa siya sa ekspresyon nito. "Huh?"

"Static. May isang organization dati sa Sunny Dale—na ngayon ay Alexandria na—na nakapag-develop ng isang liquid mixture na maaaring makapagtaboy sa mga bampira at makapagpahina sa kanila. It's called static. It is made of a plant called verbena. They made it as perfumes, soaps, teas, even bracelets and necklaces. But contrary to what you said, walang talab iyon sa mga taong-lobo. Is it possible na pareho tayo ng iniisip?"

"Possible, yes. Tears of Isis is also called verbena," pagkumpirma niya na ikinamilog ng mata ni Kill. "Marahil, ang static na sinasabi mo'y hindi napag-eksperimentuhan ng maayos at malalim. If the right buttons were pushed, if the right mixtures were placed, that herbal could also be a form of poison to werewolves. And the saddest thing is that wolves are more prone to be killed if this is ingested and injected. Magpasalamat na lang kayo at si Courtney ang napagdiskitahan ng asong kaibigan n'yo."

She heard a growl from Courtney na noon ay huminto sa pag-inom ng dugo mula sa blood bag na hawak ni Kill. "I'm gonna kill that SOB! I'm going to tie his tail to his head so he'll know what a stupid asshole he is!"

Lihim siyang nag-ikot ng mata. Naloko na. Tama na sanang si Kill lang ang nag-iinit ang dugo pero heto't maging si Courtney na ipinaglihi sa balde-baldeng sama ng loob ay nakikisawsaw na sa pagpatay doon sa asong si Arden. Yari na talaga ang asong iyon.

"Just let me handle the tying, Courtney. I promise you, when I get my hands on him, I'll pack a mean punch that's for you. Sa ngayon just calm down. We don't know yet what they were planning at pinadala nila rito si Arden para umatake sa 'yo.

"But I have a hunch na binibigyan nila kayo ng babala. Or… maybe they're just trying to really kill Courtney. You know what they say in Dreasiana? An eye for an eye and a tooth for a tooth. Namatay si Avery, maybe they're aiming to kill Courtney too."

"Do you think they miscalculated?" si Cattleya na nakakunot ang noo. "I mean, napabagal ko ang epekto ng lason dahil sa mahika. Maybe I could've stopped it and their plan would be botched in just a snap."

Tumango siya. "Yes, you could. After all, wala namang imposible sa kapangyarihan ng isang original sorceress. But the fact is that oras ang kalaban n'yo. You only had two days to fix the damage, Cattleya. Your blood could fix a DNA poisoning but you cannot do something about the tears of Isis without the real antedote. It's not just the herb we're talking about here. May idinagdag na mga chemical doon. At alam 'yon ng mga High Queen. They were sure this is going to kill Courtney. But the thing is, they weren't sure about me. They *don't know* about me. Hindi ako kasama sa equation nila nang mag-plano sila. How are they suppose to know Courtney's going to survive the attack?"

Naghari ang katahimikan kapanabay ng galit na bumalot sa bawat isa sa reyalisasyong si Spade Arden ay tunay na ngang kalaban nila at hindi na isang kakampi.

Napabuntong hininga si Crissa. She wanted so much to tell them 'I told you so'. But she just don't have the heart to hurt them furthermore. Because as much as she didn't want it to, they were hurting.

This is betrayal at its ugliest form. And she couldn't do a thing about that.

"DUCHESS of Seithere, Chancellor of Calipto, and our High Queen, Her Lady Goddess Crissa Fierce! Hail!"

Spade Arden didn't understand the bunch of names being called. Kung anong titulo ang kalakip ng pangalang iyon. O kung bakit kinailangan niyang lumuhod kasama ang lahat ng tagapagsilbi ng palasyo habang nagpaparada sa kanilang harapan sina Trent, Junial, Nemaiah, Farida at Andora. Ang tanging tumatak lamang sa kanyang isipan ay ang dating titulo ni Avery na ngayon ay iginagawad na sa iba.

Sa ibang babaeng hindi niya kilala at hindi niya pa nakikita.

Umihip ang malakas na hangin. Tumigil ang komosyon at ang mga paang nagmamartsa. Nangahas siyang mag-angat ng ulo upang tignan kung saan matamang nakatuon ang atensyon ng lahat. They were waiting at the open door. Hindi niya alam kung para saan. Kung para kanino. Pakiramdam niya'y maski ang mga hininga ng lahat ay pigil na pigil din sa pag-aabang.

Then he smelled her before he saw her. And it felt like a punch in his gut.

She appeared in front of anyone like a snap. Para bang isang anghel na tumalon mula sa langit at naglanding ang mga paang kumikinang sa malamig na sahig na kanyang niluluhuran. He felt the tingling in his system. His breathing stopped. His heartbeat accelerated. Raced. And all she ever did was right herself from the ground and he went crazy. Like a lovesick fool ready to lap up anything he can that came from her.

She's an angel. No, not an angel. Higit pa roon. She's a goddess. *His* goddess.

Mate. Mine. Mate.

Napasinghap siya. Para bang bibiyakin ang kanyang ulo nang marinig niya ang dagundong ng presensyang iyon mula sa kanyang kalooban. Napakatagal na simula nang marinig niya ang kanyang lobo. Oh God. Oh heavens, how on earth...?

"My Lady Goddess. Maligayang pagdating."

Nasaksihan ni Spade ang pagluhod ng mga High Queen at lahat ng may kapangyarihan sa palasyong ito. Hindi nakaligtas sa kanya ang panginginig ng tuhod ni Andora at ang paglunok-lunok nina Nemaiah at Farida. Junial was pretty calm. Ngunit hindi siya nalilinlang niyon. He knew Junial was shaken up too as much as the other three High Queens. Kung bakit ay hindi niya alam.

Batid niyang mahigpit na ipinagbabawal ang magtaas ng tingin at direktang panoorin ang galaw ng isang High Queen o ng kahit na sinong opisyal ng palasyo na walang pahintulot. But he couldn't tear his eyes from her. She was simply... perfect.

Mate. Mate! Take mate!

Suminghap si Spade nang muling marinig ang tinig na iyon sa kanyang isipan. It was that of another voice he'd been longing to hear. Hindi iyong tinig na kinatatakutan niya't pinangingilagan.

Hindi na niya kailangang marinig pang muli ang sinasabi ng kanyang lobo.

He knew who she was. Batid niya kung ano'ng ginagampanan ng babaeng ito sa kanyang buhay. She is his mate. Iyong taong matagal niyang hinintay. Iyong tanging tao na makakapagsalba sa kanya sa kadilimang kumakain sa kanyang buong pagkatao.

And Gods... he wants her now. *Now.*

Hindi ba niya nararamdaman? God, hindi niya ba ako

nararamdaman?

And as if on cue ay pumilig ang ulo ng dalaga. Nagtama ang kanilang mga mata. Ang sa una'y blangko, malamig. Walang laman ang mga mata. Ang kanya nama'y puno ng pangungulila. Ng pagkasabik. Ng pagmamahal.

Because he already knew he loves her. There's no question about it. Kung sinuman ang babaeng ito o kung saan man ito nanggaling, it doesn't matter. He already love her. Deeply. Madly.

"Kill him."

The whole palace exploded into action. Hindi nauunawaan ni Spade ang biglang naganap. Naramdaman niya ang paghawak sa kanya ng mga kawal, ang pagkaladkad ng mga ito sa kanya palayo. Naramdaman niya ang sigaw nina Andora at Junial. Ang biglaang paghinto ng pangangaladkad sa kanya kasabay ng pagharang nina Nemaiah at Farida sa kanyang harapan.

"M-my Lady. H-High Q-Queen... please, spare the werewolf. Hindi mo siya maaaring patayin!"

Kumunot ang noo ni Spade habang sinisilip ang pagbuka ng bibig ni Andora sa kalagitnaan ng pakikipagpalitan nito ng salitang hindi niya madinig sa kanyang katipan.

Tumingin ito sa kanya. Hindi inalintana ni Spade ang kanyang itsura o kung anumang maaaring sabihin ng iba nang nginitian niya ang dalaga, hoping like hell na naiparating niya ang isinisigaw ng kanyang buong pagkatao.

"Give me reason to spare him, Andora. A valid and acceptable reason. Kung hindi'y sa impyerno ang deretso ng isang 'yan."

It was a soft melody. Barely there but he still heard it.

Pumintig ng malakas ang kanyang puso. Naghurumentado ito. Pakiramdam niya'y lulutang siya sa ligaya. Hindi niya alam na posible pa siyang makarinig. At hindi na niya kailangan pang itanong kung tinig nga talaga ng kanyang mate iyon.

He was sure of it. So damned sure!

Pansin niya ang pagbalik-balik ng tingin ni Andora sa kanya at sa babaeng kaharap habang paulit-ulit ang paglunok. Samantalang ang kanyang kabiyak ay sa kanya lamang nakatuon ang atensyon kung kaya't hindi mapigilan ng kanyang puso na matunaw. Even his wolf sat down and purred lovingly inside him.

"H-he... he is our concubine, Milady! Avery has chosen Spade Arden to be our concubine!"

Tumigil ang mundo niya nang mabasa ang mga salitang lumabas sa bibig ni Andora. Lumaglag ang kanyang balikat, kinakabahang dumako muli ng tingin sa kanyang mate na sa kanyang pagkadismaya'y nakaarko ang kilay at lapat na lapat ang labi.

"Only Avery?"

"K-kaming lahat, Milady. Of course, kaming lahat. We were planning to tell the Queen about this, to request her permission for a formal ceremony. N-nagkaroon lamang ng problema dahil sa pagkamatay ni Avery. B-but... pinapalipas na lamang namin ang isang buwan, kikilos na kami. Please, my Lady Goddess. Ibigay mo na lamang siya sa amin. We apologize in behalf of his foolishness. Hindi niya sinasadya iyon, sigurado ako. Bago lamang siya sa mga gawa nating mga Dreasianian. I'm sure that's a slip. If you could just forgive that tiny slip, Milady..."

Sa kanyang sorpresa, at sa pagkasorpresa ng lahat, ay unti-unting humakbang palapit sa kanya ang babae. Hindi niya alam na posibleng mangyari iyon but it was. Lalo pang lumakas ang pagtibok ng kanyang puso. Pakiramdam niya'y anumang oras ay sasabog na ang kanyang dibdib at malalaglag sa sahig ang kanyang puso.

Then she touched him. Everything stopped. Wala siyang nakita kung hindi ang nakabibighaning babae sa kanyang harapan, nakatingin sa kanya ng mataman at para bang sinusuri siya't tinitimbang ang kanyang pagkatao. Wala siyang naramdaman kung hindi ang malambot at malamig nitong kamay sa kanyang pisngi, humahaplos pababa sa kanyang leeg na para bang tinetesting ang kanyang kontrol.

Hindi niya napigilan ang sarili. He lovingly pressed his cheek into her palm at pinilit na hindi mabali ang pagpapalitan nila ng titig ng kabiyak. Iyon marahil ang rason kung bakit hindi niya kaagad napansin ang ginagawa ng babae.

She bent her head, her lips touched his neck na naging sanhi ng pagkawala ng kanyang tinitimping ungol. Then he felt that cold sharp tool sunk into his neck.

Suminghap siya. A burst of pleasure speared his system and filled his groin. Muli'y umungol siya, mariing ipinikit ang mga mata and threw his head back in pure carnal pleasure.

It was too late nang mapagtanto niya ang nangyayari. At dinaig pa niya ang nabundol ng ten wheeler truck nang magising sa reyalidad.

She is a vampire.

And she just bit him. She just bit a goddamned werewolf!

FOR THE nth time ay dumako ang kamay ni Spade sa kaliwa niyang leeg upang kapain ang dalawang puncture holes sa kanyang balat. Mariin siyang napapikit kapanabay ang malakas na pagmura ni Andora na nagpapalakad-lakad sa kanyang harapan. Kagaya ng mga naunang beses ay mabilis niyang ibinaba ang kanyang kamay upang ikubli ang kakatwang gesture na iyon.

"Damn! Damn it! Masisira ang lahat kapag hindi ko nagawang tanggalin sa equation si Fierce! What should I do?"

Hindi niya namalayan ang pagtayo ni Junial mula sa kinauupuan nito sa receiving room. Nakita na lamang niyang tumayo ito sa harapan ni Andora at hinawakan ang kapwa High Queen sa magkabilang balikat. Mapanuri niyang tinitigan ang bawat kibot ng labi ni Junial. Pakiramdam kasi ni Spade ay mahalaga ang bawat sasabihin ng mga ito lalo na't ang paksa ay ang kanyang sariling katipan.

"You need not to worry. May naiisip akong plano."

"Pray tell me, Junial, kung anong pina-plano mo dahil frustrated na frustrated na ako! All these things are happening all at the same time at hindi ko alam ang gagawin ko!"

"Calm down, Andora. We only have to make use of what we have. So why not use him?" saka siya tinignan ni Junial na sinundan naman ni Andora na nakakunot ang noo.

Tumiim ang bagang ni Spade. Hindi maganda ang kutob niya sa uri pa lamang ng mga tingin ng dalawang High Queens. He knew they were up with no good. Ngunit ano bang magagawa niya? In this palace, he was a mere slave. Sunod-sunuran sa mga babaeng may sungay na walang ibang alam kung hindi ang itaas ang kanilang mga sarili.

And speaking of the devils…

Gumawi ang malamig na kamay ni Andora sa kanyang leeg at sinuri ang marka ng pangil ng bampira roon. She touched it and Spade gave all that he can para lamang pigilan ang kanyang sarili na mangilag at dumistansya mula kay Andora na siguradong pagmumulan ng duda ng mga ito. It was dangerous enough to find out his mate is someone as big a personality as Crissa Fierce. Pero ang malaman ng mga High Queens ay mas lalong mapanganib.

"I don't know what the hell this stupid mark is for. She must have liked your blood, that weirdo demigoddess. Kung kaya naman... ikaw, Spade Arden, ay magiging kapaki-pakinabang sa amin."

Kumunot ang noo ni Spade habang ang kanyang lobo ay nagpoprotesta sa kanyang kalooban kapanabay ang mga kamay ni Andora na gumagapang sa ilalim ng polo shirt niya at marahang humahaplos doon.

"Gagamitin ka namin para mapaikot si Crissa at mapasunod siya sa mga plano. At hahayaan mo namang gamitin ka niya sa kahit anong paraan niya gustuhin. Do you understand me, mutt?"

Lumunok siya, pinipilit ang sarili na hindi mag-iwas ng mata habang tinatanguan ang sinabi ni Andora. Maswerte siya't sa katawan na niya naituon ang atensyon ng High Queen. Kung hindi siguro'y nakita nito ang kasinungalingang naglalaro sa kanyang mga mata.

"I DON'T do well with betrayers. So whoever the hell you are, show yourself."

Hindi alam ni Crissa kung sadyang natakot lamang si Trent sa kanyang pagbabanta o talagang binabalak na nitong ipakita ang sarili mula sa tahimik na pagkukubli sa kadiliman ng kanyang silid.

"Hindi ko intensyon ang ganoon, Milady. I merely want to talk to you without creating a big fuss."

Pinagmasdan niya ang kakatwang nilalang na ito. Isa si Trent sa mga imortal na lalang ng kolonya upang tulungan ang mga High Queens sa pamumuno. Direktor Heneral ng Kagawaran ng Stratehiyang Militar ng kolonyang ito. He was a fleshless creature that needs thoughts and memories to sustain itself. Trent likes to twist memories and thoughts to make it look as if it was the reality. Hindi na nagtataka si Crissa kung bakit ilag ang mga Elders sa halimaw na ito.

Who on earth wants their memories to be taken away in the first place?

"Sana'y kumatok ka na lang sa pinto. Mas madali 'yon."

Isang ungol ang narinig niya mula kay Trent. Hindi niya malaman kung tawa ba iyon o sadyang nag-aadik lang talaga itong isang ito. "Paumanhin. Sa susunod, iyon na lamang ang gagawin ko."

Nagkibit siya ng balikat. Tinungo niya ang mesa at isinalin ang natitirang laman ng bote ng alak sa kopita habang pinakikiramdaman si Trent sa kanyang likuran. "So what are you here for?"

"I came here to pledge my allegiance... through this."

Humarap siya sapat upang madatnang iniaabot sa kanya ni Trent ang isang lumang scroll. Umangat ang kilay ni Crissa. Isinara niya ang maliit na distansya sa kanilang pagitan at maingat na iniabot ang scroll na nakaumang sa kanyang direksyon.

"Ano 'to?"

Hindi sumagot si Trent at sa halip ay pinanood lamang siyang buklatin ang scroll. To her surprise, the canvas was blank. Akma siyang babaling sa kaharap upang tanungin kung niloloko lamang siya ng impaktong ito nang biglang magsulputan ang mga titik sa blangkong tela at kusang bumuo ng mga salita at pangungusap. The magic used to do this was so achingly familliar to her. She just couldn't point her finger to it ngunit alam niyang nakita na niya ang ganitong klase ng mahika noon.

"Saan nanggaling ang scroll na ito?" agad niyang tanong kay Trent at hindi pinagtuunan ng pansin ang mga pumopormang talata sa hawak niyang tela.

"Sa Calipto, Milady Goddess. Avery brought it here one day. Hindi niya nga lamang sinabi kung kanino mismo nanggaling ang balumbon na iyan. But it played a huge part to give the High Queens their own personal roles in this colony. The role that you, Royalties, failed to grant them."

Umigkas ang kilay ni Crissa at dala na rin marahil ng curiosity ay ibinalik niya ang atensyon sa hawak na scroll. Noong una'y hindi niya naintindihan ang unang talatang binasa. It was really hard to do so dahil na rin sa nakalilitong kahulugan ng scripture na nakapaloob doon. Para bang isang hula. Isang propesiya.

¿Sa kahon ng pagkakasala pagkamuhi ay kakawala

51

Sumunod ay digmaan sa pangalawang pagbubukas ay tangan
Paghahangad sa kapangyarihang hindi naman ukol
pagsamba'y sa huwad na kaharian ipinukol
Sa ikaapat na pagbubukas ng kahon
kamatayan ang syang ipababaon
Pagbagsak ng sangkatauha'y magsisimula
hanggang sa bawiin ng langit ang huling hininga

Mula roon ay babangon
emperyo ng mga imortal na bubuo sa bagong henerasyon
Pamumunuan ng limang imortal
kaakibat ang buhay na walang kamatayan sa pagluwal
Isisilang sa ikaapat na gabi ng pag iisa ng kambal na tala
kasabay ng paglilinya ng mga planeta sa araw na dinadakila
Gawa upang wasakin ang mali
higit ay protektahan ang limang sa kasamaan ay gagapi

Ang una'y isisilang ng dalawang nananahan sa Gehenna
nag isa ang anak at ang ina
Ang pangalawa'y mula sa salamangka
orihinal at walang bahid na pagdududa
Dugo sa mga kamay dala ng ikatlong panganay
Sa gabi naman ng pagwawakas ng mga manunugis

ikaapat na sanggol ay malakas na tatangis

Simbolo ng walang hanggang siklo ng buhay

sa likuran ng ikalimang sanggol sisilay

At sa pagbangon ng mga nilalang na pinagkaitan ng kamatayan

kahon ay maisasarado na ng tuluyan"

Kagyat niyang binilot muli ang balumbon at inilapag iyon sa mesa na malapit sa kanya. Hindi niya pinakitaan ng emosyon si Trent but deep inside, she was mind-blown. Dahil kung anuman iyong nabasa niya, malakas ang kanyang kutob na babaguhin niyon ang kasaysayan. And everything wouldn't be the same again.

"What do you know about this?" baling niya sa nilalang na katulad niya'y hindi rin makikitaan ng kahit na katiting na emosyon.

"Spade Arden could explain that to you in detail dahil siya at ang mga kaibigan niyang Black Beasts ang pinaghihinalaan ng mga High Queens na tinutukoy sa propesiya. What I could tell you now though is the least that I know.

"There was a group of five talents who were born all in the same day within close time ranges. Four werewolves that are given the titles of Alpha and a vampire that is considered a rare specie here in this country before the Philippines were colonized. Rumor has it na noon pa man ay hinahanap na ng Dreasiana ang mga imortal na tinutukoy sa propesiya. The previous King kept it within close doors though so as not to frighten the kingdom. It was just ten years ago that we discovered the Black Beasts and their... seemingly unique ability to stay alive despite everything we do to kill them."

Well, hell.

Kung tutuusin, dapat ay si Aniyah ang nakatuklas sa scroll at sa propesiyang ito. It concerned the Dreasiana in the first place. Ngunit hindi iyon ang mas inaalala ni Crissa sa pagkakataong ito. Higit niyang pinangangambahan ang planong sa palagay niya ay umiiral na sa mga High Queens—plans to extricate the Black Beasts to achieve a higher purpose.

But what the hell is that higher purpose?

"Why take this here? Bakit hindi sa Calipto kung saan mas malaki ang tsansang magtagumpay ang pagdispatya sa tinutukoy mong Black Beasts?"

"Kagaya ng sinabi ko kanina, I know little about all of these. I am merely here dahil kailangan kong manatiling buhay. Back then, Avery could give me that. But now… you, Milady, will be able to give me that. So how about we exchange favors? I give you the details that I know and will know in the future. In return, you keep me alive."

Walang pagda-dalawang isip siyang tumango. Trent is not dangerous in comparison to the High Queens na nakapag-establish na ng gobyerno sa loob ng kanilang pamamahala. Isang gobyernong nakalusot sa mapanuri nilang mga mata. And that could only mean na may mas malakas na kapit sina Avery sa Calipto na maaaring magtakip sa mga katiwaliang nagaganap dito.

Trent on the other hand is just a puppet. Pinaaandar ng kagustuhang manatili sa mundo. What he's proposing is an honest to God negotiation. She keeps Trent under her wings, she gets the critical details of this whole bullshit. "Fair enough."

Hindi sigurado ni Crissa kung ngisi ang nakita niyang iyon sa ekspresyon ni Trent but she considered it that anyway.

"Ang isang babaeng kagaya ni Avery na matayog ang ambisyon para sa sarili ay hindi magpapadaig kahit pa sa sarili niyang reyna at maski na sa 'yo na sarili niyang mentor at iniidolo. She wanted to do something big. Something huge na magsisilbing daan para makilala siya ng gaya ng pagkakakilanlan sa 'yo ng buong kaharian. The evil all starts with that, you know, Milady. Inggit.

"So when the opportunity knocked, she grabbed it with both hands. During the Ascension, five men refused to go down and surrender. Nakuha nila ang atensyon ng High Queens. They were brought here to the palace to be executed. The only problem is, hindi sila namamatay. They went through hell. But they didn't die, Milady. So Avery deviced a plan to get them in her corner. Naisip niyang kapag sumapi sa kanya ang Black Beasts, madadagdagan ang porsyento ng kanyang kakayahan para higitan ang pamamahala ng mga dugong-bughaw sa Calipto. They could establish their own government here where they could rule single handedly without anyone dictating what they should and should not do."

"So you're telling me that they are planning an overthrow?"

Tumaas ang kalansay na balikat ni Trent na para bang ikinibit. "Not exactly an overthrow, Milady. More like… creating a separate authority that would best the Dreasiana kingdom."

Naningkit ang mga mata ni Crissa. Kung susumahin, sakali mang sumapi ang Black Beasts kina Avery, mapipilayan ng mga ito ang Calipto. Creatures that are indestructible are very rare. Magkakaroon ang High Queens ng mga armas na hindi nasisira, hindi nawawala at hindi nawawasak. Not to mention that they were also strong and powerful.

Sa aspetong iyon ay tama ng kalkula sina Avery. Sakaling pumanig nga ang Black Beasts sa mga traydor na High Queens, Calipto—despite how powerful their kingdom is—would have a hell of a hard time fighting them.

Ilang minuto matapos makaalis si Trent, muling naringgan ni Crissa ang kaluskos kasabay ang isang pamilyar na amoy. Ang ipinagkaiba lamang ay sa pagkakataong ito, kusang lumitaw mula sa pinagkukublihan ang kulay abong lobo na halos sing taas na ng itaas ng bintana sa kanyang silid. Napatayo siya ng tuwid. The bastard's quite intimidating when he's in beast form. Kung bakit nga ba naman kasi niya nakaligtaang silipin ang lagay at lokasyon ni Arden. Kaya nga niya binigyan ng unang marka ito para masundan niya ang bawat galaw ng asong kaibigan nina Kill. Masyado siyang naging occupied kay Trent at sa kalatas.

Ibubuka niya sana ang kanyang bibig upang magsalita nang lumapit sa kanya ang lobo. It nudged her thighs with its muzzle. Sa pag-iwas ay napapaatras siya sa kama hanggang sa mawalan siya ng choice at mapaupo sa gilid niyon. Only then did the wolf pressed its face into her closed legs na para bang naglalambing na hindi niya maintindihan. It was weird. It wasn't meant to feel good but it did. Na parang ganoon naman dapat. It was weird because she doesn't like Spade.

So what on good earth is happening?

Minutes later, the wolf shifted into its human form. Hubo't hubad na tumambad sa kanya ang nakaluhod na Spade Arden. His head was down on her lap at nanatiling ganoon ang ayos ng binata. It was as if he was contented to burrow on her lap and not say a thing anymore. Hindi tuloy malaman ni Crissa ang gagawin. Hindi niya alam kung dapat ba niyang sitahin ito o hayaan na lamang hanggang sa kusa itong kumalas at ipaalam sa kanya ang sadya nito.

As if on cue ay nag-angat si Spade ng paningin. She was stunned to see his silver eyes glowing in the dim room. Doon ay nagkaroon na siya ng masamang kutob. Realizing that what she's feeling towards the wolf isn't normal, naalarma siya. At para bang sinasabi rin ng mga mata ni Spade ang isang bagay na hindi siya handang aminin at alamin.

"Arden," she acknowledged him silently na naglagay ng isang hesistant na ngiti sa labi ng kaharap. "Anong... anong ginagawa mo rito?"

"May... may sasabihin sana ako. O-Okay lang bang nandito ako? Hin-hindi ka nagagalit?"

Kumuyom ang kanyang palad ng lihim at nakagat niya ang loob ng kanyang pisngi. Holy hell, what's happening? Para bang lahat ng inis at galit niya kay Arden ay kinain na ng lupa at bigla na lamang naglaho. It was replaced by awe and a little bit of sympathy. Siguro kasi'y hindi naman ganito ang inaasahan niyang Spade na dadatnan niya. She was expecting an angry beast. An arrogant person and a man hitting back at those that he thought had betrayed him. Marami siyang iniisip na scenario. Ngunit ni isa roon ay hindi nangyari. What happened instead was the opposite.

Hindi niya tuloy maiwasang isipin kung dahil ba ito sa paglilingkod ni Arden kay Avery at sa High Queens o dahil sa iba pang rason.

Setting aside that train of thought ay umiling siya. "Hindi. Ayos lang. What is it? What did you came here for? Hindi mo na dapat uulitin ito, Spade. The High Queens could find out about this, who knows what your sanction would be."

Umiling-iling si Spade. "They know I'm here. But they'll pretend they didn't."

Naningkit ang mga mata ni Crissa. "What are you talking about? Did they sent you here?"

"Yes. They have a plan, Crissa. And I don't think you'll like it."

Tumiim ang bagang niya. Wala pa siyang dalawang araw sa palasyo, nagpa-plano na ang mga malalantod na traydor na tanggalin siya sa equation. Talk about scaredy cats.

Tumayo siya mula sa kinauupuan at muling tinungo ang coffee table. Nagsalin siya ng natirang wine sa bote, nilagok iyon ng tuloy-tuloy bago niya kinuha ang bathrobe sa banyo upang isuot kay Spade. His eyes never wandered off of her face habang isinasaplot niya sa binata ang roba. As if it was glued only to her face and her face alone. Hindi niya tuloy maiwasang mailang.

"Ayaw nilang nandito ka," he then told her. "They feel like you're threatening to ruin what they are planning for this colony. Hindi ko alam kung ano 'yon, pasensya na, Crissa. Limitado lang ang alam ko. But I don't want you to fall into their trap. Pinadala nila ako para lansiin ka. Para maging ispiya at para dispatyahin ka kung kinakailangan."

Hindi napigilan ng kilay ni Crissa na mapaigkas. *I wouldn't tell him but hell no, hindi isang lalaki at isang taong-lobo ang magpapatumba sa byuti ko. Tanga talaga ng apat na 'yon.* Inis na wika niya sa isipan habang tinatali ang sash ng robe ni Spade.

"Kung iniisip nilang kasing-tanga nila ako, well, goodluck to them. Baka ang ending, magaya sila sa sinapit ni Avery." Sa puntong iyon ay lihim na niyang kinagat ang kanyang bibig at tinignan ang reaksyon ni Spade sa takot na baka makaamoy itong may kinalaman siya sa pagkamatay ni Avery.

But she saw nothing in his expression but worry. Ayaw niyang mag-assume but it was clear that he's worrying for her. Napakunot siya ng noo. Why on earth would he be so concerned about her welfare?

"I'm—I'm sorry, Crissa. But in my experience, I wouldn't underestimate the High Queens. Not because Avery is gone doesn't mean that they're weak. I-I know them. They have something big up their sleeves. Nandito ako para tulungan ka. I worry so much about you."

Lalong umigting ang pagtataka ni Crissa. Ipinadala ng High Queens si Spade para lansiin siya. Umamin sa kanya ang binata. For what purpose? Pinaglalaruan lang ba siya nito o kasama sa plano ng mga High Queens na papaniwalain siyang kakampi niya ang isang ito?

Her hands cupped his face. Nasaksihan niya ang kusang pagsiksik ni Spade sa loob ng kanyang kamay despite it being so cold. He closed his eyes but his forehead was scrunched as if bothered.

"Hindi ko alam kung nabasa nila ang isipan ko o kung nalaman nila ang totoo. But it was too impossible that they simply sent me here without knowing or having a hint that you were my mate. It's too good to be true."

Napatigil si Crissa sa paghaplos sa ibabang labi ni Spade dahil sa isang katagang narinig niya.

Mate. She was pretty sure she heard him say mate. Sa puntong iyon bumalik ang kakatwang lasa ng dugo ni Spade nang uminom siya mula sa leeg nito. Na sa kabila ng pagiging lobo ng binata'y nagustuhan niya ang lasa ng pulang likido ng Alpha. And then her actions towards him earlier. Maski nga hanggang ngayon.

Biglang-bigla ay tumibok ang kanyang puso ng pagkalakas. She could hear her own blood rushing up back and forth to her veins. Napalunok siya nang ma-realize niya ang isang bagay. That one thing she'd been refusing to acknowledge and admit since day one.

She might be this beast's goddamn mate.

6th Blood
TAKEN

A YEAR a go—heck even a week ago—kung may magsasabi sa kanyang ang kahahantungan lamang ng byuti niya ay isang Alpha werewolf na ginawang tuta ng namayapa niyang fan at ng mga malalantod na High Queens sa kolonyang pinababagsak niya, malamang ay tumawa na siya ng pagkalakas at sinabing baliw ang taong iyon. But now that it is here, she realized how wicked destiny is. Hindi niya lamang talaga lubos maisip kung bakit ang hilig maglaro ng tadhana. Kung dati rati'y si Aniyah ang napagdidiskitahan, ngayo'y siya naman.

Kung minamalas ka ngang talaga.

She turned her attention back to Spade na nakakunot ang noo at parang nag-iisip ng malalim. Binalikan niya ang lahat ng kilos at salita nito mula nang dumating siya. Since the moment she bit him, mukhang in-assume na nitong alam niyang mate siya ni Spade. And he wouldn't tell him the truth, of course. Bukod sa hahaba ang usapan, mapapahiya pa siya. Because as a vampire goddess, she should have been able to tell that from the get-go.

In her defense, hindi naman kasi niya alam ang signos ng pagkakaroon ng mate. More so, isang Alpha werewolf pa.

Maryosep. Pambihirang buhay ito.

"If they knew—" Spade started to say.

Umiling si Crissa. "They wouldn't. I'll make sure of that."

Maang na tumingin sa kanya ang binata at kumunot ang noo sa pagtataka. Ginawaran niya ito ng maikli at matipid na ngiti bago siya tumayo at iginiya si Spade sa malambot na kama. He sat there rigidly, waiting for her to finish locking the windows, the doors and check everything that needs checking. Saka lamang siya bumalik sa kama nang masigurong kahit hangin ay hindi makakapasok sa kanyang silid.

"Crissa? Your room is safe."

"I know. But it's better to be careful." Hindi niya aaminin, pero mas naging panatag siyang safe nga ang kwartong ibinigay sa kanya nang si Spade na ang nagsabi. After all, he was the High Queens' pet. He should know this.

Tumikhim si Crissa, then to somehow soften her next words, she placed her hand on top of his na kagyat namang hinawakan ni Spade in anticipation. Lihim siyang napatambling sa isipan. How the situation has reversed.

"Not that I don't trust you, Spade…" *scratch that, I really don't.* "But in regards to what you just said, I would like to make sure I'm not being trapped here, you understand that?" Spade nodded. "So I'd like to see your memory."

Hindi maikakaila ang pamumutla ni Spade at ang biglaan nitong pagkatigil nang banggitin niya ang tungkol sa pagsilip sa memorya nito. It's then that Crissa realized that he must have been a victim of Trent too. She could see it, it was written all over his face. Hindi niya alam ang extent ng ginawa ni Trent but it must have been that traumatic para mag-elicit ng ganoong klaseng reaksyon mula sa Alpha.

"I promise to only look at what I need to look at. Just a small piece of memory. Do you trust me?"

She expected he'd stop and think about it. Heck, she even expected being met with a 'no'. Kung kaya naman laking gulat niya nang walang hesitasyong tumango ang binata.

Gano'n lang kadali? She wondered confused samantalang sinusubukang hanapin mula sa mga mata ni Spade ang mga memoryang hinahanap niya.

It was true that the eyes is the mirror of the soul. Ngunit sa pagkakataong ito, vampire-lords and goddesses uses the eyes as the mirror of the memories. It was like the tube, the portal. Ironic, really, since everytime they do this stuff, their eyes go red—or black, depending on what kind of demilord a creature is.

Her eyes mentally squints when she found the proverbial compartment sa utak ni Spade kung saan nakatago ang mga recent memories nito. She skipped a lot, like his memories of going here and things he'd seen and things he'd been thinking along the way. Ang tanging tinignan lamang niya ay ang naging pag-uusap ng mga High Queens sa presensya ni Spade.

And she'd been shocked to find out a couple of things.

She wasn't surprised to confirm that he was telling the truth. But she was surprised to figure out why in his memory, he needed to look closely at the High Queens' mouth to understand what they are saying. Spade was deaf. Totally deaf.

Hindi malaman ni Crissa kung ano iyong bagay na tila tumutusok sa kanyang dibdib. Hindi siya makahinga ng maayos sa sandaling iyon at parang may kung anong nag-uudyok sa kanya na yakapin si Spade. It was stupid, really. It was the first time she felt this kind of intense urge. Not towards a male and certainly not towards a wolf.

And speak of the wolf, para siyang nanonood ng X-rated pornography habang unconsciously ay nagpe-play sa kanyang vision ang mga nangyaring kahalayan just mere hours ago. That made sense kung bakit naaamoy niya ang pabango ni Junial at ni Andora kay Spade. The things they did to him, the things they made him do.

She could hear his thoughts habang pinanonood ang pangyayaring iyon na parang isang pelikula lamang sa sinehan. *'Endure it. Don't let them know. Endure it…'* he kept chanting on his thoughts. At sa bawat pagkakataong iyon ay nakikita niya ang sarili sa isipan ni Spade. He was thinking about her, about her safety.

Kumuyom ng lihim ang kanyang mga palad. Hindi niya kahit kailan inisip na sa ganito hahantong ang lahat. Aniyah was right after all, Spade Arden was a complication to all her plans.

Ngunit gaano katinding komplikasyon si Spade? What if he turned out to be her most necessary ally? What if he turned out to be someone that she really needed the most to accomplish this suicide mission?

Isinarado niya ang portal sa memorya ni Spade at ibinalik ang atensyon sa binata. His eyes were closed. Hindi mariin subalit malinaw ang discomfort sa mukha nito. Inilapat niya ang kamay sa nakakuyom nitong kamao. Noon nagmulat ng mga mata ang binata. "Ayos ka lang, Spade? Tapos na."

His expression immediately softened. "It's okay. But I was expecting it to be… painful."

Understanding sunk into Crissa. "Parang kay Trent?" dagli na natigilan si Spade ngunit pagkaraan ay tumango rin, giving her confirmation na minsan din itong naging biktima ng kalansay na si Trent. Bumuntong hininga siya at unconsciously ay dumako ang kanyang mga kamay sa pisngi ng binata upang marahang haplusin iyon. She was stunned at her own actions but when it was there, she couldn't retract it back anymore.

"I... it's different. You know it's a vampire's ability to see things—memories. With a demilord, we have the ability to go into memories, emotions and a whole lot more just by merely looking at the eyes. It wasn't painful because I do not intend to jumble your memories whereas Trent do."

"—and a lot more." Spade supplied na nagpatango sa kanya. He suppressed a sigh and leaned into her touch. "You're my mate. Hindi ako magsisinungaling sa 'yo, Crissa. Please believe that."

Sa isipan niya'y napatango siya. She was fast starting to get adjusted to the idea of him being her mate. Or the other way around—whichever. Kaya't kahit labag sa kanyang kalooban, aaminin niyang naniniwala siya kay Arden. Basing on his memories, he does have her best interest at heart.

This only means na malaki ang problema niya. She bit Spade, semi-marking him as hers. Kung ibang werewolf o nilalang lamang iyon, locating mark lamang ang kagat na iyon at hindi magbibigay ng sobrang laking komplikasyon sa kanya.

But this is Arden, her mate. She unwittingly accepted his future claim dahil sa kagat na iyon, nevermind that it was intended for a simple locating mark. So Arden is her mate. And Arden is the High Queens' intended concubine. And Arden don't want to be a concubine. At least not to the stinking High Queens. And Arden is being 'used' to fool her. And Arden wanted to be 'used' by her to fool the High Queens.

Ah, heavens. What a situation!

"I'm all for this tricking the High Queens stuff. Pero, Spade, malaki ang problema mo—natin pala. Pini-petition nina Andora ang pagiging concubine mo. I'm looking into it bago pa ako pumunta rito. Hindi sa assuming ako, but correct me if I'm wrong. Hindi ka pumapayag sa gusto nilang gawin, hindi ba?"

Nagngalit ang bagang ni Spade. Sa pagkamaang niya'y nagpalit ng kulay ang mga mata ng Alpha, from ocean green to gold, they kind of amazed her. She's no experts on wolves but she was aware that was his wolf at bay. Mas lalo siyang napapitlag nang maramdaman ang kama na nanginginig and later figured that the trembling came from Spade. He was shaking with fury.

Napalunok si Crissa. Granted, vampire goddess siya. Demilord, oo na. But for goodness' sake, hindi naman siya nag-training para alamin kung paano magpakalma ng taong-lobo na handa nang mag-shift anytime now. That was why she did what she thought would help kahit pa hindi siya sigurado. It was like a knee jerk reaction, something she never consciously intended.

Kinabig niya ang binata at mahigpit na niyakap. She slightly turned her nose away dahil sa amoy nina Andora that was deeply stuck into him. She only realized that she didn't liked it and that she'll do anything to stop the impending concubinage the same time Spade nuzzled her neck and sniffed at her scent. She could feel him calming down after that.

Weird, really. Buong buhay niya, tinignan niya ang mga weres bilang mga temperamental na nilalang. Especially Alphas. They are obnoxious. Bossy. Self-centered. Stupid oafs. But who would have thought na ang ganoong kaliit na gesture ang kayang magpakalma sa isang kagaya ni Spade Arden?

"I hate them. I fucking want to stab them to death every time they come near me. The only reason I am here was because I wanted revenge. I wanted the people that abandonded me and made my life hell to suffer before I kill them all. Pagkatapos no'n pababagsakin ko ang Dreasiana... the lot of them!" saka mayamaya'y kumalas ang Alpha't tinignan siya. His gaze was troubled, anxious to a certain point. "I had a plan. But then you... you *came* and—"

Bago pa man matapos si Spade sa sinasabi'y marahan nang tinakpan ni Crissa ng kanyang kamay ang bibig ng kaharap. Alam niyang ang pagbanggit sa mga Black Beasts ay hindi makakatulong sa paglutas ng problema nila.

"Let's take one problem at a time, okay? Right now, ito ang problema natin. We need to solve this first before we proceed to other things. So focus. Give me grounds para hindi maging legal ang petition ni Andora. Were you forced? Threatened? Abused to a certain degree?"

Kuyom ang palad na tumigil si Spade at malalim na napag-isip. Kasabay niyon ay ang pagtunog ng kanyang micro tablet na iniwan niyang bukas sa ibabaw ng vanity mirror. She stood up and went to check on it. Rumehistro ang mensahe ni Aniyah patungkol sa pag-aanunsyo nito ng desisyon sa petisyon na inihain ng mga High Queens para kay Spade.

Speak of the bloody petition.

"Spade, kailangan ko na ng sagot mo please. Just tell me something—anything! I'll take care of the rest."

"D-drugs. I heard Trent once, Crissa. Sabi niya… sabi niya maaari raw mapahamak ang request ni Avery when they needed to drug me to insanity for the sake of my verbal consent. That was what I heard but I wasn't sure if—" and ironically, that was enough.

"You said Trent?" tumango sa kanya si Spade. "Okay then. Bumalik ka na muna siguro sa mga High Queens. You've spent enough time here. They'd suspect something's going on. Logically speaking, hindi sila maniniwalang madali mo akong napaikot."

There was doubt in Spade's eyes nang banggitin niya ang pagbalik nito sa mga High Queens. Lihim niyang ikinuyom ang palad, it wasn't her brightest idea. Pero naiipit na rin naman si Crissa sa sitwasyon. She still needed to come to terms with all the things that's happening.

But she swore then as she gave Spade a final peck on the forehead that night, that this is the last time he'll come into contact with any of the High Queens.

No more.

"YOU'RE kidding. Crissa, you stupid oaf! How could you be so dumb?"

Napahilot sa kanyang sentido si Crissa samantalang si Aniyah ay nakailang buntong hininga na yata. "It wasn't in my hands, Your Majesty. It happened! Hindi naman nako-kontrol ang pagkakaroon ng mate! I may be a demilord but I am not God!"

"Bloody hell, I can't believe this! You of all people… Alam mo ba kung gaano kalaking adjustment 'to, Crissa? You're a vampire for goodness' sake! Nakakalimutan mo ba 'yon?"

"I wish I could pero kahit yata baliin ko ng ilang beses ang pangil ko, bampira pa rin ako. Sa mukha ko palang at sa pagiging anemic ko, quota na ako sa paalalang bampira ako. And yes, I know, maraming adjustments. Maraming complications. He's a werewolf for pete's sake, of course I'm aware of this mess! But what do you want me to do? I-reject siya? Uso pa ba 'yon? The concept of rejecting a true mate died a decade ago, Aniyah. And I won't do that to the poor man."

"Ah so he's poor man now, huh?" taas-kilay na counter ni Aniyah. "The concept of you mating with anyone—wolf or nah—died a hundred years ago too. Ipapaalala ko lang sa 'yo, Crissa. Hindi ka basta-bastang demilord. You've been existing for nearly a hundred years now. You're Alpha, not him. You can never do bottom!"

"Yeah, and so can you. Let's cross that particular bridge when we get there. Ang mahalaga ngayon nag-desisyon na ako. I took his claim already, there's no going back. Isa pa… isa pa…" napakamot siya ng pasimple sa kanyang buhok. "isa pa, hindi lang halata, pero yummy naman si Arden kahit papaano. Pasok na sa banga ng slight."

Aniyah looked at her like she'd grown two heads. "Nasisiraan ka na ba ng ulo? Anong pasok na sa banga? Ihampas ko 'yang banga sa 'yo, gusto mo? Hindi kita inilagay d'yan para humarot, ha. You detested the guy, remember? You wanted to kill him, remember? He killed one of your mole, remember?"

"I should've known that only my mate could get away with something like that. After all, he is my mate."

"Anong logic sa sinabi mo? Goddess, I can't even talk to you properly! Nalunod na 'yang utak mo sa kaka-mate mo sa asong 'yan! So what do you want me to do now? Wala akong nakikitang rason para i-disapprove ko itong petition ni Andora. At kung meron man, wala tayong patunay."

Lucky, pinag-isipan na niya iyan buong magdamag. "Unless we have a witness, right? And he can remain anonymous just as so you can record it into transcripts? So then get the big brother to witness Trent testify."

Kumunot ang noo ni Aniyah na marahil ay nagtaka sa biglaang pagkadawit ng pangalan ni Trent sa usapan. "Ano namang kinalaman ng balimbing na kalansay na 'yon dito?"

"Simple lang. He'd tell you that they used drugs to acquire Spade's verbal compliance to make the petition valid. That's reason enough to not grant the petition, right?"

Saglit na kumunot ang noo ni Aniyah at tinitigan lamang siya na parang iniisip kung pagbibigyan ang kapritsuhan ng kaibigan. Mentally, nag-cross fingers si Crissa. Aniyah was right in many things. Masyado silang magkaiba ni Spade to ever function properly as mates. And her whole night was spent coming to terms with the bloody lot of complications na kasama sa pagiging mate ng isang iyon. Paano niya iiisplika sa Black Beasts na sa lahat naman ng nilalang sa mundo eh siya pa ang naging katipan ng kaibigan nilang gutom sa paghihiganti? Paano niya iha-handle ang pagiging Alpha ni Spade gayong sanay siyang siya ang itinuturing na nasa itaas? Paano magwo-work ang relasyon na binuo sa loob ng Dreasiana Colony na nais niyang pabagsakin?

Hell, she even marvelled that she's doing this shit for a guy that spells complication all over.

"Okay, fine." Pabuntong hiningang basag ni Aniyah sa sandaling katahimikan. "I'll contact Trent. You be at the Throne hall in ten, I'll announce the rejection of the petition then I'll hand the dog to you."

During the ten minutes it took for Aniyah to fix everything, Crissa busied herself into showering and getting dressed. She was five minutes late nang dumating siya sa Throne hall. Aniyah's figure in the hologram call device was apparent. Nakasimangot ito sa kanya habang naglalakad siya patungo sa kanyang upuan. Kumpleto na ang High Queens, naroon na rin sina Trent at Spade na nakayuko lamang. For this gathering, Nemaiah had probably chosen to put the chains around his neck and wrist upang maipakita kay Aniyah na isang alipin si Spade and that he was illegible to be taken as a concubine.

That only served to enrage her. Hindi matanggap ng kalooban niyang dine-degrade ng ganito si Arden. As if they have the freaking right.

"Late ka," Aniyah censured.

Crissa curtsied first bago siya naupo sa trono. "Apology, Your Majesty. I ran errands," she lied.

Thankfully, mukhang wala namang pakialam si Aniyah doon. "Alright. This meeting is in regards to the High Queens' petition for the slave. May I see him?"

Nemaiah tugged on the chain na nagpaangat ng tingin ni Spade. Muling kumuyom ng lihim ang kamay ni Crissa. That was rude to do even to a slave.

Spade's eyes were sharp. Deadly even nang tumingin ito sa hologram device. Aniyah arched an eyebrow at pasimple siyang binalingan ng tingin na para bang nang-aasar. With that, sinundan ni Spade ang linya ng paningin ni Aniyah and their eyes met. His expression softened and she smiled a bit in encouragement.

"Normally I'd ask the slave if he was consenting to the petition," muling wika ni Aniyah. "But I'm sorry to say that I won't have to do that." For a moment there, Andora and Junial looked smug. Ngunit pare-parehong nalaglag ang mukha nila sa mga sumunod na salita ng reyna. "I received intel from a legit source that you drugged the slave repeatedly to consent to sexual acts and to acquire his verbal consent for the petition. I have proof so you can't deny it. I'm sorry, I'm not granting any petition from you to take a concubine through this method."

Nanlaki ang mga mata ni Andora. Napatayo. "This is ridiculous, Your Majesty! He is ours! He is a consenting adult!"

Naningkit ang mga mata ni Aniyah sa gawi ni Andora. The High Queen immediately retreated. "Kinukwestyon mo ba ako, Andora?"

"No, Your Majesty—"

"Then shut your big mouth. You might be a High Queen but you've violated a law!" pagkuwa'y bumaling ito kay Crissa na tahimik lamang na nakikinig at nanonood sa palitan. "I will transfer the paperworks to you. You decide for the High Queens' punishment. And I will also let you handle the slave. Since you're new there, I suggest you to take the dog to assist you with things."

A low growl escaped from Spade that she and Aniyah chose to ignore. But Crissa knows that one more of his rude gestures, he'd be sent straight to guillotine in no time.

"It's still your choice though. And I hope for everyone's sake that no insubordination in the colony will take place. That could land you in big trouble, you know."

"Understood, my Queen."

The High Queens murmured their yeses and understanding. Seconds after, nawala na ang imahe ni Aniyah sa hologram device.

Pabuntong hiningang tumayo mula sa trono si Crissa at bumaba para kunin ang dulo ng kadena ni Spade kay Nemaiah. "I'll allow you five days suspension as a punishment. Report to me for duty after that period. I'll also take the slave from here."

"Milady, please," naulinagan niyang pahabol ni Junial na hindi na nito naituloy dahil wala siyang imik na nagtuloy palabas sa Throne hall kasunod si Spade.

Hindi siya umimik hanggang sa sapitin ang kanyang silid. Binitawan niya ang dulo ng kadena na hawak-hawak at saka lamang siya bumaling sa binata na nakatingin sa kanya at naghihintay ng kanyang sasabihin.

Pinilit niyang hindi pansinin ang katawan nitong leather pants lamang ang tanging saplot kanina dahil ayaw niyang bigyan ng rason ang mga High Queens para magsuspetya sa kanyang involvement sa desisyon ni Aniyah. But now that they got through that problem, she's definitely going to ogle this fine specimen in front of her.

Her tongue unconsciously swiped her lower lip habang tinitignan pataas-ibaba si Spade. He had a fine physique. Well built muscles on the right places, malapad na pangangatawan, matikas na dibdib, massive height and face to die for. Kung may isa man siyang advantage na nakikita sa napaka-komplikadong sitwasyong ito, it's that she'll have the eternal supply of nourishment by her one and only werewolf mate.

And on that point, she knew she couldn't resist temptation anymore.

"We are going to discuss ground rules. Definitely going to discuss ground rules. But before that…"

Walang pasabi niyang ikinulong sa kanyang malamig na palad ang mainit na mukha ng napamaang na Alpha at saka siniil ng mainit na halik ang mapupula at malambot nitong labi. She heard him inhale but was immediately felt responding.

Pumaikot ang kamay nito sa kanyang bewang, pulling her closer. Her control begun to slip more with that gesture she could feel her fangs wanting to come out.

His tongue tangled with hers, playing, battling, sucking on each other. She smiled to herself. *This* is definitely her mate.

Oh I'm going to eat you, Arden. I'm going to eat you alive.

7th Blood
INSANITY

SPADE is in heaven. Or at least he thinks he is.

Gaano katagal na nga ba noong huli siyang makaramdam ng ganitong klaseng init? Gaano katagal na noong huling mag-respond ang kanyang buong katawan sa isang halik na para bang inaabot ang kaibuturan ng kanyang kaluluwa? It was heaven. Sweet sweet heaven. Para siyang isang batang paulit-ulit na dinidilaan ang kendi na ubod ng tamis. He suckled her tongue, ingrained her sweetness into his memory, licked her fangs that oddly enough made him feel as if he was in ecstacy.

He was losing his mind he knew that. Hindi niya mapaniwalaan ang mga nangyayari. He couldn't believe how his original plans had been shredded into pieces sa isang kisap-mata lamang. Avery is dead. He wasn't her slave anymore, no one's but Crissa's slave now. But is he really? Paano kung…

Natigilan siya. Panic clawed up his throat until he felt the need to bodily step out of Crissa's way in case he hurt her accidentally. Nakita niya ang pagtataka sa mukha ng dalaga but he was too busy covering his ears as if he would hear that voice again any moment sooner.

"Spade? What's wrong?"

He jerked his head towards Crissa in surprise. He heard her! It was her voice, wasn't it? The voice wasn't as clear as day, it sounded locked as if it was very far from him. But it was soft. Pleasant. Like a melody.

"I… Cri… Crissa…?"

"Spade. Okay ka lang? Anong nangyari?"

Napagtanto niyang nanginginig ang kanyang buong kalamnan, pilit pa ring hinihintay ang pagdating ng boses na iyon. His arousal wasn't fading away and he knew that makes *him* happy. Anytime… he thought, I'd hear *him* again…

Ngunit wala siyang narinig. Tanging katahimikan lamang at ang presensya ng kanyang katipan ang tumatawag sa kanyang atensyon. Hindi ang kasuklam-suklam na boses na iyon na kaakibat ang mga alaalang hindi na niya kayang burahin at kalimutan.

But what if Crissa can make him forget? What if Crissa can save him? Salvage the remaining pieces of the man he'd been before all hell broke loose? What if Crissa can love him the way no one—even himself—can do?

He found then that it doesn't really matter now. Walang mate ang nang-iiwan sa kanyang kabiyak, hindi ba? It meant that Crissa won't be able to leave him, right? Hindi siya magiging kagaya ng mga kaibigan niyang iniwan siyang parang isang basura. Iba si Crissa. Iba si Crissa sa kanila.

Hindi namalayan ni Spade ang pagkilos ng kanyang katawan pabalik kay Crissa. He simply found himself burying his face into her neck. Ramdam niya ang marahang paghaplos ng kamay ni Crissa sa kanyang hubad na likuran, ang isang kamay nito sa kanyang mahabang buhok na buong lambing na sumusuklay doon.

She made him look up at her eyes that had a hint of silver in them. It fascinated him for a moment. He'd love to kiss her eyes kung hindi lamang nauna ang kabiyak na magdampi ng maikling halik sa kanyang labi.

"I know you've gone through a lot in the palace, Spade. Hindi ko kayang alisin 'yon. Hindi ko kayang tanggalin lahat ng sakit. But I promise to you from now on that you will not be hurt. You will only be cared for. You will only be loved. Pangako ko 'yan sa 'yo. Trust me. Believe in me."

He does. Oh how he does believe in her. Because now he could see that it wasn't just a question of whether he'd be able to love her or not. He knew he already did.

His body burned with arousal at the thought. As if she knew, Crissa rained small tiny kisses around his face down to his neck. Mariing napapapikit si Spade, feeling the claws of his wolf scratching the surface of his chest. A growl errupted from him bago niya siniil ng mainit na halik si Crissa. And from there, everything went too fast he could barely remember what happened next.

STRANGE. This was something strange para kay Crissa. Hindi siya magmamalinis at sasabihing celibate siya sa nagdaang mga taon. Hell, she had been living for a hundred years now. At isang form ng nourishment ang sex para sa kanya. Ngunit hindi niya alam kung anong iba sa sitwasyong ito ngayon. Was it Spade? Was it her? O dahil mate niya si Spade kung kaya't ganito na lamang ka-eager ang response ng kanyang katawan?

She found that it didn't matter. Not really. Walang kahit na ano o kahit na sino ang pumapasok sa kanyang isipan noong mga oras na iyon. All Crissa know of was the heady sensation bursting in her head at the mere taste of Spade's mouth. All she was aware of was the heat that enveloped her body as she watch Spade's trembling hands unlocking the buttons of the tight leather pants he wore revealing the delicious deep V trail that would lead to his crotch.

"Oh shit," hindi niya mapigilang bulong sa sarili habang sunod-sunod ang pagdagundong ng dibdib niya. She briefly wondered if it was indeed true that vampires don't have a functioning heart because apparently, she thinks it was her heart that is beating so loud inside her chest na halos wala na siyang ibang tunog na naririnig. "Shit, you're hot."

His only respond was to growl with frustration when he couldn't seem to bring the tight pants all the way down. Sa sarili niya'y napangiti si Crissa. Hindi lang pala hot, cute din minsan.

Tinawid niya ang maliit na distansya nila ng binata, muling ikinulong ang mukha nito sa kanyang mga palad at saka siniil ng maigting na halik. At that instant ay iniwan na ni Spade ang ginagawa. Nagpatihulog si Crissa sa kamang nasa likuran lamang nila, Spade stumbled after her, kissing her neck, her shoulder, her jaw. And his kisses—surprisingly and alarmingly—has a frantic touch to it. As if he was loathed na malayo ng ilang segundo sa kanya. As if ang bawat halik ang nagsu-sustain ng hininga sa binata upang mabuhay.

Marahang itinulak niya si Spade upang pumaibabaw sa binata. Hindi ito tumigil sa paghalik, occasionally licking her chin down to the left side of her neck. Dahil sa ganoong posisyon ay mas lalong umigting ang bango ng dugo ni Spade sa kanyang pang-amoy. She felt the beginnings of her craving. Of her hunger. She felt it in her teeth, in her extending fangs and her raging libido.

Kinapa niya ang tanikalang nakalaylay na sa gilid ng kama at nakakonekta pa rin sa leeg ni Spade. Hinablot niya ang haba niyon and with gentleness cuffed the other end to his left wrist and the other one to the right wrist. Bahagyang nag-angat ng tingin sa kanya si Spade, wondering maybe kung anong binabalak niya.

She smiled at him, licked his upper lips then kissed his nose before proceeding to tie the last end of the chain to the bed's headboard. "You will need to stay still for this, wolfie. I'm going to taste you."

Bahagya siyang lumayo upang pagmasdan ang kanyang ginawa. He lay beneath her, sprawled, his muscles tensed and arms stretched at both sides. He was magnificent. Gorgeous.

"Beautiful…" she whispered that made him smile a bit despite his palpable tension.

"And all yours, my love."

With that she wasted no more time. She rained kisses on his neck down to his hard chest. Napangiti siya at napatawa ng bahagya when she felt his hips gyrated pagkaraang masanggi ng kanyang dila ang kaliwang nipple ng binata. "Erogenous zone, eh?"

She suddenly felt his massive and hard cock sensually rubbing off on her navel. Then she wasn't laughing. Arden sure has a way of topping from the bottom.

Dinig niya ang pag-ungol ni Spade nang madaanan niya ang abs ng binata. Gods but it was so perfectly ripped. He was so delicious Crissa couldn't get enough of him. So when she was face to face with the flesh she longed to taste, hindi na niya napigil pa ang sarili. She took his cock in her mouth at kapanabay niyon ang ingay ng mga tanikala na pilit sinusubukang alisin ni Spade sa mga kamay. He was growling, squirming, wanting to touch but couldn't. Samantalang si Crissa'y walang habas lamang sa pagtikim ng putaheng sadyang inilaan para sa kanya. Gods, it was pure ecstasy.

"Uhhnnnn! Let me go, let me go. Oh Gods, Crissa, please!"

Bumilis ang tibok ng puso ni Crissa—kung puso man talaga niya ang tumitibok nang mga oras na iyon. Her eyes turned full black, her fangs extended into its full length. Her arousal rocketed sky high na tila ba sumasabay sa heights ng sensasyon ni Spade. And he felt good in her mouth. So full, as if with every lick, with every single time she went all the way down on him he grew more bigger, more thicker, more harder.

"F-Fuuckk! Fuuuuuckk!"

Spade trembled. Sa pagkakatong iyon ay iniluwa niya si Spade, maneuvered into his left thigh and bit into his skin. Kapanabay ng pag-agos ng dugo ay ang hiyaw ng binata. Crissa moaned as she sipped the blood from his thigh. Then much as she regretted it, walang dalawang isip na sinira niya ang leather pants na naiwang naka-stuck sa tuhod ni Spade. Kumubabaw siya, dali-daling tinanggal ang tanikalang nakakabit sa kama pagkatapos ay ang saplot naman ang minadaling hubarin. Sa nanginginig na mga kamay ay tumulong si Spade. He unzipped her skirt, threw her unclipped bra to the side then suckled one mound as his rough hand played with the other. His free hand went down in the middle of her legs, cupped her aching wet pussy and played her clit like a guitar string. Naipilig ni Crissa ang ulo.

Para bang isang fireworks na sari-sari ngunit sabay-sabay na sumasabog sa kanyang ulo ang sensasyon ng ginagawa sa kanya ni Spade. Hindi niya alam kung saan magpo-focus. His tongue was so good she couldn't help but grab his hair and shove his face furthermore into her chest. But his hands were equally as good—and not to mention very very warm too.

Hindi niya namalayan ang pagkakalapag ng kanyang katawan sa kama. Biglang-bigla ay nasa gitna na ng hita niya si Spade, watching her loose her mind for a second. And then her world came bursting with flying colors when his mouth touched his slick core. Hindi niya napiit ang hiyaw. It was music to his ears she could tell because he simply ate her like she was the greatest cuisine he'd ever tasted.

Hindi maalala ni Crissa na nagkaganito siya sa tanang buhay niya. She'd been with so many men for the past hundred years. She'd tried everything from hooks, cuffs, cat-o'-nines, canes, exhibitionisms down to absolute weird fetishes. But she couldn't remember anything resembling to what she was feeling now. This is perfect. Heaven. Too good she could die.

She was spiraling. Higher… higher… Until he was there,

covering her, taking her face into his huge warm hands, raining kisses on every part of her face. His warm breath enticing her, inviting her to taste his mouth again. He was licking the blood dripping from her jaw. Then she felt him thrust inside her. And she pulled him close with this huge fear of Spade going anywhere.

Hindi na malaman ni Crissa kung nasaan siya. Ang naririnig lamang niya ay ang mga ungol ni Spade. His whispers of sweet nothings. His groans, his moans. Ang nararamdaman lamang niya ay si Spade. Ang init ng paglalabas pasok nito sa kanyang kaibuturan, a stark contrast to her cold ones. Ang mga halik ng binata na para bang gigil at nagmamadali. Na tila may inaabot na rurok. He was licking her right neck. At hindi niya alam kung saan nanggaling ngunit naroon ang udyok, ang kagustuhang kagatin siya nito roon.

What the fuck is happening to her?

And for a moment ay natigilan siya. Realizing—remembering what she've done. She gave him the second mark. The mark that suggests she could feel and hear his thoughts and emotions. And the urge was his. He wanted to mark her too.

Her breathing became erratic. Para bang nagsilbing isang trigger iyon upang umakyat muli ang lebel ng kanyang arousal. Then Spade was doing it. Ramdam niya ang canines ng lalake, ang pabilis na pabilis nitong pag-ulos. She closed her eyes as she felt his thrust going deeper, his teeth sinking farther into her flesh. Napasinghap siya nang maramdaman ang mainit na dila ni Spade. Napasabunot siya sa mahabang buhok ng binata while he kept sucking as if he was hungry. As if there's nothing better to do in this world but to lick the blood coming out from her neck.

Sinalubong niya ang bawat ulos ni Spade. Their breathing both went beyond the normal scale. Napuno ng halimuyak ng sex ang buong silid. Naghalo ang mga sigaw at ungol nilang dalawa. Crissa didn't know where she began and where he ended. They were deeply intertwined she could swore they became one that night.

NAIWANG gising si Crissa sa kalagitnaan ng gabi. Spade in deep slumber into her neck. Hanggang sa pagkakahimbing ay mahigpit pa rin ang pagkakayapos nito sa kanya na para bang takot itong kumawala siya anumang oras. Tahimik siyang napabuntong hininga.

Heavens but her plans all went into Lala land now. Ano nang gagawin niya? Clearly, sa lahat ng oras ay kailangan na niyang ikonsidera si Spade ngayon. Paano na lang kung malaman nitong may koneksyon siya sa mga Black Beasts? Anong magiging reaksyon ng binata kung saka-sakali?

Sinubukan niyang matulog sa kabila ng magulong pag-iisip. Ngunit hindi nagtagal ay naalimpungatan din siya dahil sa kakatwang pakiramdam ng kung sinong nakatunghay sa kanya. And she wasn't at all surprised nang bumungad sa kanya ang nakangiting si Spade na marahan at may pagmamahal na sinusuklay ang kanyang buhok.

"Hi."

Napangiti siya. "Ang clichè no'n ah. 'Hi'?"

Tumawa si Spade. "What do you want me to say then?"

Kunwa'y nag-isip pa siya. "Pwedeng 'Shit, you're so good!'. Oooorrr... 'You blew my mind, Crissa!'. O pwede rin namang 'wag ka na lang magsalita, daanin na lang natin sa aksyon. Sex is sweeter the second time around, 'di ba?"

Muli'y tumawa ang binata. Shaking his head he looked at her in awe na nakapagpangiti lamang naman kay Crissa. "I never knew you have this side of you. You're actually funny."

"Never forget gorgeous. And mindblowing."

"Definitely." Nakangising sang-ayon ni Spade. Ngunit mayamaya'y nawala ang ngiti nito, napalitan ng kakatwang solemnity. "Ayokong pag-usapan. Pero hindi pwede. 'Di ba, Crissa? So what are we going to do now?"

Maski ang ngiti ni Crissa'y nawala rin dahil sa tanong na iyon. Back to reality. Back to their problems.

Bumuntong hininga siya, tinignan ng mataman si Spade na hinihintay lamang siyang magsalita. Oh well, whatever happens at least she has a mate.

"I told you na pag-uusapan natin ang ground rules. And in case hindi mo alam kung bakit dapat may ground rules, I'll tell you why. Kasi iba ako sa 'yo. Kasi magkaiba tayo. Taong-lobo ka, demilord ako. May magkaiba tayong rankings sa palasyo. Though... mas madali kasi nasa akin ang ruling ng status mo, hindi pa rin tayo lusot sa mga matang nandito.

"Alam ko kung gaano katayog ang ego ng mga Alpha wolf, Spade. I've been there. I know your kind. And I don't want to hurt you, not your ego, not your feelings." Sa puntong iyon ay muling yumakap sa kanya si Spade, nodding his head as if he already understood what she was about to say. "Kaya kong i-petition ka for concubine. But that still wouldn't constitute the same treatment from the people here. Sa mata nila, alipin ka pa rin at gano'n ka pa rin nila tatratuhin. And I would be deemed ineffective kapag—"

"Naiintindihan ko," came his gentle response saka masuyong humalik sa kaliwang pisngi ni Crissa. "I can deal with it. I've been dealing with it for a year now. Walang mababago. What I can't deal with is if you… try to pretend that there's nothing between us. I wouldn't want to go through that, Crissa. Please…"

The please did it. Hindi maaaring makaligtas sa pandinig ni Crissa ang pagkabasag ng tinig ni Arden sa huling salitang binanggit nito. And she was sure it was her heart she heard breaking into pieces.

"H-Hindi 'yon mangyayari. You are mine now, Spade. Mine to care." Sabay kintil ng halik sa sentido ng lalake. "Mine to cherish." A kiss on his earlobe too. "Mine to call beautiful." Nakita niya ang pagsilay ng ngiti sa labi ng binata nang muli siyang mag-iwan ng maliit na halik sa ilong nito.

"Yours to fuck." He whispered then nuzzled her neck, teasingly licked the invisible mark in there. "Just a bit disappointing na walang visible mark 'yong claim. Is it really like that, Crissa?"

Umiling siya, kinuha ang isang kamay ni Spade at inilapat sa kanyang leeg. "Try to rub it."

Agad ay ramdam niya ang masuyong paghaplos ni Spade sa parte kung saan dapat nag-manifest ang mating claim. Then he gasped ever so softly. Napangiti si Crissa. "It's like a flame, Spade. It would go up with your mere touch."

Alam niyang hindi siya narinig ni Spade. Nakatuon lamang kasi ang atensyon nito sa marka kaya't sigurado siyang hindi nabasa nito ang kanyang sinasabi. Ngunit natigilan siya nang kumunot ang noo ng binata, bahagyang lumayo sa kanya at ipinasok sa kakapiranggot na kumot na nakatapis sa ibaba nito ang isang kamay na tila ba may kinakapa at saka nagtatakang tumingin sa kanya.

"I… I have a mark too—"

"This…" iminuwestra niya ang marka ni Spade sa leeg, the one she bit when she first came. "It's a demilord's first mark. It means pwede kitang ma-locate anytime anywhere. The one down there is the second mark. That means I could feel you, hear your thoughts, talk to you through mind link."

"Like this?" ang biglang entra ng malalim na tinig sa kanyang isipan na nagpatawa sa kanya.

"Yes, my feral one, like this."

"Pero hindi ba iyon ang function ng mating mark?"

"In a way, yes. Kasi kaya mo nang pasukin ang mentalidad ko to the point of being able to talk to me through mind link. But my mark enables me to talk to you through mind link. Magkaibang bagay 'yon. Sa normal na mates, wala silang problema sa ganito. Their mental guards can be automatically manipulated by each other. When you're a demilord it's much harder. More complicated because our mental guards are not designed that way. The only way we can let a mate in is to accept the marking claim. To do that, kailangan kitang markahan. But all of my guards will not be let down in full unless I give you the third mark."

He tilted in his head as if to wonder. "Third mark?"

"The third mark is the turning mark. It means, magagawa kitang bampira. But that would be insanity kasi taong-lobo ka. Kaya hindi natin gagawin 'yon. For now, we'll have to settle with two marks."

Ngumiti si Spade, tumango. To end the discussion ay yumakap si Crissa sa binata na agad namang ikinasiya nito. He settled holding her, brushing her hair as she played with his althrough the night. He sung her soft lullabies, told her stories of his pack. In the end, kahit nilalabanan niya'y nauna siyang mahimbing kay Spade. A first in the history of her life.

Alam ni Crissa na dapat siyang mapraning. Magwala. Go batshit even. Lahat na ng plano niya'y nagkanda-loko-loko. Maski nga buhay niya'y nagkandagulo-gulo rin. Pumasok siyang single, lalabas siyang double. Sino ba namang matinong tao—o demilord in this case—ang makakatulog pa ng mahimbing sa ganitong sitwasyon matapos makipagniig sa taong-lobong minsan niyang kinamuhian?

Siya, apparently.

But it felt right. Gods, nothing ever felt right in her whole life. Hindi ang kanyang titulo, hindi ang kanyang kapangyarihan, hindi ang mga bagay na mayroon sa sanlibutan. Because for the first time in her life she felt alive. She felt like she have a heart that's somewhere in there, beating, going up in flames at Spade's mere touch. It's crazy. But insane as it is, alam niyang hindi niya ipagpapalit ang mga sandaling ito sa kahit na ano.

8th Blood
AFTER

"**M**INSAN talaga hindi ko alam kung kaibigan ba ang turing sa akin ni Aniyah o alila. Nakikita mo ba kung gaano kakapal itong mga papel na ito? She does this to me—every single time!"

Pumailanlang sa kanyang opisina ang malakas na pagtawa ni Honey Cherise sa kabilang linya. "Almost a hundred years pero hanggang ngayon inirereklamo mo pa rin 'yan. Para kang bago ng bago, eh. Hindi ba pwedeng tumingin ka na lang sa brighter side?"

Umarko ang kilay ni Crissa. "And that happens to be…?"

"She trusts you! Duhhh? Isa pa, sa ating tatlo ikaw lang ang may angking katalinuhan na papasa sa standard niya para bigyan ka niya ng ganyang gawain."

"Ay letseng katalinuhan 'yan!"

Muling tumawa si Honey. Crissa didn't feel like laughing at all dahil sa dami ng ita-type niya. Bilang nasuspinde ang mga High Queens ay sa kanya ipinasalo ang paperworks. First day on the job at halos pasan na niya ang buong mundo. Pambihirang buhay ito.

"Nga pala, Crissa, naalala mo 'yong pabor na hiningi mo sa 'kin? Tungkol sa pag-aampon ng ulilang bata?" Natigil si Crissa sa pagtatype at nabaling ang buong atensyon sa kaibigan. "May sanggol na iniwan sa labas ng gate ng Kagawaran ng Alipin noong isang linggo. Bampira. Natagpuan nila ang mga magulang ng sanggol 'di kalayuan sa gate na nakahandusay at wala nang hininga. Pansamantala siyang nasa pangangalaga ng mga social worker sa Calipto. Ni-recommend kita sa mga 'yon, ang sabi ko naghahanap 'yong kaibigan mo r'yan ng aampunin. They told me they needed to know kung qualified ang mga kaibigan mo para maging magulang."

Kumunot ang noo ni Crissa, napangiwi habang sinusubukang i-visualize kung paanong mapapatunayan nina Courtney at Kill na qualified silang maging mga magulang eh iyong galit nga nila kay Spade ay hindi nila kayang mapigilan. Kailangan yatang sumalang sa anger management therapy ang dalawang iyon bago sila makita't makausap ng social workers mula sa Calipto.

"I-forward mo sa akin ang mga form na dapat nilang pirmahan at i-fill up. Ibibigay ko sa kanila kapag nagkita kami ulit."

"But hey… hindi ba sila 'yong mga kaibigan no'ng mate mo ngayon?"

Nanlaki ang mga mata niya at dali-daling hininaan ang volume ng kanyang tablet. Napatingin siya sa pintuan, pinakiramdaman ang labas. Pigil ang kanyang hininga dahil sa takot na baka narinig ni Spade ang sinabi ni Honey. Itong opisinang ginagamit niya ngayon ay ang opisinang kadugtong lamang ng kanyang silid. Wala naman siyang problema sa seguridad ng kwarto niya kung hindi lamang niya iniwan si Spade na nahihimbing sa kama sa labas.

"Gaga ka talaga, Cherise!" inis baling niya sa nasa kabilang linya na humagikhik sa amusement. "H'wag kang magbabanggit ng tungkol sa mga 'yon kapag nandito sa kwarto si Spade! Mayayari ako nito, eh!"

"Now we're talking! So you guys mated?"

"Letse ka, iyon lang naman pala talaga ang intensyon mo. Bakit hindi mo na lang ako dineretso?" pabuntong hiningang sumandal siya sa swivel chair then flashed her middle finger at Honey na tinawanan lamang naman nito.

"How was it nga? Sarap?"

"Yeah, yeah, whatever. Mas masarap nga sana kung iyon din ang ginagawa ko ngayon imbis na itong mga papel na ito."

Sukat doon ay tinukso-tukso na siya ng kaibigan. She didn't mind though. Mas nakakatulong pa nga si Honey Cherise sa kanya sa mga ganitong pagkakataon. At least ay may kasama siyang nag-e-entertain sa kanya sa boring na gawain na gaya ng paggawa ng suspension report.

Iniisip na niyang tumayo mula sa mesa niya para sana mag-almusal nang bumukas ang pintuan. Iniluwa niyon ang nakangiting si Spade na ang tanging saplot lamang ay ang manipis na puting roba na nakasabit sa shower room. Natulala si Crissa at napatitig sa ibabang bahagi ng katawan ng binata. To where the robe's slit begins and parts at Spade's steps.

"Hi, good morning!"

She felt the saliva slowly pooling at the corner of her lips. "Yeah, good morning indeed."

Narinig niya ang tawa ni Spade. Noon siya pumiksi at na-realize na nakatitig siya sa hita nito. Pag-angat naman niya ng tingin, ang naka-expose na dibdib naman nito ang pilit na umaakit sa kanyang ulirat.

Holy hell! Konting kembot na lang, abs na ang makikita ko. Hindi naman siguro masamang hawiin lang ng konti 'yong tela, 'di ba? Kaunti lang naman. Very light lang.

"Hoy, Crissa! Nandito pa ako! Baka gusto mo munang i-end 'tong call bago ka magpunta sa Lala Land d'yan!"

Walang sabi-sabing pinatay niya ang tawag at itinaob ang tablet na muli na namang nagpatawa kay Spade. She wondered briefly kung anong nakakatawa sa mga pinaggagagawa niya ngayong umaga. Gods, if anyone ever saw her like this, malamang ay hindi na siya seseryosohin ng mga ito bilang High Queen.

Pinanood niyang humila ng upuan si Spade at inilagay iyon malapit sa kanya. Iniharap nito sa kanya ang sandalan. He then sat in the chair with his legs apart. Napalunok si Crissa. Kung hindi lamang nakaharap sa kanya ang sandalan ng upuan, she'd probably saw his incredible love stick. *'Langya! Nananadya yatang mang-akit 'tong asong 'to, ah!*

"Nag-almusal ka na?" dinig niya ang lambing sa tono nito. Nang mag-angat siya ng tingin ay nakita niya ang parehong lambing sa mukha't mata ng binata. Something inside her melted a little. "Gusto mo bang ikuha kita ng makakain?"

Nakangiti siyang umiling. Her hunger for food was gone. Ibang gutom na ang pumalit. Pero s'yempre'y hindi naman niya aaminin iyon kay Spade. "Nah, okay lang ako. Hindi naman ako nagugutom."

"But coffee? Hot chocolate? I insist, Crissa. Mainitan man lang ang sikmura mo."

Napatitig siya kay Spade. Napapaisip tuloy siya kung alam ba nitong hindi siya nakakaramdam ng gutom pwera kung dugo ang inihahain sa harapan niya. But she wanted to humor him anyway kaya't tumango siya. "Hot chocolate will do. Thank you."

Malapad ang ngiting tumayo si Spade mula sa silya at masuyong humalik sa kaliwa niyang pisngi bago tuluyang lumabas ng opisina. Mayamaya lang ay may dala na itong tray pagbalik na inilapag nito sa coffee table 'di kalayuan sa pwesto niya.

"Hindi ko alam kung anong gusto mong timpla so I brought the sugar and the creamer along." Pagkuwa'y iniabot sa kanya nito ang tasa ng mainit na tsokolate. She smiled at him and murmured her thanks.

He watched her sip on her mug. Maging ang paglapag niya sa baso'y sinusundan ng tingin ng binata. Naisip niyang siguro'y natutunan na lamang ni Spade na maging mapagmasid at mapagbantay sa galaw ng mga nakakasalamuha niya. Bingi ang binata. At kung hind nito susundan ng tingin ang bawat galaw ng bibig ng kausap ay hindi nito mauunawaan ang mga salita.

Muli na namang piniga ang dibdib niya. Kailangan nilang pag-usapan iyon ni Spade. Kailangan niyang malaman kung may paraan ba para maibalik ang pandinig nito. But first, she would have to need to know what on earth happened to him.

"This is fine, Spade. Thank you."

Ngiting tumango si Spade. Muli nitong inokupa ang silyang hinila nito kanina na nanatili malapit sa kanya. He had this wistful look na tila ba may ibig itong itanong sa kanya. And though mukhang alam na niya kung ano ay hinintay pa rin niya si Spade na magsalita. Baka kasi akalain nitong pinapasok niya ang isipan nito ng walang paalam. She didn't want to scare him like that given his rather awful experiences with Trent.

"I have this... I know someone from before," may himig na pag-aalinlangan si Spade na para bang sinusubukan nitong hanapin ang tamang salita. Ngunit matapos niyon ay bumalik na ang kuryosidad sa ekspresyon nito. "Kagaya mo rin siya, bampira. I know he couldn't taste any human food. He also doesn't feel hungry except for blood. Pero dahil bampira lang siya at ikaw ay iba... hindi ko alam kung magkapareho kayo."

Now that he mentioned it, pakiramdam niya'y mas lalo siyang nag-crave sa dugo ni Spade. Ah, gods, she's going crazy! Noong nakaraan lang ay kine-crave niyang pugutan ng ulo ang isang ito samantalang ngayo'y dugo na ni Spade ang gusto niyang almusalin. What on earth has happened to her?

"Come sit here, wolfie."

Takang tumayo si Spade at lumipat sa swivel chair na inabandona niya. When he was seated, she proceeded to straddle his lap na waring inasahan na ng binata because he had the hindsight to grip her waist carefully to steady her climb.

Sa ganoong posisyon ay mas lalong naging malinaw kay Crissa ang mga remnants ng galit na nakikita niya sa mata ni Spade. Though fading at napapalitan na ng kakatwang emosyong hindi niya mapangalanan, nakasisiguro siyang galit sa pag-alala kay Kill ang nakita niya sa mga mata ni Spade.

"All vampires don't go hungry for food. Walang bampirang gano'n. Pero dahil may dugo ako ng isang demilord, nalalasahan ko ang mga pagkain. My tastebuds are also heightened. Magnified. Iyon lang ang ipinagkaiba ko sa kaibigan mo."

Mabilis na bumalik ang galit sa mga mata ni Spade. She could even feel his rage within her. "Hindi ko siya kaibigan!" he seethed in anger na nagpatigil sa kanya.

Marahil ay hindi pa nga siguro niya alam kung gaano katindi ang galit ni Spade sa Black Beasts. Hindi niya rin tuloy alam kung paano niya sasabihin ang katotohanan sa binata. Na ang mga kaibigan nito'y kaibigan niya rin ngayon. Kaalyansa. At kaya siya naroroon sa palasyo ay partly dahil sa mga ito. She's afraid of what his reaction might be.

Lihim siyang bumuntong hininga. Imbis na pansinin ang galit nito'y sininop na lamang niya ang mahabang buhok ng binata. Kumapa siya ng panali sa drawer table at saka itinali ang buhok nito. By then ay kumalma na ang mga mata ni Spade. Sa gulat niya'y masuyo pa itong nagbaon ng mukha sa kanyang leeg.

"I'm sorry," he murmured.

Crissa pursed her lips. It felt normal. All these felt normal to her. Spade inhaling her scent to calm him down. Her brushing his hair with her fingers. As if it was the most normal thing in the world to do. Unti-unti na nga yatang natatanggap ng sistema niya ang lahat ng ito. Who knows? Maybe everything's gonna be alright in the near future too.

"WALA sila sa palasyo ngayon?"

Umiling si Crissa. Iniabot niya ang mga papeles sa isa sa mga katiwala sa palasyo bago harapin si Spade na naghihintay ng sagot niya. "Wala. They decided to grab their opportunity para magbakasyon. Or mag-recuperate. Any of the two, I assume. Since patay na si Avery, kailangan nilang mag-planong muli. Hindi ko alam kung nasaan sila. Wala rin naman akong interes na alamin. What's important is that akin muna pansamantala ang buong palasyo."

Kumunot ang noo ni Spade. "Pero tauhan nilang lahat ang mga naririto. If they saw us—"

"But that's where you're wrong. About one fourth of the people here in the palace are mine. Including that asshole."

Spade's first response is to snarl at Trent na ikinapitlag ng huli. Ngunit agad-agad ay tumigil din ang binata.

"Down, boy," ngising tuya ni Trent bago bumaling kay Crissa. "Going for a stroll, Milady?"

Sa loob-loob niya'y napapangiwi siya. Trent in the dark looks horrible enough. Trent in broad daylight? Susmaryosep, para siyang binabangungot.

"I need to visit the mall today. Kailangan kong bumili ng damit dahil kukulangin yata ang mga dala ko."

"Pwede mo namang iutos na lamang sa mga katiwala ang ganyang mga errand."

"Yeah but I'd rather do it myself. Kailangan ko rin ng sariwang hangin."

Nahuli niya ang pagsulyap ni Trent kay Spade na gumawi sa likuran niya't tila hinahanda ang sariling protektahan siya. Nauunawaan niya ang binata. Maging siya'y wala ring tiwala kay Trent. Nakiki-ride lang naman siya sa pagiging balimbing ng hinayupak na kalansay na ito. But she is confident enough to know na hindi gagawa ng anuman si Trent laban sa kanya sa ganitong kaagang panahon. Maybe later, when he realizes that Crissa would destroy him after the infiltration has succeeded. But this early in the battle? No.

"Kasama siya, Milady? Hindi ba't—"

"From now on, Spade will always be with me," sansala niya na nagpatigil kay Trent. Napaatras ito na tila ba lubhang nabigla sa sinabi niya. "I've rather grew fond of him." Pagkatapos ay nginitian niya ang binata sa likod na gumanti rin ng ngiti bagama't matipid.

"V-very well then."

Pagdating sa sasakyan ay ibinaba kaagad ni Crissa ang customized na bintanang naghihiwalay sa driver's seat at sa passanger seat upang hindi sila marinig at makita ng driver. Tauhan naman niya ang driver na iyon but hey, it's better to be safe than to be sorry.

"Trent answers to you?" ang agad na usisa ni Spade na para bang kanina pa nito iyon pinipigil.

Umiling siya, hinawakan ang kamay ng binata at pinisil iyon. "No, not always."

Kumunot ang noo ni Spade. "Anong ibig sabihin no'n?"

"Trent sides with whoever can make him stay alive. Noon, kay Avery siya kumakampi dahil si Avery ang kayang magpanatili sa kanya sa palasyo. This time, the boat tilts on my side. Kaya sa akin siya naka-anchor. Sa akin siya sumisipsip. In short, balimbing si Trent. Anytime sasaksakin ako sa likod n'yan."

"Exactly, my love. Kaya bakit ka nagtitiwala sa kanya?"

"Well, who says I trust him? I don't. Gagamitin lang natin siya para sa mga impormasyon na kailangan natin. Andora and the others doesn't trust you enough dahil hindi ka kagaya nila. Trent on the other hand is different. Palagay silang pareho nila ng layunin ang kalansay na 'yon."

Napaisip si Spade. Nanatili ang katahimikan ng binata hanggang sa marating nila ang sadya nila. Pansamantalang nawalan ng conversation sa pagitan nila. But that was a comfortable silence dahil habang namimili siya ng damit ay mahigpit pa rin ang pagkakahawak ni Spade sa kanyang kamay. It didn't go unnoticed with Crissa. Sa halip ay ikinatutuwa pa nga niya iyon. She felt her whole system welcoming the thought of doing this thing with someone. Of being with someone.

For decades, nasanay na sa pag-iisa si Crissa. Her ability proved too much to handle for men. Malas siya sa romansa. Kaya nga matapos niyon ay nag-flying solo na lang siya. Occasionally ay makakakilala siya ng pansamantalang kasama. Men who would give her a whirlwind romance then dissapears when it's over. But nothing ever made her feel like what she feels now. Kumbaga sa movie, ito na yata ang climax.

And speak of the climax, gusto na niyang magkulong ulit sa kwarto niya. Kaya't sa halip na kumuha pa ng dagdag na damit ay ibinigay na niya ang mga hawak niya sa saleslady na nakasunod sa kanila. "Here's my card. Pakisuyo na lang."

"Yes po, madame. A moment."

Hinatid niya ng tingin ang saleslady. Nang lumingon siya kay Spade ay nahuli niyang nakatitig ito sa kanya. Nginitian niya ang binata.

"Hindi ka galit?"

Natigilan siya't napaarko ang kilay sa biglang tanong na iyon ni Spade. "Bakit ako magagalit?"

"I didn't trust your call with Trent. I should have." Spade's jaw clenched as if he remembered his rage. "Pero hindi ko kaya dahil kaligtasan mo na ang isinusugal ko rito. I can't trust anyone there, Crissa. I'm sorry but I just can't."

Awww. Natawa siya sa kanyang isipan. Never in her life did anyone ever rose up to protect her. Alam ng lahat na kaya niyang protektahan ang kanyang sarili. Spade probably know that too pero hindi pa rin ito mapakali sa isiping ipapahamak siya ni Trent. *How adorable.*

Ikinulong niya sa kanyang palad ang lukot na mukha ni Spade at kinintilan ng mabilis na halik ang tungki ng ilong at gilid labi nito. Ang mga kamay nito'y nakapulupot na sa kanyang baywang, drawing her body close against his.

"You're cute, wolfie."

"I'm serious." Nakakunot ang noo nitong pakli sa kanya.

"And I am too. Spade, hindi mo ako kailangang protektahan. I appreciate it, I love that you care so deeply for me pero gusto ko lang sa ngayon na ako na lang muna ang magsho-shoulder ng lahat ng ito. I need you to be who you are. *My mate.* Iyon lang ang hinihingi ko for now, Spade. That's all I need."

Alam niyang may sasabihin pa sana si Spade kung hindi lamang biglang namatay ang ilaw ng mall na naging sanhi ng tilian ng mga taong namimili roon. She didn't know if she'd thank the interference or she'll be scared by it.

Agad na kinutuban si Crissa. Higit pa nang maramdaman niya ang pagyanig ng lupa sa ilalim niya. Alam niyang naramdaman din iyon ni Spade dahil kinabig siya nito papalapit at nagmamadaling inialis siya sa kinatatayuan nila.

Sigawan ang mga tao. Nagpa-panic. Natatakot. Hindi malakas ang pagyanig ng lupa para maging isang lindol. Hindi rin naman sapat upang guhuin ang establisyimyento. Sapat lamang ang yanig para maramdaman ng mga paa nila. And she could tell that Spade deduced the same thing at nagtataka na rin ito. But all of it started to sunk in nang mapatigil ang binata't biglang napaluhod.

Tears of Isis.

"Nononononono… shit!"

Hindi malaman ni Crissa kung paano niyang natunton ang washroom sa floor na iyon ng mall. Doon niya ipinasok ang nanghihinang si Spade at saka ikinandado ang pintuan upang walang makakita sa kanila. She bit her wrist and immediately fed the man her blood. Nakita niya sa dilim ang pagpapalit-palit ng kulay nito ng mata. He should have been dead by now kung normal lamang na taong-lobo ito. Thank gods he wasn't.

"Sweetheart, focus. You need to focus on me. Breathe."

Nanginginig ang buong sistema ni Spade. He kept on grunting. Hindi kaagad tumatalab ang antedote ng kanyang dugo at ilang minuto pa bago niyon tuluyang maalis ang sakit na dulot ng lason. More so dahil taong-lobo si Spade. Mas lethal at mas masakit ang epekto ng lason ng Tears of Isis sa mga taong-lobo kaysa sa mga bampira.

But damn, who would do this?

Natigilan siyang muli. Nanlaki ang kanyang mga mata sa reyalisasyon. Only a demilord could do this. Oh hell no…

"I never knew it would be nice to see you like this, Fierce. All sweet and caring. You never were like that with me back then."

Sa kadiliman ay unti-unting humuhugis ang anyo ng lalaki. Palapit ng palapit sa kinaroroonan niya hanggang sa ang malaking bulto nito'y naging visible at mapagkilanlan niya ang may-ari ng tinig na iyon. When she did, her rage picked up.

"You, bastard! Wait until I get my hands on you!"

He merely chuckled. "In that case, I can hardly wait! Kung ganyan ba naman ang welcoming committee na ipadadala ng palasyo, I'll transfer here instead."

"Oh you're dead. I'm going to kill you, *Linus!*"

9th Blood
MISCALCULATION

FRANKLY, namamangha si Crissa sa kanyang sarili. If this was any other situation, kanina pa niya inatake si Linus at pinira-piraso ang lalaking ito na may gana pang makipagtawanan sa mga kawani ng palasyo na parang hindi nito nilason ang kanyang katipan noong isang linggo.

"He's really your ex?" muling tanong ni Spade na nasa kanyang tabi at sinusundan ang linya ng kanyang paningin.

They were both lounging in the overlooking *lanai* nang tila nang-aasar na dumaan si Linus sa hardin sa ibaba na katapat lamang ng *lanai* kasama ang mga kawani na nakatalagang maglingkod dito pansamantala habang nasa palasyo ito.

Binalingan niya ng tingin si Spade. Blangko ang ekspresyon nito ngunit kita niya ang katiting na apoy na nag-aalab sa mga mata ng binata. Ipinilig ni Crissa ang ulo, bahagyang nalito sa nakita.

"Galit ka ba?"

Ibinaba ni Spade ang hawak na tasa ng kape. His lips thinned, na tila ba pinipigilan nitong magsalita ang sarili. But in typical Spade fashion, Crissa figured he wasn't able to hold it back for long.

"Bakit ako magagalit?" kalmado ang tono nito, hindi galit ngunit hindi rin naman naglalambing.

Which was weird because usually, Spade talks to her with a loving tone.

"Mm. Exactly my thought. Bakit ka nga ba magagalit?" kunot-noo niyang tinignan si Linus muli. Pagkatapos ay bumalik kay Spade. "Si Linus ba? Dahil ba sa kanya kaya ka nagkakaganyan?"

"Hindi nga ako galit. Do I sound angry to you?"

"No, but you don't sound yourself either. Doesn't that say something?"

Tumahimik si Spade. Mayamaya'y nagbaba ng paningin at itinuon iyon sa tasa ng kape na hinalo nitong bigla.

Napabuntong hininga si Crissa. She sucks at relationships. Kaya nga kung ilang beses siyang magpalit ng karelasyon dahil hindi niya kayang i-handle ang mga maliliit na argumentong gaya nito. Pero iba naman kasi itong si Spade. Aminin man niya o hindi sa binata, she's slowly falling in love with her mate. Na dapat naman talagang mangyari. So whether she likes it or not, she'll have to deal with his issues if she wanted this to work.

Tumayo siya mula sa kinauupuan at lumipat sa silyang malapit kay Spade. She tugged at his left sleeves upang kunin ang atensyon nito. He looked at her, a bit surprised nang makitang naroon na siya sa tabi nito.

"Love…" He was about to say something else ngunit kagyat din nitong itinikom ang bibig sa kadahilanang hindi malaman ni Crissa.

Muli siyang napabuntong hininga. Ilang daang taon man siyang nag-exist sa malupit na mundong ito'y kakaunti pa rin naman ang alam niya sa mga ganitong bagay. What she could grasp from Spade's reaction is jealousy. Bukod doon, wala na siyang ibang makitang rason kung bakit bigla itong umakto ng ganoon.

She cupped his face at kinintilan ng halik ang nakaparte nitong labi. He was taken aback. Ngunit agad ding lumambot ang ekspresyon nito at bumuhos sa mga mata ang pagmamahal at paglalambing.

"Are you jealous of Linus? Kaya ka nagagalit?" may lambing sa kanyang tinig kahit pa alam niyang hindi naman iyon maririnig ni Spade.

Nagbaba ng tingin ang binata sa sahig. Nakita niyang lumunok ito pagkatapos ay may lungkot sa mga matang ibinalik ang tingin sa kanya. "It was… what should I call it? Intimidating…? Surprising…? Overwhelming…?"

Umarko ang kilay ni Crissa, hindi maunawaan ang nais na sabihin ng binata. At marahil ay napagtanto iyon ni Spade kaya't muli itong nagpatuloy.

"Kahit noong hindi pa ako nakukulong sa palasyo, I could never measure to Linus Hailsworth. Son of a king, brother to a queen. Perhaps… even a rightful heir of his own kingdom. Aren't they all first borns?"

Napangiwi si Crissa, unti-unting nauunawaan ang dinadamdam ni

Spade. Sinasabi na nga ba niya't hindi na dapat niya ikinuwento pa ang tungkol sa kanila ni Linus. It was pointless. But he wanted to know why the guy's so pissed at her he'd poison her current mate just to announce his presence.

"I am an Alpha," pagpapatuloy ni Spade sa sinasabi at ngayo'y marahan nang hinihimas ang kanyang mga daliri. "And even then, wala akong panama sa kanya. Ano pa kaya ngayong isa na lang akong alipin ng mga High Queen? How the hell you were destined to be my mate is beyond me. You're a goddess. Someone so unreachable while I'm a nobody!"

May tila matalim na bagay na tumusok sa puso niya nang marinig ang sakit sa tinig ni Spade. Tumayo siya at agad na niyakap ang binata. He clung to her waist, his head buried in her middle. Kinanlong niya ang ulo nito, sinuklay ang buhok na para bang naglalambing sa paraang alam niya.

Batid niyang hindi siya maririnig ni Spade dahil nakabaon ang mukha nito sa kanyang gitna kung kaya't minabuti niyang kausapin ito gamit ang kanilang isipan. Mas maigi na rin at para maiwasang madinig sila ng kung sinuman ang paligid-ligid sa *lanai*.

"Wolfie, you are different from Linus. Please don't ever think you're not deserving of me. Baby, you are. You deserve me and more. I am your mate. And any other guy has no match for you because of that single fact. Kaya 'wag mong iisipin ang mga 'yan. You're the only one deserving of me and my love."

Matagal na hindi umimik si Spade ngunit dama niya sa paghigpit ng pagkabig nito sa kanya ang pasasalamat nito sa kanyang sinabi. And she hurt for him because of that. She didn't know how much confidence Spade lost until now. Halos parang basura na lang ang tingin nito sa sarili.

And it hurts because that just isn't true.

She was quickly being introduced to the Spade Arden that his old friends had loved. The intelligent, gentle and caring man the Black Beasts fought so hard to save. The life of the party. The sweet ray of sunshine in her dark world.

"Love…" he murmured against her stomach then looked up, wearing that smile she adored so much. "You always say the right things, don't you?"

Natawa siya ng bahagya. Kung sana'y totoo iyon… "No. Not the right things, just the truth. And I'll always tell you the truth, Spade." *At least some. Pero 'yong sa mga kaibigan mo, saka na siguro kapag handa ka nang lunukin sila ulit,* dugtong niya sa kanyang isipan.

She leaned in for a quick kiss that ended with her straddling Spade on the chair while they bask under the glory of the sun.

Spade nuzzled her right neck then kissed her ears lovingly. Pagkatapos ay ikinulong nito ang kanyang mukha sa loob ng dalawa nitong palad, ang mga daliri ay pinaglalakbay sa kanyang labi, ilong at mata. He stared at her na para bang minememorya nito ang kanyang itsura sa isipan.

Bumuntong hininga ang binata. Hindi malaman ni Crissa kung para saan ang buntong hiningang iyon. Tila kay laki ng problema nito sa mukha niya.

"Right. What the hell does that sigh mean? May problema ka ba sa mukha ko?"

Nangiti si Spade sa kanyang tanong. Umiling ito at masuyong kinintilan ng halik ang tungki ng kanyang ilong para siguro'y suyuin siya. "I was just thinking…"

"Of?"

"Why couldn't you have a big flat nose? Or an unattractive lips? Or a crossed eye?" he lamented as he continues to trace his finger to the parts he mentioned. Napataas niyon ang kilay ni Crissa. "Why do you have to be so beautiful, Crissa? It just… hurts to look at you sometimes. You're so beautiful it hurts."

Hindi alam ni Crissa ang sasabihin niya roon. And she guessed Spade didn't need an answer. He was having fun staring at her and kissing her occassionally when he couldn't hold back from doing so. At pinabayaan niya lamang ang binata. Hell, she was having fun too!

So much so that she didn't even noticed Linus' presence until he announced himself.

"Ah, I feel like I'm in a cheesy romantic flick back from the two thousands! You ought to audition for Romeo and Juliet's roles once. I think you guys would play them perfectly. Tragic love and all that shebang, if y'all get my drift."

Napairap si Crissa roon. Mabuti na lamang din at hindi naririnig ni Spade ang mga kagunggungan ni Linus. Kung hindi'y malamang ay nagkaroon na ng riot sa *lanai.*

Umalis siya sa ibabaw ni Spade at hinarap ang kadarating lamang na si Linus na mapang-asar na pumalit sa inuupuan niya kanina.

Tinaasan niya ng kilay ang binata. "Done touring the palace, you piece of shit?"

To her annoyance, he merely snorted. *As if there was anything funny!*

"Why do I love that you hate me so much, Crissa? Why do I like that I'm ruffling your pretty feathers for once?"

"Maybe because you're an asshole, that's why," mataray niyang sagot na tinawanan lamang muli nito. Napairap siya't minabuti na lamang na lumihis na ng usapan dahil pakiramdam niya'y hindi na siya makakapagtimpi pa ng husto't masasakal na niya si Linus. "What the hell are you really doing here? Is there something going on?"

Unti-unting nawala ang mapang-asar na ngiti ni Linus at matagal siyang tinitigan. Pagkatapos mayamaya'y gumalaw ito upang magsalin ng tsaa sa bakanteng tasa na naroon.

"Sit down, Crissa. You better be comfortable if you want to hear this out."

LINUS Keithran Die Hailsworth. Ang ikaapat na anak na panganay ng yumaong hari ng Dreasiana, kapatid ng reyna, mandirigma, prinsipe at higit sa lahat… dating kasintahan ng katipan ni Spade.

Gaano man niya katagal isipin, hindi niya maunawaan kung paanong nangyayari ang lahat ng ito. Crissa might be his now ngunit hamak na mas matagal ang pinagsamahan nila ni Linus. Not to mention that he's wayyyyy out of Spade's league. Paano siya makikipagkompetensya sa lalaking ito?

Naputol ang iniisip ni Spade nang maramdaman ang paghawak ni Crissa sa kanyang kamay habang nauupo ito sa kalapit na silya. Noon siya tumutok kay Linus at sa sinasabi nito. Nag-iba na ang ekspresyon ng prinsipe. Seryoso na't wala nang bakas ng pangungutya sa mukha.

"You've just made the biggest mistake of your life, Crissa. A colossal one," mayamaya'y wika ni Linus na parehong nakapagpakunot ng noo niya at ni Crissa.

"Right. What the hell do you mean by that?"

"The High Queens. They're back at Calipto. Because you granted them leave to recuperate and gather their strengths, they are going to stage a massive invasion to this palace to get you out of your post."

Nanlalaki ang mga matang tumingin siya kay Crissa. But to his amusement, she merely threw her head back and laughed.

"Oh, God, that was soooo funny!" tumatawang sabi ni Crissa habang kunwa'y pinupunasan ang tumakas na luha sa gilid ng kanyang mga mata na sanhi ng pagtawa. Spade didn't know if that was plain acting to insult Linus or she really think that was funny. "Right, Keithran, so what drugs are you into nowadays?"

Nakita ni Spade na tumiim ang bagang ni Linus. He looked just about ready to throttle the life out of his mate. "Go ahead, Milady Goddess, laugh. Tignan natin kung makatawa ka pa ng ganyan kapag sumulpot na lang sa harapan mo sina Said at Gael kasama ang hukbong tinipon nina Andora."

Spade could feel the rigid tension that claimed Crissa's body. Maski ang hawak niyang kamay nito'y nanlamig na parang yelo. He was clueless. Helpless even. Hindi niya alam kung anong nangyayari. Kung bakit ang dalawang pangalan na iyon ay nagpalabas ng ganoong reaksyon mula kay Crissa na sa pagkakakilala niya'y walang kahit na sinuman ang kinatakutan.

"What did you just say, Linus?"

"Now I got your attention, huh? See, that's the problem with you!" Linus gritted na para bang lampas na ang pisi ng pasensya nito. "You treat everything like it's a joke! You underestimate everything! You laugh even when danger looms ahead! You think, just because you're so powerful, nobody would dare cross you? There is somebody out there that is much powerful than you, Crissa Fierce! You are not God of this world, much as you'd like to be one. You can be destroyed like the rest of us!"

Napalunok si Spade at napahigpit ang hawak kay Crissa na naestatwa na sa kinauupuan. Much as he hated the guy, he kind of agreed with him. Crissa had been treating everything a little too lightly. Maybe because she felt she's one step ahead of the game.

Pero kilala niya rin kung paanong kumilos ang mga High Queens. They would probably never dare to betray their mother kingdom if they don't have the resources and the capability to do so.

"Please don't shout at Crissa," mahinahon niyang wika kay Linus na binalingan siya ng tingin. "She miscalculated, yes. But she doesn't need the extra reading of the riot act."

Linus tilted his head to stare at him. Spade wasn't one to back down from stare downs kung kaya't pinanatili niya rin ang titig sa lalaki. Mayamaya'y umiling lamang ito at naunang nag-iwas ng tingin.

Well, that was quick.

10th Blood
BROTHER

"**P**AANO nangyari 'to? At bakit hindi maharang ni Aniyah sina Andora kung nasa Calipto sila? Are you guys insane?"

Dinig ni Crissa ang pagtataas ng kanyang tinig. There was a hint of hysterics there somewhere. At mariin siyang napapikit doon. Ano bang ginagawa niya? Ano bang iniisip niya nang magpasya siyang palabasin ng palasyo sina Andora?

Nasapo niya ang kanyang noo. Pakiramdam niya'y biglang kumirot ang ulo niya sa narinig.

"Maybe you should rest first, love."

Napadilat siya sa tinig ni Spade sa kanyang isipan. Bumaling siya sa binata. May pag-aalala sa ekspresyon nito't mataman ang pagkakatitig nito sa kanya na tila anumang oras ay tatayo na ito't bibitbitin na siya palabas doon.

"I'm fine," she told him instead at pinilit na ngumiti kahit walang katuwa-tuwa sa nangyayaring ito. Pagkatapos ay bumaling siya kay Linus na nakairap sa kanya't parang ibig na siyang operahan sa utak. "Start telling tales, Keithran."

Marahas na bumuntong hininga si Linus at tumayo. He paced the floor, walked back and forth like it was something imperative for him to allay the tension while he speaks.

"Aniyah has chosen a concubine. And you know what that means, Crissa."

Nalaglag ang panga niya sa narinig. "W-what? When did this happen? How?"

Between her bouts with the High Queens, the Black Beasts and Spade Arden, she must have missed this grand event.

Nang mamatay ang dating hari ng Dreasiana, ang kaibigan niyang si Aniyah ang pumalit. That felt like ages ago. Ngunit hindi gusto ng mga Elders si Aniyah. They all feel the Queen is a bit stoic and inhumane unlike her father. At mas lalo nila iyong napatunayan nang baliktarin ni Aniyah ang mga batas na pinasinayan ng ama nito na pumapabor sa mga mortal kaysa sa mga talents.

Because humans killed Aniyah's father, she hated the thought of protecting these humans. That was why she made changes in their constitution that favors equality between talents and the mortals.

Kung kaya naman iminungkahi ng mga Elders na mag-asawa si Aniyah. It would make her a bit soft. A bit human. But Aniyah detested the idea. She didn't want to be saddled with someone that could be seen as her weakness. Ilang taong tinanggihan ni Aniyah ito. Even going as far as taking camp in Andruselia for years to avoid the issue.

But Aniyah choosing a concubine just meant they now have a new king. And having a new king means...

"Some of the Elders in opposition to Aniyah is starting to be bothered. Let's face it, a new king that isn't on their side is a problem for them," sansala ni Linus sa iniisip niya. "Hanggang ngayon hindi pa rin namin sigurado kung sino sa kanila ang may mga kakayahan at kagustuhan na pagtaksilan ang nakaupo sa trono. We have suspicions. But until the crime is committed, we cannot do anything.

"We suspect Said and Samuel. But that's that for now. A suspicion. After all, kanang kamay sila ng dating hari. We can't be sure what they were planning. Pero nakasisiguro kami na mayroon sa mga Elders ang tumutulong kina Andora. Someone powerful. Someone who was capable of granting them access to go inside and outside Calipto without us tracing it until it was too late."

Tumiim ang bagang ni Crissa at kumuyom ang kanyang palad. The damn bitches. Para silang mga uod na kumakapit sa sanga ng puno para hindi malaglag. And who the hell was that proverbial branch?

"Gael..." she breathed when his name crossed her mind. "Bakit mo nabanggit si Gael?"

"Nawawala si Gael, Crissa. He hasn't been in Ergoth since the Black Beasts were abducted the second time around. We can't trace his whereabouts. That led Aniyah to believe he was out there somewhere, doing God knows what to sabotage you for doing what you did to his brother. But we wouldn't know that without proper evidence, right?"

"That's why you let him get away? Dahil lang walang ebidensya? What about Kronos? Is he still in stasis?"

Linus gave a single nod, his face grim and brooding. "Kronos is still in stasis. We made sure of that. Pero kung ako sa 'yo, hindi ko gagamiting assurance 'yon para magpatumpik-tumpik. The High Queens has found a strong ally in the guise of Gael—if our suspicion turns out to be true."

Gael. Damn Gael! Lagi na lang si Gael! What the hell kind of life is this? Iisa lang ang kontrabida? Hindi na naiba?

"Crissa—"

Crissa made a gesture that stopped Linus from speaking furthermore. Nag-iwas siya ng tingin sa binata at saka sinabi ng mahinahon, "Please go away. I need time. Space to think about what I have to do next."

"I can very well tell you that if you'll just let me speak with you privately, Crissa."

Tiim-bagang siyang napapikit. "Go, Linus. I don't want to talk to you. Leave."

She felt Linus stood there for a moment longer, burning a hole in her skull sa pamamagitan ng titig nito. Ngunit mayamaya'y nagmartsa ito ng galit palabas sa *lanai.*

CRISSA has never felt so dumb in her entire life. But she couldn't really blame herself. She was too concerned about Spade's safety, nakalimutan niyang may tungkulin nga pala siyang dapat na gampanan. Inuna niya ang kaligtasan ni Spade kung kaya't hindi niya naisip ang panganib na kahahantungan ng kanyang desisyon.

Ah, what the hell does she know? Nakakatanga nga talaga ang pagmamahal.

"I'd kill just to know what you're thinking right now…"

Inangat niya ang mukha nang marinig ang tinig ni Spade. Nasa kama sila oras matapos ang komprontasyon kanina kasama si Linus. She was straddling him and her head was rested against his tough chest. Si Spade naman ay masuyong hinahaplos ang kanyang likod at sinusuklay paminsan-minsan ang kanyang buhok.

His silent comfort had been a welcome pill to her dented ego. Kung may hahayaan man siyang makakita sa kanya sa ganitong estado, si Spade iyon.

Inumang niya ang labi kay Spade at pumikit. "Kiss…"

She felt, rather than saw, Spade smiled. Mayamaya'y naramdaman niya ang malambot at mainit nitong labi na dumampi sa kanya. She opened her eyes and looked at him. And instantly, her heart hurt.

She loves this man. Hindi niya na kayang supilin pa ang emosyong iyon kahit gaano pa man niya naisin. At hindi rin naman niya gusto. But they were in such a complicated situation. Ang dami nilang problema. Ang daming mga sekreto at kasinungalingan ang nakapalibot sa kanila.

How is she going to tell him about the Black Beasts without him regarding it as a betrayal in the first order? Paano niya ipapaliwanag kay Spade iyon? Paano niya papawiin ang galit sa puso nito?

A sigh escaped from her. Nakita niya ang pag-aalala ni Spade nang marahil ay maramdaman ang kanyang mga pangamba. She smiled to mask the storm brewing inside her.

"I had an epiphany, my love," Spade shared all of a sudden na nagpaigkas ng kanyang kilay sa kuryosidad. "I realized… hindi naman pala gano'n kahirap maging katipan mo. If I get to do this all the time, I think I'd be okay."

Natawa siya. "So kailangan palang lagi akong nasusupalpal ni Linus para maging okay ka?"

"That's not what I meant. But… is it really that bad?"

Nagkibit siya ng balikat. *Was it?* Hindi niya rin alam. Oo. Hindi. Siguro. Who the hell knows?

"Depends really on our next move. But I don't think it's *that* bad."

She saw Spade winced. Mukhang maski ito'y hindi niya nakumbinsi. Ano ba naman kasing inaasahan niya? They all know they are on the brink of a major war.

"Gael… who is he, Crissa?"

Natigilan siya nang marinig ang pangalang iyon mula sa bibig ni

Spade. Matagal siyang natahimik, pinag-iisipan kung bibigyan niya ba ng half-truth ang binata o ang buong katotohanan. She realized Spade didn't deserved more lies and secrets from her. Tama na iyong iilan na na hindi niya kayang masikmura na sabihin mula rito.

Bumuntong hininga siya't tumuwid ng upo. Pinakatitigan niya ang binata. She caressed his face lovingly. That eased a bit of tension from her and her man.

"Gael is... my blood brother."

Nakita niya ang gulat at pagkalito na bumalatay sa mukha ni Spade. Tumango siya para sabihing nauunawaan niya ang ekspresyon nito, and in a way, it served as an affirmation.

"My mother was a descendant of Aphrodite or Venus, whichever way you prefer to call her. When she was pregnant with me, an old vampire named Keros bit her. Naging bampira siya. Namatay siya dahil sa panganganak. Because of grief, my father died when I was just a year older.

"Nakilala ko si Gael no'ng sampung taong gulang ako. He had the same story as mine. Keros bit her mother too. Ang ipinagkaiba lang, pinatay ni Keros ang buong pamilya niya at itinira siya para kagatin at gawing bampira. He trained me, taught me things I know now. We lived in one roof as siblings for years and years."

"Anong... nangyari?" kunot-noong tanong ni Spade na tila hindi maunawaan kung paano sila humantong ni Gael sa sitwasyon nila ngayon.

"He had a younger brother. His name is Kronos. Pinatay siya ni Keros noon but Gael managed to put him in stasis. Kronos' life essence was placed in a state of limbo. And he wanted to revive him someday. That's his dream. I was willing to help him do that. But years and years passed, nagbabago si Gael. Habang nagiging makapangyarihan kami, mas sumisidhi ang kasamaan sa kanyang puso.

"I became friends with the present Queen, then princess. I found out that Keros was Aniyah's ancestor. Galit na galit si Gael sa angkan ng mga Hailsworth kaya gusto niyang sirain sila. He wanted revenge. And I wanted no part in that. Because really, para saan ba ang paghihiganti? Para may mawala pang iba sa 'yo? In pursuit of revenge, you gain to lose a lot. What was the point?"

Nakita niya ang pagtiim-bagang ni Spade. Crissa hoped that gave him something to think about. Ayaw niyang kainin din ang binata ng parehong pag-iisip na lumamon kay Gael.

Crissa blinked back the tears that threatens to fall from her eyes. Nilunok niya ang bikig sa kanyang lalamunan. "We fell apart because of that. He swore vengeance and I was included in his list. Gael was much more stronger than I am. He taught me everything I know. Kung magdudwelo kaming dalawa, mananalo siya. Because everything I have, I owe it to him. And what I did is considered a betrayal. Kaya siya galit sa akin. Kaya gusto niya akong patayin. And if it wasn't for the protection the Hailsworth and my position grants me, matagal na akong wala sa mundong ito."

"Hey," kaagad na ikinulong ni Spade ang kanyang mukha sa mga mainit nitong palad pagkatapos ay pinupog siya ng halik sa palibot ng kanyang pisngi at labi. "Don't you dare say that. You're here, you're mine, and that's all that matters. Gael wouldn't be able to harm you because I'm here. Kaya h'wag mong sasabihin ang mga 'yan dahil ayokong marinig 'yan, Crissa. Hindi ko alam kung anong mangyayari sa akin kapag nawala ka sa tabi ko."

Napalunok siya sa nakitang takot sa mga mata nito. And perhaps he saw that, had enough of this whole conversation, kung kaya't walang sabi-sabing hinagkan nito ang kanyang labi at kinabig siya papalapit sa katawan nito.

Then it was hours before they were able to start a proper conversation again.

NAKITA ni Crissa ang biglang pagtuwid ng upo ni Linus nang tuluyan siyang makapasok sa opisina nito, Sabado ng madaling araw. Napangiwi siya nang ma-realize na baka kung anong isipin ng kumag at pinapasok niya ito ng ganoong oras. Napaka-one track minded pa naman ng sira ulong ito.

"Before you get any silly ideas," pauna niyang wika nang makaupo sa silya na nasa harapan ng mesa nito. "I'm here to talk to you about the High Queens."

Umigkas ang kilay ni Linus ngunit hindi ito umimik. Sa halip ay sumandal lamang ito sa silya at naghanukipkip na tila hinihintay lamang siyang magsalita.

Alam naman niyang utang niya ang paghaharap na ito kay Linus. She'd been idle for days since the confrontation on the *lanai*. Nag-iisip siya ng mga posibleng taktika ngunit parte rin niyon ang kawalan niya ng interes na makausap ang binata. Her past relationship with Linus isn't really something she'd want to revisit. And having him here in the palace will surely do that very thing.

"I've been thinking. I have worked out a plan as well. But I will ask you to do a favor for me before anything else was discussed regarding the problem at hand," kaswal niyang wika na muli'y tinaasan ng kilay ng binata.

"Crissa, the only time I'll be doing you a favor is when you're horizontal on my bed and calling me 'darling' again. Otherwise, let's not beat around the bush."

She rolled her eyes in dismay. Taon na ang nakakalipas ngunit hindi pa rin nawawala ang kamanyakan ng hinayupak niyang ex. "Humihiling ako sa 'yo ng matino, Keithran. I would not like to antagonize you but I wouldn't hesitate to do so kapag ipinagpatuloy mo ang ganito. Mahiya ka sa sarili mo."

Natatawang tumayo mula sa kinauupuan si Linus. "And why should I be ashamed? Anong masama sa sinabi ko?"

"Everything. Hindi ka naman siguro tanga o bulag para hindi makita kung ano para sa akin si Spade. That man is my mate. Half of my heart, half of my soul. At hindi ko siya ipagpapalit sa 'yo kahit na ano pa ang sabihin at gawin mo."

His jaw tensed at that, a warning flashed in his sharp eyes. "I will just hope na pareho kayo ng nararamdaman at ng prinsipyo, Crissa. Because looking at that guy's track record when it comes to women, I highly doubt he'd stay loyal to you when propositioned the same way I propositioned you just minutes ago."

"Napakadali sa 'yong husgahan ang mga bagay na hindi mo nalalaman, ano? Well, get off your high horse, Linus. You're no better than Spade!"

"But at least I don't deny who I am."

"At hindi rin naman niya dine-deny kung sino siya. Linus, pwede ba? Walang patutunguhan itong pagtatalo natin tungkol kay Spade. And I don't get either why you're behaving like this. Matagal na tayong tapos! At wala rin akong atraso sa 'yo. In fact, given the way we parted ways, hindi ba't ikaw pa ang may pagkukulang sa akin? You were the one who cheated on me, you bastard! Why do you keep throwing shades at my relationship with my mate?"

Nakita ni Crissa kung paanong dumaan sa maraming emosyon ang mukha ni Linus. Mula sa gulat, galit, guilt at huli'y pagsuko, bumalik sa pagkakasandal ang binata at nawalang parang bula ang mga emosyong iyon. Yelo ang pumalit doon. Like the usual Keithran she knows all too well.

"Touchè," he intoned pagkatapos ay tumango ng isang beses. "What do you want from me then, if not to invite me back to warm your bed?"

Pinigilan niya ang sariling umirap. Sa halip ay inignora na lamang ang pahabol na iyon ni Linus at sinagot ito ng seryoso. "I want a two weeks vacation with Spade. No intrusions, undetected, no one else but us two."

Sa pagkakataong iyon ay si Linus naman ang umirap sa kanya. Naningkit ang kanyang mga mata at inakmaan niya ng tablet na nasa mesa ang binata. "What the hell kind of expression is that?"

"An expression suitable to answer what you just said. What the hell do you fucking think of me? Some emotionless blob na kapag pinaandaran mo ng ganyan ay hindi magseselos? You want a get-away with your dog, have it without telling me! Why fucking rub it in?"

Napangiwi siya. Because to be honest, hindi naman kasi ganoon ang inisip niyang iisipin ni Linus. She came in meaning to ask for genuine help from the guy and not discuss their sordid past.

"That is not my intention," kalmado niyang sagot at hindi na pinatulan pa ang reaksyon ng binata. "Sinasabi ko sa 'yo ito dahil gusto kong hingin ang proteksyon at tulong mo.

"I have a small cottage in an island far away from here. Doon ko dadalhin si Spade. I feel the need to... enjoy what I have now. Have a moment to breathe. And I want you—no, I'm asking you to hold the fort here while I'm gone."

Matagal na nanahimik si Linus at tila tinitimbang ang kanyang sinabi. Nang muli naman itong magsalita'y iba naman ang tinumbok nitong tanungin.

"Bakit ako?"

Ah, that question. That question she kept asking herself too for the past few days. Bakit nga ba si Linus? She made excuses for her choice. Kesyo dahil convenient ang prinsipe sapagka't ito rin naman ang nagkusang dumayo sa palasyo. Kesyo dahil kapatid ito ng kanyang kaibigang reyna. Kesyo dahil pinagkakatiwalaan ito ng kaibigan niya.

She could go on and on but it wouldn't alter the truth that she trusted Linus enough to ask for his protection because she knew he loved her. He had loved her before and that love made her felt secure in him.

"I might hate you on a personal level, Linus, but I know you to be a good person. And in a way... if given the chance, kung walang Spade, ikaw nga siguro sana ang minahal ko. I genuinely think I loved you when we were together. Just... not the kind of love I have for Spade now."

Muli niyang naramdaman ang pagsikip ng kanyang dibdib. God, but that word makes her feel like this recently. It was as if she wanted to cry and make intense and fantastic love to Spade all at the same damn time.

And maybe that was why she couldn't tell him this. She couldn't drop those three words because she felt it wasn't enough. Hindi sapat ang salitang pagmamahal sa kung anong nararamdaman niya para kay Spade. It is beyond love. Greater. Deeper. And how would she tell him that kung wala pang salita na kayang maglarawan sa damdaming iyon?

Napukaw ang kanyang pag-iisip nang bumuntong hininga si Linus. She focused on him. Nahuli niyang inihilamos nito ang kamay sa mukha. Then he looked at her with a strong resolve and a kind of peace she didn't think she would see in Linus' eyes.

"Thank you… Crissa. For at least finding happiness after what I did to you. It made me feel… less guilty, for a lack of a better term." Muli itong bumuntong hininga at tumindig ng upo. "Alright. I'll come up with something. Just let me know what you're planning."

Parang nabunutan ng tinik si Crissa. In all fairness to Linus, he's really a good sport. Kung siguro nga'y iba ang sitwasyon at sa ibang pagkakataon, makakasundo pa nito si Spade. But they had a past that makes that pretty impossible. And Spade is her future now. Her present. Her always and forever.

Linus wouldn't be able to compete with that. And he probably knew that. Accepted it now.

Napangiti siya. At sa huling pagkakataon ay tumayo't niligid ang mesa upang mayakap ang prinsipe. They didn't need talking. Not really. This was enough closure for them both.

PINANOOD ni Spade ang pagkaway ni Crissa sa piloto ng aircraft na sinakyan nila patungo sa napakalayong lugar na ito na magdadala sa kanila sa islang nais pagbakasyunan ng dalaga. Ayon sa kanyang tablet, nasa pantalan sila ng Ilaya, ang bayang pumapagitna sa Andruselia na isa sa mga teritoryo ng Dreasiana at ng maliit na kaharian ng Lykanta.

He'd heard of that kingdom before. Hindi na niya tanda kung ano ang dating tawag sa bansang iyon ngunit nang maisiwalat sa mga mortal ang existence ng mga gaya nilang may taglay na kakatwang talento ay pinamunuan na ng napakaraming lycantrophes—isang uri ng taong lobo—ang bansang iyon at tinawag na kaharian ng Lykanta.

Hindi natiis ni Spade ang panoorin lamang si Crissa na may ilang hakbang ang layo mula sa kanya. Tinawid niya ang distansyang iyon at niyakap mula sa likuran ang katipan. As if she expected it, agad itong nag-relax sa kanyang yakap at hinawakan ang kanyang mga kamay na nakalapat sa tyan nito.

He inhaled the scent of her hair and couldn't help closing his eyes nang salakayin ng bango nito ang kanyang buong sistema.

God, he loved her scent. It was engraved in him already. Kaya kung sakali man na mawawala sa kanya si Crissa, he didn't think he could survive it. Hindi na siya makakahanap pa ng kapalit nito. Spade knows her scent, knows how desperate and greedy she becomes when they're in bed together. The sound of her laugh, the way her mouth purses when she gets serious… all of those are Crissa's.

At hindi niya na mahahanap pa ang mga katangiang iyon sa ibang babae. Making it impossible for him to replace her—not that he's thinking of replacing her. Naisip lang kasi niya, kung magagaya siya sa ibang mga lobo na nawalan ng mate, hindi niya makakayang humanap pa ng iba kahit ng isang substitute lang para punan ang mga pangangailangan niya.

He had empty meaningless sex before. When Crissa came into his life, sex meant something else to him now. At hindi na siya babalik pa sa dati.

And fortunately for him, Crissa wouldn't let him do that either.

"Fantasizing of yacht sex already, wolfie?" her amused voice infiltrated his mind.

Napatawa siya at ibinaon ang kanyang mukha sa gilid ng dalaga. Crissa's humor sometimes scare the hell out of him. And at times, takes him off guard.

Crissa is unlike any of the High Queens. Hindi niya maipaliwanag minsan. Pero may kung ano kay Crissa na parang… parang mortal. She's soft. Carefree. Funny, although these days he hadn't heard much of her quips because of Linus' presence in the palace. Alam nito kung kailan magiging reyna at kung kailan magiging isang normal na nilalang. She can take off her queenship as if it was a goddamn t-shirt.

"No, love. But since you mentioned it…"

Naramdaman niya ang napakasarap na vibration ng pagtawa ni Crissa. God, but he lived for those moments.

"I think I created a monster…"

Muli siyang natawa roon. Hindi naman niya itatatwa ang paratang ng kabiyak. He is her monster. And he has no problem being one if it meant it makes her happy.

He and Crissa boarded the yacht at noon. Bilang lamang ang mga pasahero ng yateng iyon. About fifty or so. It was costly to cruise with, they said. Kaya't karamihan ng mga naglalayag sa yateng iyon ay mga aristokratong dayuhan na galing sa iba't-ibang bansa at kaharian para lamang masilayan ang Dreasiana.

Ang sabi ni Crissa, pupunta raw sila sa isla ng Nepenthe. It was the island on the south of Lykanta. She owned a small cabin in the island na kanilang tutuluyan. At halos madaling araw na nang marating nila iyon.

It was dawn and he could barely see cabins, trailers and nippa huts lined along the island shore. But Spade could tell it was a happy town. Ramdam niya ang lamig ng simoy ng hangin at amoy na amoy niya ang kalayaan sa parteng iyon ng mundo.

Hindi niya napigil ang ngiting sumilay sa kanyang labi. It felt likes worlds away from Dreasiana.

Lumingon sa kanya si Crissa na nagbubukas ng pintuan ng cabin. Nahuli siya nitong nakangiti. Immediately, her face softened at nahawa ito sa ngiting iyon.

"There's a difference in that smile, Spade. I wonder what that is…"

Mas lalong lumawak ang kanyang ngiti. Tinawid niya ang distansya nila ni Crissa at malambing na ikinulong ang maganda nitong mukha sa kanyang mga palad.

He touched his forehead to hers and feathered kisses on the top of her nose. "There's no difference except for the wonderful knowledge of us being in a cabin for fourteen days without interruptions."

Nakangiting idinikit ni Crissa ang labi sa gilid ng kanyang bibig. Just a feather light touch, enough to tease him and make his toes curl in anticipation of a kiss.

"Never let it be said I'm not thinking of my husband's welfare."

Napatitig siya kay Crissa, hindi naunawaan noong una ang ibig sabihin niyon. It took a minute to process.

Sa islang iyon, walang nakakakilala sa kanila. Walang reyna, walang alipin o bihag. Malayo sila sa Dreasiana. Here, they could start a new life. They could live in a new world.

A world where Crissa is his wife and he is her husband.

Hindi niya alam. Pakiramdam niya'y nilalamutak ang kanyang puso at pinipilipit iyon ng maraming beses hanggang sa sumabog. There was an ache in his heart when he realized what this all means. What Crissa did for him.

At wala siyang ibang ginawa kung hindi ang yakapin ng mahigpit na mahigpit ang dalaga. He buried his face into his throat, raining kisses on her neck as if whispering his love against her white, smooth skin that he adored so much.

God but he worship the ground she walks on. He does! At sa tingin niya'y hindi na iyon magbabago. Maybe he'd even get worst. Because right at this moment, batid na niyang ang kanyang buhay ay nakaangkla na kay Crissa.

No—scratch that.

Crissa Fierce is his world now. His life. His heart and his soul.

12th Blood
BREATHING

WEIRD. Iyon lang yata ang natatanging salita na maaaring makapaglarawan sa ginagawa ni Crissa ngayong umaga. Weird. Wala man lang sa hinagap niyang magtitimpla siya ng kape para sa lalaking hanggang ngayon ay nasa kama pa nila't mahimbing na natutulog.

Napabuntong hininga siya. "Hell. What's new?"

Nailing-iling siya nang mapagtantong parati namang ganoon ang kanyang reaksyon sa mga bagay-bagay magmula nang makilala niya si Spade.

So she shouldn't be really surprised at herself for doing wifely duties while her proverbial husband is asleep.

Hinango niya ang pasta na nakasalang at isinalin iyon sa dalawang platito. Ang food storage sa cabin ay nalamnan na bago pa sila dumating doon. May katiwala siyang nagbabantay at naglilinis ng cabin dahil hindi nga naman siya madalas na naroon.

She acquired the property immediately after the ascension. Ang islang ito ang natatanging lugar na pakiramdam niya'y hindi halos naapektuhan ng modernisasyon ng lahat ng kaharian at bansang nakapaligid dito.

Dito'y walang monitor, walang elektrisidad at lalong walang sasakyang teknolohikal para dalhin sila sa mga pamilihan kung sakaling kailanganin man nila ng kung ano-ano. Ang pagkain ay inilalako ng mga lokal sa isla. Nagbabahay-bahay sila upang makabenta. Kung nanaisin naman nilang tumungo sa bayan-bayanan, may nakadaong na maliit na bangka sa dagat na makikita agad sa harapan ng cabin at nakaangkla sa isa sa mga punong nagbibigay silong sa bahay.

This had been her refuge occasionally. Pakiramdam niya kasi, ibinabalik ng cabin na ito ang alaala ng isang normal at masayang pamumuhay. Hindi man siguro maginhawa't marangya ang mga tagarito, they all have this certain warmth that makes her feel this is kind of her home.

Inilagay niya sa tray ang mga inihandang almusal at ang kape ni Spade. It was past eleven already. Halos madaling araw na kasi sila nakadaong sa isla.

Pagpasok niya sa kanilang silid ay nadatnan niyang nakaupo na sa kama si Spade, nakasandal ang ulo sa head board at nakatingin sa kawalan. Saka lamang nabuhay ang mata't ekspresyon nito nang pumasok siya ng tuluyan. He sat up straight at agad na sinalubong siya ng malapad na ngiti.

Pinilit niyang iwaksi ang itsura nito kanina na bumagabag sa kanya ng bahagya. Sa halip ay naupo siya sa kama kaharap nito at inilapag ang tray doon. She cupped Spade's face and planted a kiss on his eager mouth.

"Good morning, my wolfie. How's your sleep?"

"Good. Better with you," then he flashed his bright smile at her tha melted her insides like a pool of ice cream.

Pinagmasdan niya ang ayos ng binata sa kama. Tanging ang lilang comforter lamang ang tumatakip sa kahubdan ni Spade. His long hair is mussed up from sleep. He didn't know how that thrilled her so to see him languid and naked like that.

"You cooked?" Spade prompted nang marahil ay mapansin nito ang tray na kanyang inilapag sa kama kanina.

She snorted dahil sa manghang narinig niya sa tinig ni Spade. Hindi marahil nito inaasahang marunong siyang magluto. "Would it suit my reputation instead to say na ininit ko lang 'yan kaysa sa niluto ko?"

Spade was amused, kita niya iyon sa pagkinang ng mga mata nito. "Aside from the fact na walang microwave sa kusina, I'd rather think you cooked this for me. It sounds romantic that way."

Crissa wrinkled her nose. "I'm not really into romance, Spade."

"Says the woman who brought me to an island..." naiiling nitong sagot.

She hid her smile. Because, really, what could she say to that?

Inilapit niya ng bahagya ang tray at nagsimula na silang kumain. Naglagay ng magkahalong amusement at paghanga sa mukha ni Spade ang unang subo nito sa pasta na kanyang niluto. Natawa siya na nagpangiti naman sa binata, maybe because he realized he'd been caught.

"Seriously," he tried to defend himself. "I mean nobody would expect you could hit the kitchen and produce a kickass dish like this!"

Nagtaas siya ng kilay habang nakangisi. "And why the hell not?"

"Because you're beautiful, sexy, intelligent, talented, and the woman of every man's dreams. Napaka-unfair na kasi na nasa 'yo na ang lahat pagkatapos magaling ka pa magluto."

Nabawasan ang ngiti ni Crissa. Nahihimigan at nararamdaman niya ang kahulugan sa likod ng mga salitang iyon. And that made her sad for Spade. It's either he still think he'll never be good enough for her or that he'll have a hard time replacing her when the proverbial shoe drops and she'll leave him hanging.

Pabuntong hiningang inilapag niya ang tinidor sa plato. She cupped his face in her hands and Spade looked a bit surprised at that gesture.

"And you know what, Spade? You're the only man that I ever cooked for. At ikaw lang din ang nag-iisang lalaki na paglulutuan ko araw-araw. Fair enough, baby?"

Nakita niya ang pagpungay ng mga mata ni Spade. Ang paglunok nito na parang nilulunok ang nagbabantang luha ay parang kamaong sumuntok sa kanyang puso.

God, my wolfie thinks he's so broken beyond repair. But he wasn't. Dahil naniniwala siyang kaya pang ayusin ng kanyang pagmamahal ang binata.

And she'd do everything in her powers to make that happen.

HAPON na nang dumaan sa cabin ang matandang naglalako ng tahong. Kilala ni Crissa ang matandang iyon. That had been the same person who delivers supplies for her kapag naririto siya sa cabin. He's a robust old man with a playful vibe na lalo niyang ikinatutuwa sa matanda.

"Iha, narito ka pala!" gulat na bungad sa kanya ng matanda nang lumabas siya mulasa cabin pagkaraang marinig ang tinig nitong isinisigaw ang nilalako. "Kung alam ko lang ay de sana nagdala ako kanina ng sinaing na isda. Mabuti pala't napadaan ako rito patawid sa bayan!"

Nginitian niya ang matanda. "Kadarating lang namin kaninang madaling araw, Manong."

Ibinaba ng matanda ang sapo-sapo nitong timba sa unang baitang ng kahoy na hagdan ng cabin. "Ay may kasama ka nga ba?"

Nilingon niya ang cabin sa kanyang likuran. She could hear the rustling up inside coming from their bedroom. Nang iwan niya si Spade para lumabas kanina'y nagpapalit na ito ng panligo dahil nga binabalak nilang mag-night swimming mamaya sa dagat.

Bumalik siya sa matanda. "Kasama ko po ang asawa ko, Manong. Dito po muna kami ng dalawang linggo."

"Ah," the old man smiled warmly. "Sinasabi ko na nga ba't ang isang dilag na kasing ganda mo ay hindi maaaring walang asawa o nobyo man lamang. Sayang at irereto pa man din sana kita sa aking pamangkin."

Tumawa siya sa tinuran ng matanda. Palagi kasi nitong sinasabi sa tuwing nasa isla siya na ipapakilala siya nito sa pamangkin nitong nagmimilitar sa Andruselia. If the guy met her, she'd bet her ass he'd flip.

"Crissa, mahal?"

Pareho silang napalingon ng matanda nang lumabas mula sa cabin si Spade at tinungo ang kinatatayuan nila. Ang kamay nito'y agad na pumulupot sa kanyang baywang at hinila siya palapit. He smiled at the old man ngunit kita ang alarma sa mga mata nito.

Crissa was quite amused that even against an old man, Spade wouldn't relax his guard.

Ah, well. Ano bang aasahan niya sa isang Alpha?

"Si Manong Oscar nga pala, baby," pakilala niya sa matanda na agad namang nagpunas ng kamay sa suot nitong pantarorong at naglahad ng kamay kay Spade. Hindi napansin iyon ng binata dahil mataman itong nakatitig sa bibig niya upang basahin ang kanyang sinasabi. "Siya ang naglalako ng mga seafoods dito mula sa bayan. Minsan siya rin ang nagde-deliver ng supplies sa cabin kapag nauubusan ako o ang caretaker."

Babawiin na sana ng matanda ang kamay nito kung hindi lamang naagapang saluhin iyon ni Spade at kinamayan ang matanda. "Kamusta ho, Manong? Ginagabi ho kayo, ah."

Natatawang nagkamot ng ulo ang matanda. "Ay oo nga, eh. Hindi pa kasi nauubos itong paninda ko kaya dumayo muna ako sa kabilang ibayo kanina para mabawas-bawasan naman itong iuuwi ko."

"Kukunin na po namin 'yan, Manong," she slotted in. "Sa amin na lang ho 'yang natira."

Gulat na napamaang ang matanda. "Sigurado ka, iha? Aba eh marami-rami pa ito. Dadalawa lang naman kayong kakain."

Naramdaman niya ang bahagyang vibration na nagmumula kay Spade. He was about to laugh, she could feel that.

She grinned sheepishly at the old man. "Naku, Manong, mahilig po ako sa tahong. Kaya naming ubusin 'yan."

Mukhang hindi pa rin naniniwala ito sa kanya. She pursed her lips, thought of something she might add para lamang maniwala ang matanda na hindi masasayang ang mga tahong na nilalako nito.

"And besides… narinig ko po na nakakagana raw po sa sex ang tahong."

Parehong nanlaki ang mata ng matanda at ni Spade sa sinabi niya. Ang una'y natawa't yumuko na upang balutin ang mga tahong na nasa timba upang ibenta sa kanya. Spade on the other hand was looking at her as if she'd gone crazy.

Pakiramdam niya'y nag-ipon ang lahat ng dugo niya sa katawan sa kanyang pisngi. She felt stupid for saying that. But, hey, it worked! Right?

Or not. God, Crissa, you have such a one track mind!

Dalawang supot ang iniabot sa kanya ng matandang pagkalapad ng ngiti. Si Spade naman ang nag-abot ng pera dito bago sila tuluyang makabalik sa loob ng cabin.

Agad siyang tumakbo papunta sa kusina at nagtago sa ilalim ng mesa habang nagtititili sa hiya. Spade's husky laugh followed her to the kitchen.

"I don't know with you, love, but this is a humbling experience. Mahilig ako sa tahong pero hindi naman dahil sa partikular na rason na 'yon kaya ako kumakain no'n." He sounded amused.

Well, I'm glad there's one of us!

Tinakpan niya ang kanyang mukha at hindi na nagsalita pa. Hindi rin naman siya maririnig ni Spade, what's the point? Pero ang gulat niya nang may bigla na lamang nahiga sa nakaunat niyang mga hita.

Inalis niya ang kamay na nakatakip sa mukha at pinagmasdan ang nakangiting binata. Ngumuso siya, sinusupil ang natitirang pamumula sa kanyang pisngi. "Sinabi ko lang naman 'yon para mapanatag si Manong na may kahihinatnan 'yong mga tahong niya!"

He chuckled again. "Wala naman akong sinasabing masama ro'n, mahal. In fact, you're not hearing me complain. If you need mussels to keep up with me in bed, I've got no problem with that."

Doon siya natawa't hinampas ang balikat ni Spade. "Hoy, 'wag kang magyabang! I'll be able to tire you out one of these days. Trust me."

Spade only grinned at her.

Nakalubog na ng tuluyan ang araw nang simulan nilang tahakin ang daan patungo sa kabilang parte ng dagat. Kinailangan nilang daanan ang sulok ng mga kabahayan at mga kubong nakatayo roon at lampasan ang mga bangkang nakadaong sa dalampasigan bago marating ang parte ng tubig na hindi mabato gaya ng parteng nasa harapan ng cabin.

The water was cold. But apart from that, it was a good night with the moon illuminating the ocean. And they were the only people in the water at that moment.

Naramdaman niya ang pagyakap ni Spade sa kanya mula sa likuran. Ramdam din niya ang hubad nitong katawan at ang guhit ng six-pack nito na nagbibigay init sa hantad niyang likod.

"Nakahuli ako ng sirena!" tuwang-tuwang pagbibiro nito't binuhat siya at saka inikot-ikot sa tubig.

Natawa siya sa ginawa ni Spade. Nang ibaba siya nitong muli't tumapak na ang paa niya sa buhangin sa ilalim ng dagat, pumihit siya paharap sa binata.

"Ah, wolfie, mermaids aren't real. But I am."

Ngiting inilapit ni Spade ang mukha sa kanya. He bumped his nose with hers, placed whispered kisses over her lips that made her ache with anticipation.

"You're right," bulong ng binata. His breath fanned her lips and she could smell the fragrance of the grapes he ate earlier along with the smell of his blood. Suddenly, she felt hungry. "You're not a mermaid. You're my goddess."

"I like that better. But this goddess of yours, my wolfie, is starving for your blood. Would you mind feeding me?"

Humigpit ang hawak nito sa kanyang baywang at mas lalo pang pinaglapat ang kanilang mga katawan sa ilalim ng tubig. She could feel him straining against her bikini, the soft silk of trunks and panties the only hindrance to satisfying both their hunger.

Ngunit kung hindi man niya mabibigyang kasiyahan ang gutom niya sa aspetong iyon, marahil ay maaari niyang busugin ang sarili sa ibang paraan.

Spade rubbed the tip of his nose gently along her cheeks down to her throat. Napapapikit siya sa sensasyong dulot niyon, loving the feel of strange reverence she's picking up from Spade.

When he spoke at last, it was in a form of a whisper. As if he was so afraid someone would hear him saying what he just did.

"Yes, love. Feed from me. Take my blood, be fucking dependent on me for living like the way I am dependent on you for breathing! I want that," the last words he growled. "Need that!"

Sumunod niyang narinig ang ungol nito nang kagatin niya ang maliit na parte ng leeg ni Spade na inihain nito sa kanya. His head was turned to one side, neck arched to give her more access. Ang mga kamay nito sa kanyang baywang ay dumiin, ang mga kuko nito'y unti-unting bumaon sa kanyang balat.

His cock hardened against her legs in the water. At maski siya'y napaungol nang sunod-sunod niyang lunukin ang dugo ng binata.

Dati'y hindi niya malaman at mailarawan kung anong mayroon sa dugo ni Spade na gustong-gusto niya. But now she knows what it is. She knows now what it tasted like.

If what Spade felt has a taste, it would be that.

His blood tastes strangely like love.

NAGISING si Crissa nang maramdaman ang pamilyar na labi na nagtatanim ng masuyong halik sa paligid ng kanyang mukha at sa kanyang leeg.

Iminulat niya ang mga mata't nakita kaagad si Spade na nakapulupot sa kanya, ang mga binti nito'y nakaangkla sa kanyang hita, ang mga kamay ay nakayakap sa kanya habang tanging ang ulo lamang nito ang magalaw dahil sa ginagawa nitong paghalik sa kanya.

Napangiti si Crissa. "Mm… It sure is nice to wake up like this."

Nag-angat ng ulo si Spade. Hindi nito nakuha ang kanyang sinabi, that was evidence by that blank look on his face, ngunit naramdaman marahil nito ang vibration nang magsalita siya.

Hinaplos niya ang nakangiting mukha ng binata at inulit mula ang kanyang sinabi. "I love waking up to your kisses. I could get used to this."

Sukat doon ay mas lalong lumapad ang ngiti nito. "I love waking up next to you."

But he didn't look as if he just woke up. Sa katunayan ay nakadamit na nga ito ng kaswal at suot pa ang flipflops sa isang paa. A fine sheen of sweat glistened around his forehead. Mukhang nanggaling na sa labas ito kanina. She vaguely remembered feeling his side of the bed earlier and coming up empty.

Akala niya'y guni-guni niya lamang iyon. Hindi pala.

And there's a strange energy in Spade. Something that gives her a good vibe.

"Saan ka galing, wolfie? You looked like you went for a jog."

"Mm. Naglakad-lakad ako, aalamin ko sana iyong ruta papunta sa bayan. Napakababait pala ng mga tao sa bayan," may himig ng tuwa sa tinig ni Spade. "Piyesta pala rito sa isang linggo. Iniimbitahan nila tayo."

Bahagyang napamaang si Crissa sa sinabi ng binata.

Hindi niya lubos maisip kung paano nakisalamuha si Spade sa mga tao sa bayan. After everything he went through, she'd have thought he developed a certain trauma when it comes to trusting people. Kaya hindi niya ma-imagine na ganoon kadali lamang nagtiwala si Spade na totoong mababait nga ang mga tao sa bayan.

"They reminded me of… of my people," Spade said after a brief exhalation. Napatitig si Crissa rito. May ekspresyon sa mukha ng binata na tila magkahalo ang tuwa at ang sakit sa pag-alala. "Kung sana nakilala mo ang mga miyembro ng Midnight, matutuwa ka sa kanila, Crissa. At magugustuhan ka rin nila, love. I'm sure you'd do a good job being their Alphiya."

Ah. That answered her question. Hindi niya pinagdududahang mababait nga ang mga tao rito sa isla. Si Mang Oscar at ang kanyang katiwala ay living proof sa kabaitang iyon.

But she was thinking of Spade.

Si Spade na dapat ay may pagdududa sa puso sa intensyon ng mga tao kapag kinakausap siya ng mga ito. Si Spade na dapat ay may takot sa pakikisalamuha. Si Spade na dapat ay iniisip ang sariling kaligtasan higit sa kagustuhan nitong magkaroon ng mga kaibigan.

Ngunit hindi. Sa halip ay matapang nitong hinarap ang mga tao roon. Ini-imagine ni Crissa ang ekspresyon ng binata kapag kausap ang mga tao sa bayan. Kung paano nito pagkakasyahin ang sarili sa pagbabasa ng mga labi para lamang maunawaan ang sinasabi ng lahat. How he must have felt lost in a crowd but willed himself to stay because he wanted to feel as if he somehow belonged.

At nalungkot siya roon.

Pinipiga ang kanyang puso sa pag-iisip sa bagay na iyon. Spade needed peace and she figured she was everything he needed that's why she opted to take him to the island. Pero dapat pala'y ibinalik na lamang niya ang binata sa dati nitong pack.

Where he'd feel safe. Where he'd feel like he belonged.

"Spade…" Lumulunok na hinaplos niya ang nakangiting mukha ni Spade. He was raptly waiting for her. And that look of wonder undid her. "Baby… gusto mo bang… gusto mo bang bumalik sa Midnight pack?"

Spade stiffened. Ramdam niya ang katawan nitong napuno ng

tensyon. Even his smile froze and eventually faded. Pabuntong hiningang inihinto niya ang paghaplos sa pisngi ng binata. Instead she proceeded to plant her hands underneath his long hair and started soothing his scalp.

Sa isang pagbuntong hininga'y nawala ang tensyon kay Spade at napapikit ito ng mariin. His lips parted as if he's enjoying the sensation.

"Wolfie?"

Again he didn't heard her. But he nuzzled her throat and inhaled her scent. It calmed him, nararamdaman niya iyon. Na parang sa isang iglap lamang ay nabura ang nangyari't pinag-uusapan nila.

Kung hindi lamang sumagot ang binata, aakalain niyang pinili na lamang nitong balewalain ang kanyang katanungan.

"Hindi ko alam kung… kung pwede pa, mahal. I want to. Hell, that had always been my goal, I think. Pero ngayong nandito na ako… malaya… parang… parang hindi ko makita ang sarili ko na bumabalik doon. After everything that happened, paano ko sila papakiharapan, Crissa? How do I tell them I betrayed my principles during my captivity? I am their Alpha. They look up to me for that. But I couldn't even get it right."

Gusto niyang kontrahin si Spade. Sabihin na napilitan lamang ito at kinuha ng mga High Queens ang karapatan para magdesisyon. Ngunit napagtanto niyang hindi totoo ang lahat ng iyon. At alam din iyon ni Spade.

Spade could've done what Raphael did. Hindi lamang ito ang nag-iisang natirang bihag sa Dreasiana. Naiwan din si Raphael. Pinahirapan din si Raphael gaya ng paghihirap ni Spade. But the difference between the two was that Spade had been driven by revenge against his friends whom he thought betrayed him. Raphael remained loyal to the pact of friendship he shared with Kill, Rain, and Seige.

Nagtiwala si Raphael sa mga kaibigan niya. Si Spade ay hindi. Sa halip ay gumalaw ito ng may paghihiganti't galit sa puso. And the anger and revenge was directed to the wrong people.

Spade knows that. But he wouldn't acknowledge that his anger against his former allies was wrong and destructive.

At sana, ipinapanalangin niya, na hindi umabot sa puntong kailangan pang may masira para mapagtanto iyon ni Spade. Because it would also hurt her if her man gets hurt in the process.

"And anyway... I can't leave you," garalgal ang tinig ni Spade nang muling magsalita. "Hindi kita kayang iwan mag-isa sa palasyo. At hindi rin kita pamimiliin, mahal. I know—I feel—that your life is with the Hailsworth and Dreasiana. You like serving. Hindi ko naman maaatim na ilayo ka sa isang bagay na gusto mo. I won't do that to you."

Her throat burned. Hindi niya lubos maisip kung paanong may isang taong kayang magsakripisyo para hindi na kailangang mamili ng minamahal niya. The enormity of Spade's sacrifice shook her to the core.

Maging siya na isang demilord at ilang daan taon nang nabubuhay ay mahihirapan siyang isuko ang kanyang kinagisnan para kay Spade. Iyon ang totoo.

That didn't mean she doesn't love him. And that didn't mean she wouldn't do that if it comes down to it. Pero hindi niya kayang isuko iyon ng ganoon lamang. Hindi kagaya ng kay Spade na walang pagdadalawang isip, walang pag-aalinlangan.

"God, baby..."

She held Spade for a moment, a bit too tight, and hoped he understood the love that came with it.

Tanghali na nang muli silang bumangon sa kama. Crissa went straight to the kitchen habang si Spade naman ay naliligo. She prepared lunch. Balak niya sanang sa labas sila ng cabin mananghalian.

It was a good day anyway. The sun is shining not too brightly and the ocean makes the breeze a bit cool. Perfect for a mid-day picnic.

Nang makapaghanda'y pumasok siyang muli sa kanilang silid upang tawagin na si Spade. Ngunit umarko lamang ang kanyang kilay nang mapagtantong nasa banyo pa rin ito.

Kumunot ang kanyang noo. Kanina pa huminto ang lagaslas ng tubig kaya't inakala niyang tapos na si Spade. But it returned again, na para bang kakabukas lamang muli ng shower.

"Spade?" kumatok siya ng ilang beses sa pintuan. He wouldn't hear it but she hoped the vibrations would be enough of a warning kapag binuksan niya iyon.

Slowly, she opened the door. Bumungad kaagad sa kanya ang shower cubicle na pinalilibutan ng transparent na salamin na nagsisilbing harang.

Mula sa kinatatayuan ay malinaw niyang nakikita ang hubad na katawan ni Spade habang nagsasabon ito. The way he lathered and washed his body… it tore at her. Niggled. Marahas ang bawat kilos nito. Mabilis. As if he was loathed to touch his own body that he'd do it as fast as possible. There's no care, no delight in his methods.

She didn't like it.

Unti-unti siyang naghubad ng damit at binuksan ang transparent na salamin upang makapasok sa loob ng cubicle. Spade must have sensed her so he turned around. Kita niya ang pagkamaang nito nang makita siya.

Dali-daling pinalis ni Spade ang sabon sa mata upang matignan siya ng mabuti at masiguro marahil na makikita nito ang paggalaw ng kanyang bibig. "Love! W-what are you doing here?"

Sa halip na sumagot ay ngumiti lamang siya at kinuha ang sabon mula kay Spade. She proceeded to wash him with careful caresses his body deserved.

Ramdam niya ang matiim na pagtitig sa kanya ni Spade, lito marahil sa kanyang ginagawa. But later he learned to relax and go with it. Nagpaubaya sa kanya na para bang sumuko na lamang sa kanyang kagustuhan.

She planted a kiss on his left neck. *"Your body is mine, wolfie. Everything of you is mine. So next time you wash yourself, be reminded to take good care of it. Do you understand me?"*

Humiwalay siya ng bahagya para lamang makita ang ekspresyon ni Spade. His eyes sparkled and his mouth curved into a smile.

He understood.

"I COULD get used to this."

Natatawang pinahid ni Crissa ang oyster sauce na nasa gilid ng bibig ni Spade. "What I said this morning, honey."

Pinakatitigan siya ng binata. Mayamaya'y humilig at hinagkan ang kanyang noo bago muling sumubo sa pananghalian. Kumunot ang noo ni Crissa. She picked up something strange after that.

"What's wrong, Spade? May nasabi ba akong masama?"

Naaalarmang umiling ng ilang beses si Spade. "N-no. No, of course."

"Kung gano'n bakit ka malungkot?" Kung lungkot nga ba ang nakuha niya mula sa binata at hindi ibang bagay.

Bumuntong hininga ito't binitawan ang hawak-hawak na kutsara. He studied the linen pattern of the blanket Crissa arranged earlier.

"Hindi ko lang kasi ma-imagine kung anong mangyayari sa akin kung hindi dumating ang Dreasiana. At kung hindi... hindi nangyari ang nangyari," Spade tilted his head on the side as if he was contemplating something. "I thought about it a lot these past few weeks. Tinatanong ko ang sarili ko, paano kung walang Dreasiana? Kung walang High Queens? Kung... kung wala ka? Saan ako pupulutin?"

Napamaang si Crissa nang mag-angat ng tingin si Spade sa kanya. His eyes glistened with unshed tears. His tongue darted out to wet his dry lips. Pagkatapos ay mapait itong napatawa saka nagkamot ng ulo.

"I'm glad you didn't saw me during my womanizing days. God, you'd probably hate me."

She faltered when he said that. Hindi alam ni Spade na namumuhi siya rito bago pa man siya nito makilala. Kung malalaman nito ang katotohanang iyon, masasaktan ang binata. Ayaw niya niyon.

"Wolfie..."

"It's true. Before the High Queens, I was a pig. Midnight is one of the most powerful pack in this whole damned country and I am the Alpha of that pack. Everyone I know has their mates. I don't want one, I tell them. Sabi ko sa kanila kuntento na akong may babae sa kama ko kada linggo. Na hindi ko kailangan ng mate. A woman is a woman. If she has holes I can get into, it doesn't matter who she is, what's her name or if she's my mate or not.

"Pero ang totoo, naiinggit ako." Lumunok si Spade, kinuha ang kanyang kamay at hinalikan ito. Pakiramdam ni Crissa'y isa iyong paraan ng paghingi nito ng tawad para sa kasalanang hindi niya malaman kung ano. "Naiinggit ako sa mga kaib—sa kanila," he corrected the slip.

Pagkatapos ay dinala nito ang kanyang kamay upang ilapat sa kaliwang pisngi ng binata. He kissed the inside of her palm, saka tumitig sa kanya. A lone tear escaped his eyes.

"I feel angry and ashamed that I am thanking the fates that what happened happened. Dahil kung hindi… dahil kung hindi, hindi kita makikilala. Wala ka sa buhay ko, Crissa. Looking back now, hindi ko alam kung paano ako nabuhay ng gano'n. I was the joke they were laughing at when they're alone. Dahil alam nila… alam nila, mahal ko, na hinding-hindi ko mararamdaman ang sayang nararamdaman nila.

"They hear me, listen to me when I tell them I'm happy that way. Pero alam nila kung gaano ako kalungkot sa gabi kapag mag-isa na lang ako. They know because they have someone that makes them feel genuine love and adoration. And they all think I'm stupid because I'm settling for something less!"

"Spade, tama na," agad niyang tinakpan ng kanyang libreng kamay ang bibig nito. But he stubbornly pushed it aside and held it against his face instead. "Spade, baby…"

"Iniisip ko, Crissa. Kung aalukin ba ako ng tadhana na bumalik sa dati para hindi ko maranasan lahat ng sakit na naranasan ko, pipiliin ko ba 'yon? Pipiliin ko ba 'yon kung ang kapalit ay ikaw at ang posibilidad na baka hindi ka na nga talaga dumating sa buhay ko?

"No. No, love, I won't." And he emphasized that with the shake of his head. "Kung kailangan kong ulit-ulitin ito, kung kailangan kong pagdaanan ng lahat ng ito, I will gladly go through it again just to have met you. And that's the truth. Kung hindi ikaw, dibale na lang. Ngayong alam ko na kung anong pakiramdam, hindi na ako babalik sa dati, love. Hindi ko na kaya…"

And there he shed his tears. Wept like a baby in her arms because he has finally accepted it.

Na tadhana ang naglagay sa kanila sa posisyong ito. Na gaano man kagalit si Spade sa sitwasyon at sa lahat ng nangyari, tinatanggap nitong kailangan na mapagdaanan iyon para lamang maging karapat-dapat ito sa kanya.

And in a way, Crissa couldn't blame him. Hindi niya masabing mali si Spade dahil maski siya'y hindi alam kung magkukrus bang talaga ang kanilang landas kung hindi nangyari ang mga nangyari. Masaya na lang din siya't may maliit na parte ng galit nito sa mundo ang nabawasan nang dahil sa reyalisasyong iyon.

14th Blood
WEDDED

MALAMIG ang simoy ng hangin sa tabing dagat sa kabila ng tirik na tirik na araw sa katanghaliang tapat. Nakaupo sila ni Spade sa ilalim ng puno ng niyog. She was straddling his thighs, his arms encircling her waist.

Ang mapaglaro at carefree nitong tawa habang hinahalik-halikan niya ang leeg ng binata ay musika sa kanyang pandinig. Spade has come a long way to be able to laugh like that.

"I like you laughing, wolfie. Mas lalo kang gumagwapo."

He chuckled pagkatapos ay pinisil ang kanyang ilong. "You're the reason why, love. Maybe you'll always be the logic behind everything I do."

Natunaw ang kanyang puso roon.

Wala pa sa kanila ang umaamin sa kanilang nararamdaman. Crissa figured that didn't matter as long as they could convey it through their actions. Ano ba naman ang 'I love you' laban sa init ng pinagsasaluhan nila gabi-gabi? Naniniwala siyang mas makapangyarihan iyon kaysa sa tatlong salitang tila hindi naman sapat para ilarawan ang kanilang nararamdaman.

But the longer Spade refused to say the words, the harder she's taking it. Hindi niya dapat na nararamdaman ang ganoon. Pero sa kasamaang palad, nakakaramdam siya ng insekyuridad habang papalapit ng papalapit ang panahon ng kanilang pagbabalik sa Dreasiana. Ng pagdududa sa kanyang sarili. A certain restlessness she hadn't felt before.

It was wrong and so unfair of her. But she needed the words afterall. Para lamang i-assure ang sarili niyang magiging maayos ang lahat sa huli.

"Crissa! Spade!"

Humahangos si Tasha—iyong teenager na naging kaibigan ni Spade sa bayan noong isang linggo—patungo sa kanila.

Isa si Tasha sa mga organizer ng event mamayang gabi bilang

selebrasyon ng pista ng isla Nepenthe. Sa loob ng isang linggong pananatili nila roon ay halos araw-araw din kung mangulit ang dalaga sa kanila na pumunta sila sa sayawan bilang mga bisita.

"Spade! Crissa! Mamaya na 'yong sayawan ha?" anunsyo nito na tila hindi man lang nahapo sa ginawang pagtakbo. "Aasahan namin kayo ro'n! Pumunta kayo please?"

Natawa sila ni Spade sa bata. At dahil nakukulitan na rin naman siya kay Tasha'y pumayag na lamang siya't hindi na kinontra pa ito.

"Oo na, sige na. Nando'n kami mamaya sa plaza. Bumalik ka na sa ginagawa mo."

"Yehey! Salamat, Crissa! Kita tayo mamaya, Spade!" pagkatapos ay tumakbo itong muli habang kumakaway sa kanila ng pamamaalam.

Bumaling siya ng tingin kay Spade at nag-arko ng kilay. Tumawa lamang ito at nailing-iling.

"You're so good at making friends, wolfie." Naisatinig niya ang iniisip bigla. "Don't you miss your friends though?"

Sukat doon ay nakagat niyang bigla ang dila. Hindi niya dapat binanggit iyon.

And it was obvious Spade translated that 'friends' with the Black Beasts. Dumilim ang mukha nito't napuno ng tensyon ang balikat. May apoy sa mga mata ng binata na maging siya'y nanigas sa kinauupuan nang sa kanya ibaling nito ang matalim na tingin.

"You don't call people who betrayed you 'friends', do you, love? And you sure as hell wouldn't miss them." May lamig sa tinig nito nang sumagot. She shivered instantly.

Ngunit hindi niya pinakawalan ang usapang iyon. It was the first time Spade opened up about his friends—albeit a bit angry. Pero pakiramdam niya kasi'y pagkakataon na niya iyon para masuri kung gaano katindi ang galit na nararamdaman ng binata sa dating mga kaibigan.

At sana... masabi na rin niya ang itinatagong katotohanan na kaalyansa niya ang mga ito.

"Uh... w-what do you mean... they betrayed you?"

Tintigan siya ng may katagalan ni Spade, tila pinag-aaralan kung dapat ba nitong sabihin at ikuwento ang nangyari. Sa huli'y ibinaling nito ang tingin lampas sa kanyang balikat at direkta sa karagatan na ngayo'y nilisan na ng mga tao.

"Noong una, lima kaming bihag ng palasyo. I'm sure you've heard of us, Crissa, somewhere, somehow. The Black Beasts. They were my friends. Or so I thought…"

"What happened?" untag niya nang tumahimik ito. Hindi siya nito nakitang nagsalita. But he continued nonetheless.

"Tumakas sila. Sila lang. Iniwan nila ako at hindi na binalikan. They were out there, Crissa, having the time of their lives with their goddamned mates! I was the collateral damage, the one they left for dead! Ako ang naging kabayaran ng kaligayahan nila." Pagkatapos ay bumaling itong muli sa kanya, ang galit at lubhang paghihinagpis na halong mapalunok siya sa takot na naramdaman. "Ako ang nagbayad para maging masaya sila. At kahit na isang pasasalamat, hindi man lang ako nakarinig!"

Napalunok si Crissa. Hindi siya kahit kailan nakaramdam ng takot kapag nasa presensya ni Spade. Ngunit sa pagkakataong iyon ay kumabog ang kanyang dibdib. He was dangerous like that, she realized.

Nakagat niya ang labi. She contemplated telling him about Raphael. Na naiwan din ito roon sa palasyo nang hindi sinasabi ni Avery kay Spade. And he suffered as much as he did. Pero anong mararating niyon? Baka hindi makinig sa kanya si Spade. Baka mabuko siya nito dahil dinedepensahan niya ang Black Beasts.

"I want to make them suffer too, love," he gritted, na para bang gigil na gigil ito sa naiisip. "I want to take their happiness away, the source of their life. Hindi ko sila papatayin, Crissa. Ipaparanas ko sa kanila ang hirap na dinanas ko. Higit pa. And I'll only be able to do that if I take away their mates."

Nagtagis ang bagang ni Crissa. Napagtanto na niya kung bakit si Courtney ang naging target ni Spade noon at hindi si Kill. It made sense. It really really made sense now.

Alam na ni Spade kung anong pakiramdam ng magkaroon ng katipan. Alam na rin ni Spade kung anong posibleng mangyari kapag nawala si Crissa. And he wanted his former friends to experience that kind of pain. Pain that will last for a lifetime, not just years.

The ultimate punishment.

Something Crissa couldn't condone.

"Spade... please, baby, be reasonable. Revenge is driving you and that's wrong. Isa pa... isa pa sa pagkakaalam ko, bago ako pumasok ng palasyo, may nakatakas na isa pang bihag." Lumunok siya, muling nagtalo ang kanyang isip kung sasabihin niya o hindi. But she wanted to put emotions back into his icy eyes. Crissa wanted to shock him out of that state. "Raphael Strides. That's his name.

"No'ng araw na namatay si Avery, iyon din ang araw na nakatakas siya. Tama ka, narinig ko na ang grupo ninyo. I had an idea who you are, that's the truth. And I had a feeling... an inkling that Raphael was left in the palace with you."

She saw a brief flash of emotions. Naramdaman niya rin sa kanyang sarili ang daglit na pagtusok sa kanyang puso. Hindi kanya iyon. It was Spade's, she was sure, But it was so quick it was as if it was never there. Like a figment of her imagination.

"So then Raphael should have been with me, fighting for revenge," ang tanging sinabi nito na nagpalaki ng kanyang mga mata.

"Spade!"

Nagtagis ang bagang ng binata at sinalubong ang kanyang mga mata ng may galit at determinasyon. "It doesn't change anything, Crissa. Hindi magbabago ang isip ko. Matapos ang mga High Queens, ang Black Beasts ang isusunod ko. No one can stop me."

Not even me? tanong niya sa isipan ngunit hindi niya na sinubukang isatinig.

Sa halip ay hinigit na lamang niya si Spade upang yakapin ng mahigpit. She muttered a quick thanks when he hugged her back and nuzzled her neck, signalling a truce between them.

MAINGAY sa plaza dahil sa dami ng taong naroon kasabay ng mga musikang dumadagundong sa buong lugar. Pagkarating na pagkarating nila'y napaghiwalay kaagad sila ni Spade. Siya'y napunta sa grupo nina Tasha, si Spade nama'y kinumbida nina Mang Oscar para makipag-inuman doon sa kubong nadaanan nila bago ang plaza.

Ginayakan ng mga makukulay na banderitas ang basketball court na pinagganapan ng pagdiriwang. Bilog na bilog ang buwan at napakaliwanag. Isang napakagandang gabi.

"Crissa," untag sa kanya ni Alma, iyong isa pang kaibigan ni Tasha na medyo nakatatanda ng kaunti higit sa labing syam na taong gulang na kaibigan ni Spade. "Gusto mo bang sumama sa amin? Pupunta kami sa dalampasigan, mags-stargazing kami."

Bumuka ang bibig niya para sumagot. Ngunit bigla niya ring itinikom iyon at nagpalinga-linga, hinahanap ng mata si Spade. "Eh kasi 'yong asawa ko…"

"Naku, mamaya pa makakawala kay Mang Oscar iyon," sansala ni Tasha. "Nakita ko iyong iinumin nila, tatlong bote ng lambanog. Baka pag-alis ng asawa mo roon, bangenge na 'yon!"

She bit her lip. Pagkatapos ay sinipat naman niya ang daan na tinahak nila kanina sakay ang tricycle. May kalayuan at madilim sa parteng iyon ng lugar.

"Maglalakad tayo?"

"Oo naman!" ngiting sagot ni Tasha.

Kunot ang noong bumaling siya sa magkaibigan. "Eh kaso malayo. Nag-tricycle kami mula sa cabin para makarating dito."

"May ibang daan kaming alam. Medyo madilim at malubak, baka hindi ka komportable pero mabilis lang naman iyon. Promise, Crissa! Maganda kasing tanawin doon ang mga tala."

Sa huli'y pabuntong hininga siyang pumayag. But not without communicating with Spade through their mind links. *I'll be out in the shore with Tasha and Alma, wolfie. Okay ka lang ba r'yan?"*

"Yes, baby, I'm fine. Have fun!"

Nasa dulo na ng kanyang dila na sabihing mahal niya ito. Ngunit pinigilan niya sa pangangambang hindi iyon ang tamang oras at tamang lugar para sa mga ganoong klase ng pahayag.

Madilim at masikip ang tinahak nilang daan mula sa plaza patungo sa dalampasigan. Umakay ng batang lalaki sina Tasha at Alma para igiya sila. Tanging ang liwanag lamang sa mobile phone ni Alma ang ginagamit nila para makita ang daan kaya may kung ilang beses na natatapilok sa bato at sumasabit sa mga nakalawit na sanga ang dalawa.

She could easily see through the dark ngunit s'yempre'y hindi naman niya ipahahalata iyon. May kung ilang beses ngang pinigilan niya ang pagkakatapilok ni Tasha sa malalaking bato na nagkalat sa daan sa pamamagitan ng paghapit sa baywang nito o braso.

Unti-unting bumagal ang kanyang paglalakad nang marinig sa 'di kalayuan ang kapanabay ng hampas na alon na mga tinig ng tao. Their smell, one of them is familiar. Naaamoy niya rin ang halimuyak ng mga bulaklak. *Sunflower*.

Kumunot ang kanyang noo nang masilayan sa wakas ang mga nakadaong na bangka. Pag-alpas doon ay nakita niya ang ilang tao na nakahilera, lahat ay nakaputi. Torches of fire stood at either side of a makeshift aisle. Sa dulo ay si Spade na nakangiti sa kanya at tila hinihintay siya kanina pa.

Napanganga siya sa gulat. Tumingin siya kay Alma at Tasha na nakabungisngis sa kanya. That's when she realized what was happening. "Planado ba ito kanina pa?"

Humagikhik si Tasha. "Matagal na ito, Crissa. Halos isang linggo na. Hindi ka ba nae-excite?"

Lumulunok na tumingin siyang muli kay Spade. Kung tutuusin ay malayo pa siya mula sa kinatatayuan nito ngunit kitang-kita niya ang kislap sa mga mata ng binata. Ang antipasyon sa mukha nito. The longing, the excitement. The love...

"Heto," sabay abot sa kanya ni Alma ng boquet ng sunflowers na kaagad naman niyang kinuha. "Halika na. Naghihintay na ang pagkagwapo-gwapo mong groom!"

Hindi niya maisplika ang nararamdaman habang naglalakad sa gitna ng mga nakatayong sulo. Cheers and words of encouragement filled her ears as she passed by the townsfolk watching them. Pero wala siyang masabi. Blangko ang kanyang isipan at tanging ang napakalapad na ngiti lamang ang patunay ng kanyang kasiyahan ngayong gabi.

"Love..." Spade murmured when she reached him. Agad na pumulupot ang mga braso nito sa kanyang baywang at kinintilan ng halik ang kanyang noo. "Love, marry me. Marry me please?"

Nakagat niya ang labi. Tuluyan nang nalaglag ang luhang pinipigil niya. Her mouth quivered. Maski ang boquet ay malapit na niyang mabitawan dahil sa panginginig na kanyang nararamdaman.

"Spade... what... what is this?"

"This? This is… this is my way of surrendering to you, love. I know that things like this… h-hindi naman importante sa mga kagaya natin ito, alam ko 'yon. But this is my attempt to tie you to me. Gusto kong malaman mo, Crissa, na iyong-iyo ako."

Saglit na tinanggal ni Spade ang kamay sa kanyang baywang para kunin ang isang maliit na velvet box mula sa bulsa ng denim pants nito. He opened it, took out the ring and slid it to her finger. Pagkatapos ay iniangat ni Spade ang kaliwa niyang kamay bago halikan iyon ng mataimtim.

Then he looked at her, his eyes solemn and glistening with unshed tear, he said: "I can't breathe without you, Crissa. I will not even try to do so. Years ago, I thought I know how sex feels like. But I didn't. Not until I met you. At ayoko nang bumalik pa ulit sa ganoon. I don't want to feel empty. I don't want to feel… unloved."

Conscious na nilingon niya ang mga taong nanonood sa kanila. They couldn't hear them, she's sure. May kalayuan na sila ni Spade at bumubulong lamang ang binata. Ngunit ang isiping handang gawin iyon ng kanyang katipan sa harap ng mga taong ito, it overwhelmed her. Made her want to cry more.

"Hindi ko kayang pagkasyahin sa iilang salita lang ang nararamdaman ko," Spade continued at iyon ang muling tumawag ng kanyang atensyon. He touched his forehead against hers, soothing her cheeks with the pad of his thumb. "Pero kung magiging masaya ka, kung magiging kuntento ka… then I love you. I feel so much more than love but it's the only word available that I could use. Mahal na mahal kita, Crissa. Say you love me, marry me."

Sa huli'y hindi siya nakapagsalita. Hinagkan niya ang labi ni Spade. She said *'I love you'* back through mind link. Iyon ang naging hudyat upang kabigin pa siya nito ng mas mahigpit at palalimin pa ang halik na kanilang pinagsasaluhan.

It was a good night. Gabing nakaukit na ng panghabambuhay sa kanilang puso't kaluluwa.

"Baka masulyapan mo 'yong dulo.
Kasi sabi mo walang hanggan, ba't merong dulo?
Ibibigay ko ang lahat paulit-ulit.
Bawat pagkakataon ay aking isusulit
Basta matalikuran mo 'yong dulo.
Ang sabi mo walang hanggan,
ba't andito tayo sa dulo?"

15th Blood
HOME

Dragions Palace, One Week Later...

"**A**YOKO, Crissa. Please, mahal, 'wag mo nang ipilit. Okay ako rito. And besides, there's no sense in going back to the pack. Hindi nila ako kailangan doon."

Nagkibit ng balikat si Crissa at kalmadong sumimsim sa tasa ng tsaa nito. "You're simply visiting. Wala naman sigurong masama doon, hindi ba, love?"

Pinakatitigan ni Spade ang kanyang asawa. Umangat ang gilid ng kanyang labi mayamaya.

Hindi nga naman masama. At siguradong nararamdaman din ni Crissa ang kanyang pagnanais na makitang muli ang dati niyang pack. Ngunit hindi yata nauunawaan ni Crissa na una sa kanyang prayoridad ang kaligtasan nito.

And if that meant sticking to her side until the danger is over and gone, then he'll do that willingly.

Kakatwa ang katahimikan sa palasyo nang makabalik sila mula sa isla noong isang araw. Ang tanging sumalubong lamang sa kanila ay ang prinsipe at si Trent. He felt uncomfortable with the both of them. Pero kung pinagkakatiwalaan ni Crissa ang mga ito, hindi siya magsasalita.

Alam niyang may nakaumang na panganib. Nagbabanta at tila anumang oras na tumalikod sila'y saka ito sasalakay. Wala na siyang narinig na balita ukol sa mga High Queens. Wala ring pasabi kung babalik pa ba ang mga ito sa palasyo o hindi na. So a dangerous peace reigned over the whole place.

Bahagi rin marahil ng pagpupumilit ni Crissa na bumisita siya't manatili ng ilang linggo sa Midnight ang kagustuhan nitong maialis siya sa gulo. It bothered him, makes him angry at times that Crissa doesn't trust him to protect her and stay alive at the same damn time. Ngunit nauunawaan din naman niyang natatakot lang din ang dalaga para sa kanya. After all, hindi naman ito simpleng away lang. This is war and he's in the middle of it.

Napabuntong hininga siya. Back then, he prayed for a nice, submissive wife that will obey him when he says the word. Baliktad yata talaga ang tadhana. Kung anong gusto mo, iyon ang hindi ibibigay sa iyo. Instead, he was given a wife who not only disobeys what he wants but is more Alpha than him in some ways.

Ah, well. Doesn't matter as long as I get hot desperate sex everytime, tuya niya sa utak, alam na naroon lamang si Crissa't nakikinig sa kanyang mga iniisip.

Agad-agad ay sinipa ni Crissa ang kanyang binti, proving his theory that she was indeed in his brain the whole damn time. Natatawa niyang inayos ang kumot na siyang tanging bagay na tumatakip sa hubad niyang torso.

"Cocky asshole," she muttered, possibly under her breath dahil wala siyang naramdamang vibrations.

He crawled on all fours to cross the small distance between her side of the bed. Dahil sa paggalaw na iyon ay tuluyang nalaglag ang puting kumot, exposing his thighs and ass up on the air.

"Oops," he teased pagkatapos ay iniumang ang labi kay Crissa, waiting for her to kiss him. Ngunit tumingin lamang ito sa kanya na parang hindi interesado. His smile widened. "Ah, love, you're breaking my heart. Notice me, please?"

Pinaningkit ni Crissa ang mga mata. "Much as I'm salivating over this blatant display of nudity, Spade, hindi ako papayag na gawin mong biro ang sitwasyon na ito. You're not seeing fully well what's happening here."

He hung his head in exasperation and sighed. Pagkatapos ay tumingin siyang muli kay Crissa ng seryoso. "Okay, anong gusto mo bang gawin ko?"

"Umalis ka sa palasyo."

Tumiim ang bagang ni Spade. He fisted the sheets under his palms pagkatapos ay tumawa ng bahaw. "What, I'm like a dog now? Paaalisin ng gano'n-gano'n lang?"

"Eh hindi ba ito naman ang gusto mo? Ang lumaya mula sa Dreasiana? Well now I'm giving it to you, ayaw mo naman!"

"Natural! Natural ayoko! Iiwan kita rito? Hahayaan kitang makipagsabungan sa mga High Queens para lang ipagtanggol itong palasyo? Aalis ako para isalba ang sarili ko? Crissa, tread lightly. You're about to insult me!"

Tumingala si Crissa't nagpakawala ng marahas na paghinga. Saka nito inihilamos ang mga palad sa mukha. Spade waited for the other shoe to drop, his whole body is trembling, spoiling for a fight.

Ngunit laking gulat—at ginhawa—niya nang waring matauhan ang dalaga't hinaplos ang kanyang mukha. Her eyes softened now, ang kalmado nitong ekspresyon ay nawala't napalitan ng lambing.

"That's not what I intended to do, believe me, wolfie." Nang hindi siya sumagot ay muli itong bumuntong hininga. Crissa leaned in for a kiss he refused to respond to. "Baby, please. I'm sorry already. Sorry sa mga sinabi ko. Hindi ko sinasadya 'yon. I'm sorry, my wolfie. Forgive me na…"

Nahigit ni Spade ang hininga nang pa-cute itong ngumuso sa kanya, the tip of her lower lip touching his dahil sa sobrang lapit ng kanilang mga mukha.

Gusto niyang murahin ang sarili nang mga oras na iyon. Bakit ba kasi hindi niya mapangatawanan ang galit? Even now when he's still smarting from the way Crissa spoke earlier as if he was just a slave being dismissed, ang bilis pa rin na natutunaw ang yelo sa paligid ng kanyang puso. Isang lambing lang, isang sorry lang, bibigay na siya.

How the hell did he ended up being like this?

"Wolfie, hindi pwedeng kapag may nasasabi akong hindi maganda sa 'yo, magiging ganito ka," may paglalambing ang tinig ni Crissa sa kanyang isipan. *"This isn't how this works, baby. I say sorry and truly mean it, you forgive me."*

"Hindi pwedeng maggalit-galitan kahit ilang oras lang?"

Nakita niyang nagpigil ng ngiti si Crissa sa pamamagitan ng pagkagat nito sa ibabang labi. Ah, Christ. How he wanted to bite that for her.

"Hindi," iling ng dalaga. "Hindi pwede lalo na kapag ganito ka ka-sexy sa posisyon mong 'yan." And then she did the unthinkable.

Crissa slapped his bare ass.

Nanlaki ang mga mata ni Spade habang humahagikhik ang dalaga.

And because that turned him on for some truly strange reason, hinigit niya ang baywang ng dalaga at hinapit sa kanya ng mas mahigpit. He straddled her and grinded his torso against the tiny thin silk covering her already wet pussy.

"Ah, my love. If I didn't know better, I would have thought making me furious turns you on."

She grinned sheepishly and shrugged.

Spade growled. Ramdam niya ang kanyang lobo, scratching at the surface, eager to take his queen. Hindi niya maitanggi ang udyok na iyon higit dahil nais niyang mawala sa kanyang memorya ang nagdaang pagtatalo nila ni Crissa.

At para bang nabasa nga nito ang kanyang iniisip, ipinagkaloob ng dalaga sa kanya ang mainit na halik na halos magpasinghap sa kanya sa pagkabigla. Her tongue instantly invaded his mouth, reaching to twine it with his. Hindi niya ito binigo. He fought to keep the upperhand, his right hand aggressively tearing up her slik panties so he could push inside her.

And when he did, she moaned into his mouth. Maski siya'y napapikit at napakapit sa head board ng kama dahil sa sensasyong dulot niyon sa kanya. He thrust into her hard. Crissa was so tight and hot he couldn't hold back the thunderous groan building inside him.

She matched his pace, her hips meeting his thrust again and again. Sa kalagitnaan niyon ay iminulat niya ang mga mata't pinagmasdan ang dalaga. He wanted to come so hard that her orgasm almost triggered his. Almost.

Hapong halos kalmutin siya ni Crissa para lamang tumigil sa pag-ulos. She was talking, saying something na hindi niya namamalayan dahil sa ginagawa. When he slowed his movements and focused into her mouth, Spade understood.

"What's that, love?" may hingal niyang ulit. "You want to see me lose control, don't you? Want to see what you do to me?"

Crissa nodded unashamed. Ang mga mata nito'y may lambong at kalakip na alab na kahit kailan ay hindi niya nakita sa sinuman. "Yes. Come when I can see you. I want to look at you, wolfie."

With one powerful movement, he brought her to his top and laid on the bed with his back.

"Show me," angil niya. "Show me how sorry you are, love. Show me how you love me."

Crissa licked her lips. Wala pang segundo nang gumiling ito sa kanyang ibabaw, making him groan again in delicous ecstacy. But she was too slow. Too slow for him!

"That's the best you got, baby? I'll show you how it's done!"

Iniangat niya ang sarili mula sa pagkakahiga. Then he thundered into her like a mad man. Crissa would've moaned loudly. Kung sana'y naririnig lamang niya iyon. Kung gaano kasarap sa tenga ang lakas ng tili't halinghing nito. Ang tunog kapag tinatawag nito ang kanyang pangalan habang baliw na baliw sa sensasyon ng kanilang pagniniig.

Kung naririnig niya lamang sana iyon, perpekto na sana.

"Spade... God, baby, look at me! Look at me!"

Pinilit niyang idilat ang mga mata't tignan ang mapupungay na mga mata ni Crissa. His breathing hitched, his curses and moans becoming louder and guttural by the second. Hinaplos ni Crissa ang kanyang mga pisngi, kinikintilan ng maliliit na halik ang gilid ng kanyang labi.

He parted his lips as he felt the world closing in on him. He felt too many damn emotions at the same time. He felt love. Love so big he couldn't explain it. He felt the tip of Crissa's nose gently trailing through his face. He felt her hands massaging his shoulders, his neck, his chest. He felt his cock throbbing inside her seconds from its release.

His eyes rolled backwards. Ang yakap niya sa baywang ni Crissa'y humigpit. And then with one powerful thrust, he screamed her name with a prayer that one day, his seed would grow inside her.

A baby. He wanted that. Their baby.

Hapong-hapo na inilibot niya ang mga kamay sa buong katawan ni Crissa, his face taking refuge into her neck. Kinakalma ng bango ng dalaga ang naghuhurumentado niyang puso. He could feel now her feather-light touch circling his bare back, soothing his muscles.

Gusto niyang sabihing mahal niya ang dalaga. Mahal na mahal. But—damn!—hindi iyon sapat. Walang salitang magiging sapat para sa nararamdaman niya. How could he tell her? It was an insult to use love as a word because it felt inferior to what he truly feels.

"My love…" he whispered through his mind, not knowing what he could say next.

Nagsisikip ang kanyang dibdib. Ngunit hindi naman niya alam kung paanong pakakawalan iyon. He released a shaky breath as he felt Crissa's fingers dug into his hair, massaging his scalp.

Napapikit siya at lalong nagsumiksik sa leeg ni Crissa.

"You're my home, my love. My true home. And this is where I'll always be. Kahit ang kapalit pa no'n ay buhay ko, Crissa. Dito lang ako. Dito lang ako sa 'yo."

It was seconds before he felt her smile against his ear. Pagkatapos ay hinalikan nito ang parteng iyon saka muling minasahe ang kanyang ulo as she continues to rain kisses on his shoulder and neck.

16th Blood
SURPRISE

"**Y**OU only have a quarter of loyalists in the palace. Parang napaka-confident ng asta ninyong dalawa today, considering you don't even trust the lot of them."

Nagkibit ng balikat si Crissa. Nang tignan naman niya si Linus ay mataman lamang itong nakatingin sa nirerebesang papel na parang wala ang imahe ni Honey Cherise sa kanilang harapan.

They were in Linus' office, discussing their latest plans against the High Queens.

Galing na rin kay Honey Cherise. Wala nang bakas ang mga High Queens sa Calipto. Wala rin sa Andruselia. Napakaimposibleng hindi mate-trace ng Calipto ang galaw ng mga iyon. Unless may nananadyang magbura ng mga ebidensya at pagtakpan sina Andora.

Someone who's with enough power to do that.

Someone with access to higher authority.

Someone up there.

"Handa kami, Cherise, sabihin mo kay Aniyah na 'wag mag-alala. We got this," pampalubag-loob na sagot niya sa kaibigan. "May plano ako kapag nangyari ang hindi natin inaasahan."

"Hindi ako nag-aalala sa 'yo. Alam kong kaya mo. Mas nag-aalala kami ni Aniyah sa kahihinatnan ng gobyerno r'yan kapag mangyayaring matuloy ang digmaan sa pagitan ninyo at nina Andora. Alam mo ba kung gaano kalaking problema ito, Crissa?"

Tumiim ang kanyang bagang. "Aniyah has plans, Cherise. Trust her."

"What plans exactly?"

Muli'y nagkibit siya ng balikat at hindi na sumagot.

Ang totoo'y hindi niya rin alam kung anong pinaplano ng kanyang kaibigan. After all, berdugo lang naman siya ni Aniyah. Tagapagligpit ng mga maruruming labahin ng reyna. It would seem odd for her to know everything.

But she trusts Aniyah. She trusts the queen with all her heart.

Hindi marahil nauunawaan ng iba ang bulag na pagtitiwalang iyon ngunit handa siyang mamatay para sa paniniwalang mayroon siya para kay Aniyah.

"Let's not talk about this," pabuntong hiningang singit ni Linus saka tumayo at tumabi sa kinatatayuan niya, placing himself in the direct line of Honey Cherise's sight. "Kamusta 'yong pinagagawa ko sa mga tauhan mo? Ayos na ba?"

Agad na nahati ang hologram sa dalawa, ang isa'y ang imahe ni Honey Cherise at sa kaliwa naman nito'y ang imahe ng throne hall. Nang may pindutin ang kanyang kaibigan na buton ay sumungaw sa gitna ng throme room ang isa pang hologram.

There were nine tiles that shows different passageways leading to the palace and to the throne hall. At napagtanto niyang ang footage ay nagaganap real time.

"Gaya ng ni-request mo Linus, nakapag-install kami ng hologram para ma-monitor ninyo ang progress ng mga lagusan at pasilyo sa throne hall. Magmula sa Eastern and Western gates, meron din sa dalawang dulo ng dungeon, sa central hallway, at iyong apat na pasilyong papunta sa throne hall."

Naningkit ang mga mata ni Crissa. "Wala ang sa underground passage."

Umiling kaagad si Honey Cherise. "Imposibleng malagyan ang underground passage dahil walang kuryente roon at walang elektrisidad. At sa dami ng likuan at pasikut-sikot doon, mas lalo kayong malilito."

"Sigurado akong iyon ang gagamitin nilang lagusan," baling niya kay Linus na ngumuso't tinanguan siya. "Imposibleng hindi."

"Alam nila, Crissa, na alam nating iyon ang gagamitin nila. Would they risk going through the tunnel still kung ganoon nga?"

"They are stupid, of course they would!" sagot niya dahil para sa kanya'y napakadaling equation lamang niyon. "Bantay sarado ang lahat ng gate. If they had a hope of infiltrating the palace quietly, they'd choose the tunnel."

"Eh paano kung ayaw nilang pasukin kayo ng tahimik?" sansala ni Honey Cherise na nagpakurap sa kanya. "What if they wanted to make a noise instead?"

Kumunot ang kanyang noo, lito dahil hindi niya nakukuha ang logic niyon. "Why the hell would they want to do that?"

"May punto si Cherise," pagsang-ayon ni Linus. "Numbers, Crissa. They had numbers. They'd want to brag that, sweetheart. And what way best to do that than enter the damn palace with a bang?"

Stupid. That's what they are. Kung hindi mag-iisip ang mga iyon at paiiralin ang ganoong estratehiya, magkakamali't magkakamali sila.

Naiiling na napabuntong hininga si Crissa. Hindi na niya alam kung anong iisipin.

"The only thing that we fear here is the surprise factor they will bring along," paliwanag ni Linus na kaagad niyang sinang-ayunan. "Sinong kakampi nila? Sinong nasa likod nito? Sino pang sumusuporta sa ipinaglalaban nila?"

"We're almost positive it was Said that is behind this. Hindi lang namin alam kung sinong kasabwat niya sa mga Elders."

Tinitigan niya si Honey Cherise. "Malalaman lang natin 'yan kapag nakita na namin siyang nasa tabi ng mga High Queens. For the meantime though, let's dismiss. Looks like you've got many things to do."

Umiling-iling si Honey Cherise at ngumiti. "Basta para sa inyo, call me anytime, okay?"

"Ah, Cherise," pigil niya nang akmang papatayin na nito ang hologram call. She pursed her lips saka iniangat ang hawak-hawak na maliit na kahong itim sa kanyang kanang kamay. "Salamat dito ha? I owe you one."

Alangang tumingin ang kanyang kaibigan kay Linus. Nang mapatingin siya'y bumabalik na ito sa sariling upuan at nagkukunwaring walang nakikita't naririnig. Nakagat niya ang labi pagkatapos ay alangan din ang pagbaling kay Honey Cherise na ngumiwi sa kanya.

Ah, God, this is so awkward.

Sumenyas sa kanya si Honey Cherise na kikitilin na nito ang tawag kaya't tumango siya. Afterwards, bumaling siyang muli kay Linus. He looked at her from his papers and tilted his head as if to ask.

Itinuro niya ang pinto. "Mauna na ako. I'll see you later."

Linus silently nodded and smiled tightly. Lumabas siya ng opisina ng binata at nagderetso sa silid nila ni Spade imbis na magtungo sa throne hall upang magmasid. She find she didn't have the right mood to go through the motions today.

Nadatnan niya si Spade na nag-aayos ng coffee table sa silid. Clad in faded blue jeans and white polo shirt, may hawak-hawak itong tray ng pagkain na unti-unti nitong inilalapag sa mesa. He looked serious in contemplation. Napangiti si Crissa. Napaka-cute talaga ng asawa niyang ito.

Nang sumara ang pintuan at mailapag ni Spade ang huling plato sa mesa'y noon lumingon ang binata. Agad na umaliwalas ang mukha nito't sinalubong siya ng isang masuyong halik sa labi.

"Love…" he muttered pagkatapos ay tila hindi nakatiis na muling nagnakaw ng halik sa kanya. "I was about to search for you and bring you here for lunch. Ipinagluto kita."

Bahagya siyang napamaang at nakapagtaas ng kilay. "Marunong kang magluto?"

He grinned sheepishly at napakamot sa ulo. *Cute!* "I may have gotten a little bit of help from the internet."

Napahagikhik siya sa kilig at tuwa. Mas masaya sana siya kung napanood niyang nagluluto si Spade. Naked with only an apron on. *That's an idea.*

Iginiya siya ng binata sa mesa at pinaupo sa sofa na tinabihan naman nito. Walang imik na pinagsilbihan siya ni Spade. Nilagyan nito ng pagkain ang kanyang plato, nagsalin ng juice sa kanyang baso at tila hahati-hatiin pa nga yata ang sarili niyang steak kung hindi niya lamang natatawang kinuha ang kaliwang kamay ng binata.

"Spade, baby. I can manage."

"But I want you to relax this time," giit nito at ikinawala ang kamay saka ipinatong sa kanyang pisngi. "Let me do this, hm? Akong bahala."

Kinuha niyang muli ang kaliwang kamay ni Spade. Sa pagkakataong iyon ay hinalikan na niya isa-isa ang mga daliri nito. His breathing hitched a bit, ang pintig ng puso nito'y narinig din niyang bumilis. Ngunit mas lalo iyong naghurumentado nang ilabas niya ang itim na kahon na ibinulsa niya kanina.

"L-love…"

Binuksan niya ang kahon. A black wedding band seated atop a white cushion. Nang kunin niya ito'y naging malinaw ang disenyo sa itaas. Infinity. Symbolizing no end.

Binaliktad niya ang kamay ni Spade at ipinatong sa mga palad nito ang singsing. Placed like that, they could both see the engravement on the inside.

When the sun rises in the west and sets in the east,
only then, my love, will we end.
- C. F.

"Crissa, this is—"

Lumulunok na nagpabalik-balik ng tingin si Spade sa kanyang mukha at sa singsing na nasa palad.

The ring was from Calipto, customized and made to her specification. Hindi iyon papareha sa princess cut na singsing na ibinigay sa kanya ni Spade noong nasa isla sila ngunit sa kanyang opinyon, ganoon naman talaga sila ng binata. They aren't the same but they love each other. Truly and madly.

Darating ang araw na ikakasal sila ng tunay. Ng legal at haharap sa maraming tao ng nakataas ang noo. Pero habang hindi pa dumarating ang panahong iyon, nais niyang isiguro kay Spade na mahal niya ito. If he had any doubts, nais niyang mapalis iyon ng singsing na ito.

It was a symbol of her commitment to him. Her unending love.

And Crissa knows he recognized it as such.

"Isuot mo sa akin," he husked later on. Ang mga mata ni Spade ay nagniningning sa magkahalong tuwa at pagmamahal. "Please?"

Walang pagdadalawang isip na kinuha niya ang singsing sa palad ni Spade at dahan-dahang isinuot iyon sa daliri nito. Pagkatapos, gaya ng ginawa ng binata noo'y kinintilan niya ng halik ang daliring sinuotan niya ng singsing.

Spade could only look at her in adoration. Tila may bikig sa lalamunan nito nang muling magsalita, "My soul... my home. I love you."

PINAGMASDAN ni Spade si Crissa na nakapikit ang mga mata habang nakahilig ang ulo sa kanyang dibdib. Hinigpitan niya ang yakap sa dalaga't nagnakaw ng saglit na halik sa nakalantad nitong lalamunan.

Ipinagpatuloy niya ang marahang pagpapahid ng esponha na puno ng mabangong sabon sa hubad na katawan ni Crissa. They have been in the tub for more than thirty minutes at tila wala namang balak ang dalaga na umahon mula roon o magbanlaw man lang.

He didn't have the heart to force her to do so.

Alam niyang gising ang kanyang katipan. Her slow and calm breathing couldn't fool him. Batid niyang mas alerto pa ito sa mga gwardyang nagbabantay sa palibot ng palasyo. She'd been like that when the clock striked six.

That had been two hours ago. Pero ayaw niya namang istorbohin ito dahil pakiramdam niya'y paraan ito ni Crissa para makapagpahinga kahit na saglit.

Binitawan niyang muli ang esponha, in favor of his hands massaging and caressing her waist up to her breasts and back again. Maya't maya ang paghalik niya sa makinis nitong pisngi, sinasamyo ang halimuyak ng seresa sa balat nito.

Crissa has soft smooth skin he'd die for given the chance. Kaya nga siguro para siyang adik na hindi makunte-kuntento sa isang dampi lamang ng labi o kaya'y saglit na pagdadaiti lamang ng kanilang balat. He need hours of touching and kissing to feel good for a brief moment. And that to him is something else dahil kahit naman noon ay hindi siya iyong tipo ng lalaki na clingy at needy.

As an Alpha, his libido runs hot and high. Kaya nga hindi siya nawawalan ng babaeng kasa-kasama kada linggo. But he'd never acted like this, like the woman was an aphrodisiac and he was an addict craving for his fix.

With Crissa, he couldn't control himself. He wants her near everytime, anytime. Kailangan niya ang dalaga ng ganito. Kung dati'y hindi niya kaya na may babaeng nasa kama niya't hindi nakikipag-sex sa kanya, ngayo'y mas nanaisin niyang gawin ang mga ganitong bagay kaysa makipag-sex.

Because to him, this is a new way of making love to the woman he adores. This is his way of worshipping her body. Of making her feel loved and cherished.

Naputol ang kanyang iniisip nang walang kaanu-ano'y bumalikwas si Crissa at bigla na lamang siyang kubabawan. She was now facing him, her right hand going to the direction of the strainer. Sa isang galaw ay tinanggal nito ang takip niyon, draining the tub off the soap. Pagkatapos ay binuksan nito ang shower head makaraang takpang muli ang strainer.

Kumunot ang noo ni Spade. There was something about Crissa this time. She's calm. Too calm.

"Love?" untag niya sabay singhap nang igawi ni Crissa ang shower head sa kanyang ulo't banlawan siya ng malinaw na tubig.

Pinunasan ng dalaga ang kanyang mukha saka ito kumiling upang halikan ng saglit ang kanyang labi.

"Let's make this quick, wolfie."

Spade inclined his head in wonder. Lalo pa nang tila nagmamadali ngang magbanlaw ito ng katawan. "Why, Crissa? May problema ba? Or do you want to go to bed already?"

Hindi sumagot si Crissa't sa halip ay umalis ng bath tub. Dahil hawak nito ang kanyang kamay ay napasunod siya.

They went to the closet. Nagtaka siya nang makitang nagbibihis ang dalaga ng itim na latex pants at puting top na pinatungan nito ng pulang leather tailcoat blazer. Dahil naaalarma'y kinuha niya ang denim pants na suot kanina't iyon na lamang ang ibinihis.

Pagkatapos mayamaya'y tumayo sa harapan niya si Crissa. Her smile brittle and dangerous at the same time. Kumabog ang dibdib ni Spade. There's something wrong.

"Let's go to the throne hall, wolfie."

Kumunot muli ang kanyang noo. *Throne hall?* "Anong gagawin natin sa throne hall ng ganitong oras, mahal ko?"

"Hihintayin sila ro'n," ang tanging sagot nito na lalo niyang ikinalito. "The High Queens, my love. Nakapasok na sila."

Ilang segundo bago naiproseso ng kanyang utak ng maayos ang

sinabing iyon ni Crissa. But when it did, he shifted automatically at sinundan ang dalaga patungo sa throne hall.

1ST WAVE

Pakiramdam ni Spade ay manginginig siya sa sobrang galit. Malinaw sa hologram na nasa harap nila na ang mga tagapagbantay sa palasyo at karamihan ng kawani ay naging susi para tuluyang mapasok ng hukbo ng mga High Queens ang Dreasiana.

Both the Eastern and Western gates were full of warriors in suits and armors. Tuloy-tuloy ang mga itong nagmamartsa patungo sa iba't-ibang sulok ng palasyo, wrecking everything in sight.

Tinignan niya si Crissa na taimtim na nakaupo sa gitnang trono. Ang apat sa magkabilaang gilid nito ay bakante. Tahimik lamang na nanonood ang dalaga sa hologram. Kalmado at parang walang katensyon-tensyon sa katawan. Nang balingan niya si Linus na nakatindig sa kanyang kaliwa ay nakita niyang ganoon din ang reaksyon nito.

It made him wonder a bit kung nakakaramdam ba ng takot ang dalawang ito.

Minuto lamang ang binilang nang umabot sa central hallway ang hukbo. Nang magsalu-salubong sa hologram ang mga tauhan ng High Queens na naghiwa-hiwalay kanina't dumaan sa apat na pasilyo'y siya namang pagbubukas ng apat na pintuan sa throne hall.

Noon pumasok ang sa tingin niya'y nasa isandaang mga lalaki't babae na nakabihis ng military cargo pants at itim na mga pantaas. Ang mga bibig nito'y may takip na pulang kapirasong tela na itinali sa likod ng kanilang mga ulo. Ang harap ng tela ay may disenyo ng itim na imahe ng ibon—hindi, dragon. Or a wyvern to be exact. Sa likuran nito ay may dalawang magkasalungat na espada.

Ang simbolismo ng Dreasiana.

Tumindig ang lahat ng balahibo niya sa katawan nang sabay-sabay ang mga itong humarap sa kanila't magsiluhod. They were all in sync with each other. Itinaas ng mga ito ang takip sa bibig. Ang kanilang kamay ay dumako sa kaliwang dibdib at sabay-sabay na nagsalita na tila nagre-recite ng kanilang panunumpa.

"We are vengeance. We are truth. We are honor. Hail the kingdom. Hail the queen. Hail Dreasiana!"

He saw Crissa edged on her seat. Si Linus ay humigpit ang hawak sa espadang binunot nito. In mere seconds, nagsabay-sabay ang mga kaganapan sa kanyang harapan.

Sa apat na lagusang pinasukan ng mga tauhan ni Crissa ay nagsilabasan ang iba't-ibang mga nilalang kasama ng mga mandirigmang nakita niya na kanina sa hologram. There were massive wolves, vampires, panthers. May mga mangkukulam pang madali lamang na napabagsak ang halos sampu sa mga tao ni Crissa pagkatuntong pa lamang ng mga ito sa throne hall.

Tumiim ang bagang ni Spade ngunit nanatili sa kanyang kinatatayuan gaya ni Linus. He was already on edge, his wolf wanting to come out and show them all who's boss. Subalit numero uno sa kanyang prayoridad ngayon ang kaligtasan ni Crissa. Linus and him are both there in the elevated area to keep away those who would attempt to come close to their queen.

Nakikita niya si Trent sa napakaraming mga nilalang na nagsasalpukan. He was on their side. He touches the head of those who would come to him and they would fall like a pile of liquid on his feet. At hindi na niya kailangan pang alamin kung anong klase ng kapangyarihan ang mayroon ang kalansay na iyon. Spade knows too well.

"On your left, wolfie."

Pagkarinig ng tinig na iyon ay agad siyang umundayon at nasalo ang ulo ng malaking panter na tumalon upang atakehin siya. In one swift move, Spade broke the animal's neck. At sa ilang segundo lamang ay nangingisay na itong bumagsak sa sahig.

Nagngalit ang ngipin niya nang muling ituon ang atensyon sa labanan. Hindi niya pa nakikita ang mga High Queens ngunit nangangamba siyang baka matalo sila. They had numbers on their side. At kahit pa hanga siya sa lakas at katapangan na ipinapakita ng mandirigma nina Crissa at Linus, ang isa'y madali lamang na nalulupig ng lima kapag napagtutulungan na.

And not to mention they had about ten witches in there incapacitating most of their fighters.

Lumingon siya saglit kay Crissa. Her eyes didn't even strayed from the fight ngunit nanatili ang kalmado nitong disposisyon. She was still on the edge of her seat, her right elbow resting on her right knee. Pagkatapos ay bigla na lamang naningkit ang mga mata nito, prompting Spade to look back to his front.

Nanlaki ang kanyang mga mata nang makita ang apat na nagliliparang mga nilalang. Pare-pareho ng mga itsura—their skin ashen white, like that of a corpse. Sunken eyes, bluish lips. Ang mga pakpak ay tulad noong sa paniki. Their feet and hands: long talons. Ang ipinagkaiba lamang nila ay mga buhok, one has curly noodle hair, one has auburn shoulder length, one is a brunette and the last one has ash blonde beach curls.

At nang lumapag ang mga ito sa kanilang harapan at mabilis na nagpalit ng anyong tao ay saka lamang napagtanto ni Spade kung sino ang mga iyon.

The High Queens.

Andora smiled her evil smile and waved at Crissa na noo'y bumalik na sa pagiging kalmado ang reaksyon. "Your Highness, I hope we are not disturbing your sleep."

Nakita niyang nangiti ng bahagya si Crissa at sumandal sa kinauupuan nito. "No, go on. I'd like to see you make a fool of yourselves."

There was a split second of pause bago nagtawanan ang apat. Both Crissa and Linus didn't even bat a single eye at that.

"I'm guessing this is quite new to you, Your Highness," amused na wika ni Farida. "You're used to infiltrating and not... defending. How does it feel?"

"Amusing. Entertaining even." Pagkatapos ay sumunod na narinig niya ang tinig ni Crissa sa kanyang isipan. *"Wolfie, don't look at me. Look at them! Do not take your eyes away from them!"*

Sukat doon ay itinuon niya ang pansin sa mga High Queens. Nadatnan niyang tumatawa si Andora at naiiling.

"Your mistake, Your Highness, is refusing to fear us. But that's beside the point." She shrugged. "Anyway, your brother says hi to you. In fact... nagpadala pa nga siya ng mga regalo. All for you, his beloved traitorous sister."

Everything happened so fast, ni wala nga siyang oras na kumurap. Nang humawi sina Andora'y siyang labas ng mga kakatwang nilalang na halos kahawig lamang ng anyo kanina ng High Queens. But this time, they have no wings, no eyes and a big mouth with two long fangs and drools thick liquid under their chin.

Agad siyang nagpalit ng anyo sa kanyang lobo't sinalubong ang mga nilalang na iyon na aatake sana paakyat sa trono. Ramdam niya si Linus sa kanyang likuran at kinikitil ang mga makakaalpas sa kanya gamit ang espada nito.

Mabibilis ang mga nilalang na iyon. Pagkahagis niya sa isa'y may isa na namang aatake sa kanya. Minsa'y nakakarating pa ang ilan sa mga ito sa ikatlong palapag ng elevated platform bago nila iyon madaluhong ni Linus. And there were so many of them! Pakiramdam niya'y hindi mauubos ang mga iyon kung sila lamang ni Linus ang lalaban sa mga ito.

Not to mention the numbers of warriors the High Queens have on their side.

"Love..." He wanted to tell her surrender. Maybe they could get out of the palace. Retreat. Cool off for a few days and change plans, whatever the plan was.

Ngunit parang may bikig sa kanyang lalamunan na pumipigil sa kanyang isatinig iyon.

And then it happened. Kagat-kagat niya sa leeg ang isa sa mga iyon nang makita niyang isa-isa itong mga nagbagsakan. All one hundred creatures down in the ground with a silver arrow stuck either in their head or in their heart. Itinapon niya ang kagat na nilalang sa tabi at pumihit para balingan kung saan nanggaling ang mga palasong pilak. Eksaktong nadatnan niyang ibinaba ni Crissa ang hawak na pana at kalmadong kumuha ng isang set ng palaso na nakasuksok sa gilid ng trono.

Sumunod niyang binalingan ng tingin ang mga High Queens. Naroon ang gulat, pagkadismaya't galit sa mga reaksyon ng mga ito habang isa-isang pinapanood na maglaho ang mga isinugo nitong nilalang.

Sa gulat niya'y nagpalit ng anyo si Nemaiah. Spade could see in his wolf's eyes that Linus braced himself for the attack dahil doon patungo ang babae. Ngunit bago pa man dumikit ito sa prinsipe'y sunod-sunod na palasong ginto ang bumaon sa dibdib at leeg ni Nemaiah. Sa lakas ng impact ng mga palaso'y humagis sa ceiling ng throne hall ang reyna't doon ito nadikit.

Agad siyang nagpalit ng anyo upang makitang mabuti at maanalyze ang nangyari. Crissa did that. Crissa, while seated on her throne, killed one of the High Queens in a snap!

Tumingala si Spade kay Nemaiah. Unti-unti nang nagiging abo ang panget na nilalang at kalauna'y naiwan na lamang sa kisame ang mga gintong palaso na nakatusok doon. He looked back at Crissa, pareho ito ng ginagawa noong huli niyang balingan ito ng tingin. She was loading arrows into her bow.

Galit na galit na nagsisisigaw ang mga High Queens. He couldn't hear that ear-piercing scream but he can see the anguish written in their faces.

He could see Andora barking commands at her warriors. Hindi malaman ni Spade kung anong sinasabi nito at huli na rin nang makita niya ang paggalaw ng mga mangkukulam na nananatiling buhay at nakatayo sa pinakamalayong parte ng throne hall. Bumilog sila, ang mga kamay ay magkakahawak, ang mga bibig ay mabilis ang buka.

Hindi niya alam kung anong nangyayari. It was then that Crissa's voice infiltrated his mind. *"Wolfie, look at me! Look at me!"*

May kakatwang urgency sa tinig ni Crissa kaya't dali-dali siyang pumihit. Ngunit hindi pa man tuluyang nakakaharap sa minamahal ay nakaramdam na siya ng matinding sakit na nagmula sa kanyang dibdib paakyat sa kanyang ulo. Naglalandas ang lubhang init sa kanyang katawan habang pinupuno ng mga nakakatakot na tinig ang kanyang ulo.

"Ahhh! Ah!" he screamed in agony at tuluyan nang napaluhod sa malamig na sahig.

Nakarinig siya ng mura. Hindi niya alam kung saan nanggaling at kung paano. Sinubukan niyang tumayo ngunit panibagong alon na naman ng sakit ang sumalakay sa kanyang buong sistema.

He could see Linus fighting off the warriors wanting to get to Crissa. Maski ang dalaga'y halos nasa dulo na ng silya nito para lamang tulungan ang prinsipe na gapiin ang mga kalaban.

They were losing. They were already losing.

Marami na ang namatay sa mga tauhan ng Dreasiana. Hindi magtatagal, baka pati siya'y sumunod na.

"Spade, baby! Hold on, hold on! I'll get to you, hold on!"

Hapo na muli niyang sinubukang tumayo. Sa puntong iyon biglang sumulpot ang pagkaraming mga lobo at tao sa kanilang harapan. Napakurap si Spade. Sa isang iglap ay biglang tumigil ang sakit na iniinda. Then a transparent bubble moved backward to include the space that both Crissa, Linus and him occupied.

Then all at once, familiar faces looked at him and Crissa. The kicker? They all smiled at his mate as if they were familiar to each other.

What the fuck is going on?!

PINANOOD ni Crissa si Cattleya sa patuloy nitong pagbigkas ng mga spell upang salungatin ang sampung mangkukulam na dala ng hukbo ni Andora. The remaining High Queens disappeared after Andora ordered the witches to finish Spade. Halos mapigtal ang kanyang hininga nang biglang bumagsak ito kanina. Hindi siya halos makapormang iwanan ang kanyang kinauupuan sa takot na si Linus naman ang bumagsak kapag wala ang suporta niya.

She gripped the bow tightly. "Vina, makakalusot ba ang palaso sa pananggalang?"

Nilingon siya ni Vina mula sa panonood nito sa laban. The numbers are now equal. Dala nina Seige, Rain, at Raphael ang hukbo ng mga ito kasama ng mga diwata't enkanta na kadugo ni Kill mula sa kaharian ng Euenessia.

Now the odds are in their favor.

"Yes, Crissa. At hindi rin mababawasan ang speed at impact ng kahit na anong ihahagis mo mula rito sa loob."

Hindi pa nakakatapos ng sinasabi si Vina ay naitutok na niya sa isang mangkukulam ang kanyang palaso. Sunod-sunod ang pagpapakawala niya niyon; hugot, hila, hanggang sa isa-isang tumumba't mawalan ng buhay ang mga mangkukulam na nakabilog at tinatangkang labanan ang mahika ni Cattleya.

When it was done, gulantang siyang tinignan ni Cattleya na para bang hindi makapaniwalang naagawan ito ng laruan. She simply shrugged. "Who was that particular fiction character that said, *young, old, dead or alive: witches are a pain in the ass*? In this case, Cattleya, it's true. You don't get to play with witches, they're nasty creatures who can stab you in the back with their rotten nails while you're having fun dangling death at their door."

Umasim ang mukha ni Cattleya at napailing. "Yuck! Kailan 'yang series na 'yan? Twenty-fifteen-ish? Dude!"

Napangisi siya.

Kampante silang naiwan ng mga kalalakihan at sumali na rin sa labanan. Linus and Spade did not dare stray away from the elevated area. Sina Kill, Courtney, at Rain naman ay halos nasa gitna ng komosyon, tearing their way through the crowd. Ang sahig ay napupuno na ng itim na dugo. Decapitated heads are everywhere. Ang mga patay na hayop ay nasisipa-sipa ng mga buhay na naglalaban.

At one point, Crissa saw Trent being held between a woman and an armored warrior. Hinawakan ng babae ang ulo ni Trent at walang kaanu-ano'y nangisay ito bago lumagapak sa sahig. Napanganga si Crissa. She couldn't believe her eyes. Higit pa nang biglang pumasok ang puting lobo—si Rain—sa eksena't sunggaban nito ang ulo ng babaeng kumitil kay Trent.

The woman's head was decapitated just like that. Nagpagulong-gulong iyon sa sahig habang ang katawan nito'y nangingisay at unti-unting nabubuwal.

Oras lamang ang lumipas at ang natitirang hukbo nina Andora ay sumigaw na ng pagsuko. There only remained about thirty of them. Si Seige ang naunang tumingin sa kanya upang kunin ang kanyang opinyon.

"Hindi na sila makakalaban," wika niya at binitawan na ang kanyang pana saka tumayo mula sa kinauupuang trono. "Iniwan na rin sila ng kanilang mga reyna. Hayaan nating ang batas ang humusga sa kanila."

"Your Highness! Your Highness, we are at your mercy!" sigaw ng isa sa mga ito. Lalaki, putol na ang kaliwa nitong braso at naliligo na halos sa sarili nitong dugo. "Maawa ka, may mga anak ako! May asawang naiwan sa Calipto! H'wag n'yo ho silang idadamay, nakikiusap ako!"

Naningkit ang kanyang mga mata. She wondered now what it is that the High Queens promised them upang magtaksil sila ng ganoon sa sarili nilang tahanan.

"You betrayed Calipto. You betrayed your Queen. For what exactly? Anong ipinangako nila sa inyo?"

"Bagong mundo," sagot ng isang babae na hawak-hawak ni Van. Utter concern was written on his face. Parang kinutuban si Crissa roon. "Isang bagong kaharian na may pagkakapantay-pantay. Hindi kami nagtaksil sa Calipto, Mahal na Reyna! Ang Calipto ang nagtaksil sa amin!"

"Sa paanong paraan?" asik ni Linus. "Sa paanong paraan kayo pinagtaksilan ng Calipto? Your Queen is doing everything to set things in motion that will honor you over mortals! Anong mali roon?"

"But Queen Avery—ang sabi niya sa amin ay buburahin ng bagong reyna ang mga batas na hinabi ng dating hari para sa Dreasiana! Na itataas pang lalo ng Reyna Aniyah ang lahi ng mga dugong-bughaw at pananatilihing alipin lamang ang mga gaya namin na ibinubuwis ang buhay para protektahan ang mga gaya ninyo!

"Kaya't anong masama sa ipinaglalaban namin? Tama ang Reyna Avery, mali kayo! Ayaw ninyong manalo kami dahil—"

"Avery stands to win for herself, warrior," Crissa slotted in. "Ang bagong mundo na gusto niyang ipaglaban ninyo ay bagong mundo kung saan siya ang mamumuno. Aniyah has plans to prioritize talents and give them the chance to harness and develop their skills instead of hiding it. And Avery never once mentioned that to you, did she? Walang bagong mundo. Mundo lang para mapagharian nila. At kung sigurado kang kami ang nagtaksil sa inyo, then so be it. But you are still under our territory. My rules, my punishment."

Hinanap ni Crissa ang pamilyar na mukha ng kanyang mga tauhan sa magulong espasyo ng throne hall. Tinanguan niya ang mga ito at mabilis naman silang nagsikilos upang dalhin sa dungeon ang mga natitirang kaanib nina Andora.

Napaupo siya sa trono't nangiwi. Patay na si Avery ngunit parang minumulto pa rin siya ng mga ambisyon ng babaeng iyon.

A new world? Is that what they really want?

Para saan? Bakit? Hindi pa ba sapat ang mundong sinusubukan nilang lahat na gawing mas kaaya-aya para sa mga kagaya nilang imortal?

"Cattleya!"

"Vinaaaaa!"

Napapitlag siya mula sa pag-iisip nang marinig ang magkasabayang angil nina Rain at Seige. A gasp escaped from her nang makitang wala nang malay si Vina sa sahig at si Cattleya naman ay unti-unting nabubuwal sa hagdan.

She ran to attend to them ngunit naunahan na siya ng ibang mga kaibigan. That close, she realized that they both have a dagger stuck in their chests.

Noon sumalakay ang kaba sa kanyang sistema. Ayaw niyang isipin. Ayaw niya ng pakiramdam niya noong mga oras na iyon.

But no matter what she tell herself, hindi pa rin niya naiwasang hindi tignan si Spade.

At tila siya nanghina nang makita ang magkahalong galit at paghihinagpis sa mukha nito habang nanonood sa komosyon. Spade had done it.

And there's no turning back now.

18th Blood
RETRIBUTION

SPADE has opened a fucking massive can of worms when he stabbed *both* Vina and Cattleya. Ginagamot na ng mga pack doctors nina Seige at Rain ang dalawa and so far, mukha namang maayos na si Vina. But her worry is for Cattleya.

The dagger is a Dreasianian weapon meant to destroy immortals. Si Vina ay iba kay Cattleya. She's more human than talent. Ngunit si Cattleya ay isang orihinal na manggagaway. A talent through and through. Sa pagitan ng dalawa'y si Cattleya ang siguradong napuruhan.

"I can't believe he did this," ani Raphael na nang balingan niya'y nakatulala sa lagay ni Cattleya habang si Cassidy ay nasa kandungan ng binata't patuloy itong nilalambing. "He loves Cattleya like a sister. And Rain…" nailing-iling si Raphael at napahilamos ng mukha. "Hindi ako makapaniwala."

Naaawa siya kay Rain. Parehong kapatid at katipan nito ang inilagay ni Spade sa panganib. How would they all get past that?

Makahulugan ang tinging ipinukol sa kanya ni Kill. Ashamed, she bowed her head and wring her fingers.

She'd been too easy on Spade. Kung tutuusin, siya ang naglagay kina Cattleya sa panganib. Dapat ay naging alerto siya sa kaisipan ng binata. She had access and it didn't even help her in the face of all this.

"Crissa, I can't let you think this is your fault." Napapitlag siya nang marinig ang malambot na tinig ni Courtney sa kanyang tabi. "Wala kang kasalanan dito."

"I could have prevented it."

"No, you can't," sabad ni Kill na tumabi sa kanila ni Courtney sa sulok.

Tinignan niya ang binata. Sa totoo lang ay dama na niya ang pagod. The sun is already starting to rise. It had been a long night. At pakiramdam niya'y hindi iyon magtatapos dito.

"How the hell you can tell me that is beyond me. Kontrolado ko si Spade. He is my responsibility. I could have prevented all of this from happening if I wasn't too preoccupied with my thoughts."

Bumuntong hininga si Kill at iminuwestra si Rain. Nakaupo ang Alpha sa tabi ni Vina at nakahawak sa kamay nito, probably praying in silence.

"Nang umalis si Rain sa palasyo, nasa kamay niya ang tsansa na iligtas sina Raphael at Spade. I had that same chance when we went in to save Seige. Cattleya too. And we chose not to do it because we didn't want to risk the safety of our mates.

"Lahat ng ito nag-ugat doon, Crissa. The choices we made led us to this. And the same as it was our choice na unahin ang mga mahal namin, choice din ni Spade na gawin ito. As retribution. As payment for his perceived suffering. So you see, none of this is your fault. None of this can be prevented by you. Dahil sooner or later, may pagbabayarin si Spade sa mga nangyari sa kanya."

Her throat burned. Kinagat niya ang mga nanginginig na labi. Pakiramdam niya'y hindi siya makahinga dahil sa bigat na nararamdaman niya sa kanyang dibdib.

Hindi niya aaminin sa kahit na sino pero natatakot siya. Natatakot siyang malaman kung anong magiging ibig sabihin nito sa relasyon nila ni Spade. It terrified her to think of the future. Kung hindi mabibitawan ng binata ang galit nito sa mga kaibigan, paano sila uusad?

"It bothers me, Kill. Do you know that?" Her voice quivered at sinubukan niyang lumunok para supilin ang kahinaan sa kanyang tinig ngunit sa huli'y hindi niya nagawang itago iyon. "Is love not enough to melt the anger in his heart? It should've been enough, hindi ba? It should've been enough!"

Hindi sumagot si Kill ngunit sa halip ay pinisil nito ang kanyang balikat.

Courtney did the same and kissed her cheeks. "You're a good person, Crissa. Mabuting tao rin si Spade. Somehow, at the end of this dark tunnel, you'll both be able to see the light. I'm sure of that. Hindi magtatagal 'to. You just hang in there. A'right?"

She hoped Courtney was right. Dahil kung hindi, hindi niya alam kung anong gagawin niya.

IT WAS the next day when she was able to go back to their room. Hinintay niyang maideklara ng mga doktor na maayos na ang lagay nina Cattleya at Vina. Hindi pa nagigising ang mga ito but their vitals are stable at ayon sa mga doktor, one of these days ay magigising na rin ang mga ito. Their bodies just need to heal and recover from the shock of the poison that went through their system.

Nadatnan niyang bukas ang pintuan ng terasa. Ang malamig na hangin ng umaga ay nililipad ang mga kurtinang tumatakip sa view mula roon. Noon niya nakita ang likuran ni Spade.

His long hair is tied in a low ponytail. His bare back is rigid with tension. Ang kanang kamay nito'y may hawak na bote ng popular na whiskey. It was half empty. Crissa knows he wouldn't be able to feel the effect of the alcohol. He's a werewolf, he's immune to it.

Nilampasan niya si Spade at nagtungo sa banyo upang maligo muna't makapagbihis ng bagong damit. Nang makalabas siya'y naroon pa rin si Spade sa terasa. She heaved a huge breath at marahas iyong pinakawalan. It took everything from her to stop herself from touching him and making him feel better.

But he shouldn't feel better about what he did.

Nothing feels better about all of this!

Tumayo siya sa likuran ni Spade. Nakita niyang nanindig ang balahibo nito. Clad in only a faded ripped jeans, he looked divine. Like a sex God. Or maybe he really is.

"I know you felt me come in," He shifted on his feet when Crissa probed his mind to communicate. *"We need to talk."*

Unti-unti ay humarap si Spade sa kanya. Nakatiim ang bagang ng binata. His eyes were bloodshot. But, God, he still looks so achingly gorgeous. Nanikip ang dibdib ni Crissa. Hindi niya alam kung kaya niya bang gawin ito. She didn't have the heart to break him.

Pero paano? Paano?!

"You lied to me." May akusasyon sa tinig ni Spade na nagpahina sa kanyang tuhod. Hindi lang ito galit. He felt betrayed—again. And she was the one who did that to him this time. "Kasabwat ka ba nila, Crissa? Plinano n'yo ba itong lahat para gaguhin ako?"

"Hindi ako nagsinunangaling sa 'yo. Mas pinili kong manahimik para maiwasan ang ganitong komprontasyon."

Bahaw na tinawanan siya ni Spade. "Bullshit! You know I would have treated you differently if I found out you knew those bastards!"

"How differently, Spade? Pray tell me, how differently woud you have treated me?"

Hindi sumagot si Spade. Ngunit ang apoy sa mga mata nito at ang biglang pagbabato ng hawak na bote sa isang sulok ng silid ay sapat nang sagot para kay Crissa.

It broke her heart seeing him angry. Kahit na gusto niyang pasukin ang isip nito'y natatakot siyang gawin iyon. He might not like it. He might even hate her for it.

"But why, Spade?" Hindi niya napigilang hindi maisatinig. "Bakit mo gagawin 'yon sa kanila? Kay Cattleya? Kay Rain at kay Vina? Bakit? Didn't you loved them?"

"Love? Bakit ako ang tinatanong mo? Bakit hindi sila? Tanungin mo sila kung talagang mahal nila ako! Tanungin mo kung bakit hindi nila nagawang saklolohan ako noong mga panahong kailangan ko ng kahit na katiting na tulong!"

"They made mistakes, Spade. You made yours as well! Hindi pa ba sapat ito? Hindi ka pa ba nakukuntento?"

"No!" he growled that made her gasp. "Kulang na kulang pa, Crissa! Kulang na kulang pa!"

"If I was Cattleya, wouldn't you have done the same thing? If I was Vina, wouldn't you have made sure that I was safe first bago balikan sila?"

"Iba 'yon! Iba 'yon!"

"Paanong iba?"

"Because my love for you is different than the love they have for their mates!"

Crissa staggered in disbelief and confusion. Napahawak siya sa kanyang ulo, umatras ng unti-unti at hinanap ang upuan para mapagbagsakan ng kanyang pagod na katawan. Sinundan siya ng tingin ni Spade, his eyes were shining with unshed tears. Lukot ang mukha nito ngunit kapanabay niyon ay ang pagmamakaawang maunawaan niya ang binata.

And God, she wants that too! She wants to understand him!

"Iba 'yon," ulit ni Spade sa sinasabi. His voice broke, na parang maski ang lalamunan nito'y napagod na rin sa kasisigaw. "They have their mates when they were still normal. I had you when I was so fucked up in the head I couldn't even draw a line between fiction and reality! I hear voices in my head every damn time, Crissa, and that is truly some fucked up shit because I'm deaf!

"I fuck five pussies all at the same time. I am a slave who'll lick their feet just so I could escape endless torture sessions at night! I sold my soul and morality so I could live! Crissa…"

He breathed. Noon tumulo ang luha niyang kanina pang nais kumawala mula sa kanyang mga mata. Natutop niya ang dibdib. Tila nabasag ng unti-unti ang kanyang puso nang biglang sumalampak ng upo si Spade sa sahig at sabunutan nito ang sarili.

"You are the only reason I breathe, Crissa. You are the only reason my heart beats the way it used to! You are my anchor to this world! Their mates… Vina, Cattleya, Courtney… they mated because they have to. Because the silver strings told them to do so! But that is not our case, love. I could choose to turn away from you and there won't be any difference.

"Pero hindi ko kaya, mahal ko. Hindi ko kaya kasi ikaw ang mundo ko. Hindi ko kaya dahil sa lahat ng mga nangyari sa akin, ikaw lang ang nag-iisang rason kung bakit gusto kong maulit ang lahat ng iyon! You keep me sane, you keep me alive and you keep me wanting to forget who I'd become."

Kaagad na dinaluhan ni Crissa si Spade. Hinawi niya ang mga kamay nito sa buhok at pinagdaop ang kanyang mga kamay sa naghihinagpis na mukha ng binata. May mga luhang tumakas sa mga mata nito. And her heart broke anew when she saw how tormented he was.

"So then, baby, let me be enough," she whispered, her hope of making this all better blooming in her chest. "Hindi ka na alipin ng mga kagustuhan ni Avery. In time, sigurado akong maiintindihan mo na mahal ka ng mga kaibigan mo at pinagsisisihan nilang naging huli sila sa pagdating. Love, please… forget about revenge."

"Crissa… I-I can't."

Napapikit siya ng mariin. "Tell me why. Ipaintindi mo sa akin kung bakit, Spade. Kailangan kong maintindihan ka, mahal!"

"You can't! You can't, Crissa, you can't! Pabayaan mo na lang ako sa ganito. Mahal, please… hayaan mo na lang akong gawin ang kailangan kong gawin. All I need is for you to stand by my side while I do it. Crissa, please, I need you. I need you to be here when it's all said and done!"

Wari ba'y nawawala ng dahan-dahan ang nakikitang liwanag ni Crissa sa kanyang isipan. Pakiramdam niya'y lumulubog siya sa isang madilim na lugar. Isang lugar na walang pag-asa. Parang disyertong walang tubig.

Huli na 'to, wika niya sa kanyang sarili. *Huling subok na…*

"Kinakain ka ng galit mo, Spade. Paano kung… kung ako 'yon? Kung ako si Vina at Cattleya? Paano kung ako ang may atraso sa 'yo? Paano kung sila namang lahat ang gumanti sa 'yo at sundan din nila ang yapak mo? Aren't you scared this will take me away from you?"

Spade looked at her blankly and said nothing. Hindi niya na kailangan pa ng sagot. Tumayo siya't nagtuloy-tuloy sa pintuan upang makalabas. When she reached the foyer, she vomitted.

He's willing to risk her. Her, his mate he swore to protect.

Kaya ni Spade na ilagay siya sa alanganin para lamang matupad ang pinakaasam-asam nito.

Sick. He's fucking sick!

COLLATERAL DAMAGE

"*P*INAGTAKSILAN ka rin niya, hindi ba, pet? Hindi mo na siya dapat na binuhay pa. Patayin mo na rin siya, Spade. Patayin mo na rin siya!*"

Humigpit ang hawak ni Spade sa patalim. Crissa's sleeping form slowly appeared in his view. He realized he was in their room. Napasinghap siya nang makitang malaki ang tyan ng dalaga. Pregnant. She was pregnant.

Inisip niyang bitawan ang patalim sa takot na magalusan niyon ang kanyang anak at ang nahihimbing na minamahal. Ngunit para bang may sariling isip ang kanyang kamay ay tumaas iyon, its sharpness shining under the glint being casted by the moonlight from the open windows.

"She's a traitor, Spade!" a chorus of voice chanted: a woman and a man that is achingly familiar to him. "Kill her! Kill her!"

Sumigaw siya ng malakas, pilit na ginigising si Crissa upang mabalaan ito dahil pakiramdam niya'y hindi niya kayang pigilan ang kanyang sariling kamay.

Ngunit huli na ang lahat. The dagger came down. Repeatedly. At paulit-ulit din siya sa pagsigaw ng pangalan ni Crissa. He was bathing with her and their daughter's blood. He killed them! He killed them both!

"Crissaaaaa!"

Sumisinghap na bumalikwas siya ng bangon. Agad na hinanap ng kanyang mga mata si Crissa. Wala. Kahit na anong bakas ng dugo o ng patalim. Wala rin.

He whimpered in mixed fear and relief. Natutop niya ang dibdib na sinasaktan siya sa bawat pagtibok. He needed Crissa, craved her like damn but he was so fucking terrified he'd hurt her if he sees her.

Pinakiramdaman niya ang kanyang paligid. Naririnig niya pa rin ang mga boses na iyon mula sa kanyang panaginip. Then his thoughts went back to Cattleya and Vina.

Ang mga mata ni Cattleya nang mapagtanto nito ang kanyang ginawa. They bear forgiveness. Understanding. An apology even. Hindi niya maialis sa isipan ang itsurang iyon ng dalaga. At ngayon, nadagdag pa ang imahe ni Crissa at ng kanilang magiging anak. Duguan sa kama, paulit-ulit niyang sinasaksak at kinikitil ang buhay.

"Paano kung... kung ako 'yon?" muli niyang narinig ang tinig ni Crissa sa kanyang isipan, mula sa memorya ng kanilang komprontasyon. *"Kung ako si Vina at Cattleya? Paano kung ako ang may atraso sa 'yo? Paano kung sila namang lahat ang gumanti sa 'yo at sundan din nila ang yapak mo? Aren't you scared this will take me away from you?"*

Oh, my love, I'm scared. So fucking scared!

Pero paano? Hindi ito basta lamang away-bata na madaling ayusin. Hindi ito tampuhan na kapag humingi ng tawad, maibibigay niya kaagad. It took years of pain. They took so much of him! Paano niya mapapatawad ang mga iyon? Paano?

Deep down inside, alam niyang tama si Crissa. He is directing his anger, reflecting his hatred at his friends because they left him in this rotten palace, forced to swallow his pride. Forced to give up his dignity and morality so the torment would stop. Kung siguro'y magkakasama sila, mas naging madali sa kanyang tanggapin iyon. Because then he wouldn't be alone. He wouldn't go crazy during the night because then he'd have a friend that feels the same way he felt.

Pero habang naghihirap siya sa loob, masaya sila sa labas. He hated them because he couldn't find that kind of happiness. Nainggit siya dahil pakiramdam niya, siya rin dapat ay masaya. Siya rin dapat, nabubuhay ng normal.

Naging isa siyang tunay na halimaw. Nagpalamon siya sa galit at inggit sa kanyang puso. And poor Crissa didn't know what to do with him.

Saglit siyang napatitig sa kawalan. Pagkatapos ay sa singsing na ibnigay sa kanya ng dalaga. Mapait siyang napangiti. Ngunit mayamaya'y bumuhos ang pinipiit na luha nang kanyang mapagtanto ang dapat na gawin.

He couldn't go on hurting her like this. She deserved better. She deserved the best.

I love you, my love. I love you. You're my home. Please remember that. I love you forever. And longer than forever...

"ANONG sabi mo, Van? Hindi yata kita narinig ng maayos. Did you just say mate?"

Van was staring at her with wide eyes. His expression hopeful as he sighs and scratches his head. "Alam kong marami ka nang iniisip. Nahihiya akong magsabi, Crissa, pero sana maunawaan mo. Aleera is my mate. At kung ikaw ang nasa posisyon ko, sigurado akong hindi ka rin papayag na mangyari ito kay Spade."

Nagngalit ang kanyang ngipin sa magkahalong inis at frustration. "Aleera. The woman warrior from Andora's army?"

Malungkot na tumango si Van. "Pero naiintindihan na niya ngayon na ginamit lang sila ng mga High Queens, Crissa. At galit siya sa kanila. Gusto niya tayong tulungan."

"How convenient, Van. Hindi mo ba naiisip? Kung kailan siya nakulong at nahuli saka siya magsasabing nauunawaan na niya kung anong ginawa ng mga High Queens sa kanila. You're dumb if she didn't came across to you as opportunistic."

Nalukot ang mukha ni Van at sa palagay niya'y aangil sana kundi lamang siguro nito naalala ang huli nilang alterkasyon.

"Hindi ako tanga, Crissa. Sa katunayan nga, ayaw niyang pakiusapan kita na—"

"Reverse psychology, Van."

"She's a good person. Ang pagkakamali niya lang ay naniwala siya kina Avery. Bakit mo siya huhusgahan sa isang pagkakamali?"

"That one mistake cost us lives!" hindi niya napilan ang pagtataas ng kanyang boses. "H'wag mong sasabihin sa akin na nagkamali lang siya! In the face of what she and her allies did, I lost many men in the battle! You want numbers? Your one mistake cost me seventy eight lives. Seventy eight good souls who braved death to protect what's right!"

"She's sorry! She's truly sorry, Crissa, I can feel it! Kahit pag-isipan mo lang! Pag-isipan mo muna, please..."

Tinitigan niya si Van at hindi sumagot. For what can she say? May galit na nais kumawala sa kanyang dibdib. Ngunit sa isang banda, naaawa siya sa lalaki. That was his mate in there. At tama ito. Kung si Spade ang naroon, gagawin niya ang lahat para mailabas ang kanyang katipan sa kulungan.

So why isn't she doing something to release him from his own cage of anger?

Bumuntong hininga siya at pilit na tumango kay Van saka tumalikod. Habang pabalik sa kanilang silid para sana silipin man lang si Spade bago niya puntahan sina Cattleya at Vina, sinubukan niyang kapain ang binata sa isipan.

Napakunot siya ng noo nang ang tanging nakikita lamang niya ay parang mga puting usok na lumulutang-lutang sa isipan ni Spade. That was weird, she thought. Kaya't lalo siyang nagmadaling tunguhin ang kanilang silid.

Pagdating doon ay wala siyang nakitang Spade. The bed was made, the window from the terrace is closed. Naibalik na ang itim na blinders doon kung kaya't wala nang bakas ng liwanag ang pumapasok sa kwarto. Noon siya sinalakay ng matinding kaba. Hinanap niya sa banyo si Spade. Sa closet room. Wala. Wala. At maski ang amoy nito sa buong silid ay parang unti-unti na ring naglalaho.

Nasaan si Spade?

"Crissa!"

Pumihit siya upang lingunin ang pintuan. Naroon si Van at hapong-hapo na may panic sa ekspresyon. Lalong tumindi ang nararamdaman niyang takot.

"What?"

"Si Cattleya—"

Napamura siya sa isipan at mabilis na tinakbo ang kabilang wing ng palasyo. Wala pa ma'y naririnig na niya ang pag-iyak ni Cattleya na nangingibabaw sa samu't-saring tinig ng mga kaibigan. Pagdating doon, nadatnan niyang nakakumpol silang lahat sa kama ng dalaga. And true enough, Cattleya was weeping habang yakap-yakap ni Seige ng mahigpit.

"What happened? Were you hurt?" ang agad na salubong niya habang tinatawid ang distansya mula sa pintuan.

Kaagad na kumalas si Cattleya kay Seige at niyakap siya—much

165

to her surprise. "I'm sorry, Crissa! I'm so sorry! I'm so sorry!"

Nang makahuma siya sa pagkabigla'y hinagod niya ang likuran ni Cattleya, tahimik na pinakakalma ito't pinatatahan. "Calm down. Tell me what happened."

Sisigok-sigok na kumalas si Cattleya, kinuha ang isang papel na nakakalat sa kama nito't iniabot sa kanya. "Spade went here. No'ng... no'ng kausap ni Prinsipe Linus silang lahat at mag-isa lang kami ni Vina sa kwarto." Crissa looked back at Vina, malungkot din ito't nakahilig sa dibdib ni Rain. "Humingi siya ng tawad."

Natawag niyon ang kanyang atensyon at pakiwari niya'y lahat ng nerve endings niya sa katawan ay nakaaalerto. "He did?"

Tumango si Cattleya bilang kumpirmasyon. "He did. Pero sinabi rin niya na... na hindi pa siya handang patawarin sina Kill, Seige, at Rain. Even I maybe at some point. Humingi lang siya ng tawad dahil... dahil nasaktan kami ni Vina. And that we almost died."

"Where is he then?"

Sukat doon ay muling nanubig ang mga mata ni Cattleya. "I'm so sorry, Crissa. He didn't want to endanger you while he's like that. Iyon ang sabi niya. Kaya siya umalis. He asked me to cloud his mind so you wouldn't know where he is. P-pero temporary lang iyon! In a few days, you'll be able to see his mind again! I promise, Crissa, I—"

"Bakit?" was all she could ask. "Bakit mo ginawa nang hindi sinasabi sa akin?"

Tuluyang napaiyak si Cattleya. "Because he was so wrecked and panicking, Crissa! Hindi mo siya nakita. Hindi mo nakita kung gaano niya kagustong umalis dito that he'll probably tell me anything para matulungan ko siya. Please, understand... I—"

Walang imik na tumalikod siya at lumabas sa silid na iyon. Para siyang biglang namanhid. Her mind went blank. Hawak ang papel ay humantong siya sa throne hall. Ang malaking espasyo ay naibalik na sa dati nitong itsura. The floors are pristinely white. Wala na ang pagkaraming dugo na dumanak sa sahig ilang gabi ang nakakalipas. Wala nang mga katawang nagkalat, mga abong natuyo. The walls were restored to their immaculate selves.

But Crissa... Crissa felt as disorganized as the state of the throne hall nights before. Kasing dumi. Kasing ingay. Tears burned the back of her eyes. And on shaky hands ay binuklat niya ang papel.

Magulo ang pagkakasulat ng bawat letra. Nagsasayaw ang mga salita na para bang may pagmamadaling isinulat ang mga iyon. Ink ran on some parts of the letter as if tears spilled on them. Sa isiping iyon ay parang nadurog ang puso ni Crissa.

He cried. He cried!

My love,

Hindi ko alam kung paano mo maiintindihan ang gagawin ko. I've been doing a shitty job of making you understand me. But I just can't do this anymore than you can, baby. You have your destiny ahead of you at hindi ko kakayaning maging pabigat sa'yo, Crissa.

I want to be the man who you can rely on to help you. Hindi isang banta sa buhay mo at sa buhay ng mga malapit sa'yo. And I am that, Crissa. I am a threat to everything and everyone you hold dear. You said once that this is how it works. I apologize, you forgive. Love, I'm sorry. I'm sorry, mahal ko. I'm sorry for not being the man I should be. I'm sorry if you felt your love was not enough because that is not true.

Hindi ikaw ang nagkulang. Ako. Hindi ko maialis ang galit sa puso ko, Crissa. Hindi ko maalis ang boses ni Avery. Ang boses nilang lahat na nagdidikta sa aking maghiganti. My pride won't let me forgive. And I need time to fix that. To fix me. I need to be better for you. Hindi ako ito, eh. At hindi ako sigurado kung maibabalik ko ang dating ako. Pero ipinapangako kong mas magiging mabuti akong tao para sa'yo.

Mahal ko, babalik ako. Hintayin mo ako please? Babalik ako. Babalikan kita. Please, mahal ko, patawarin mo ako. Hindi kita iniwan. I just can't be with you when I am this man. When I am a beast!

Don't think I have abandoned you. I love you. I love you so much, Crissa. Ikaw ang buong mundo ko. Ikaw ang lahat-lahat ko. My heart, my soul. Wait for me. Please wait for me, baby.

I will be home. I will always come home to you.

Because you are my home. My only home.

— Spade

NUMB

"**Y**OU'RE late, Crissa."

Tuloy-tuloy siya sa paglalakad patungo sa elevated platform upang maupo sa gitnang trono. Si Aniyah ay nasa isang malaking hologram, paniguradong sinusundan ng tingin ang kanyang kilos. She ignored the queen. Instead, nang makaupo ay iginala niya ang paningin.

There were four of the Black Beasts along with their mates and their Betas—Nick, Van, Dex, and Axe. Nakatayo ang mga ito sa kanilang harapan ni Aniyah. Linus on the other hand sat at the throne on her left side. Ramdam din niya ang init ng tingin sa kanya ng binata, like he was burning a hole through her.

Like the others, Crissa ignored him. Hindi dahil ayaw niyang makipag-usap. Hindi dahil galit siya. She was just... drained. Out of it already that she just wanted to curl up on her bed all day and all night.

But she couldn't.

Wouldn't.

His scent lingers on those sheets. Like a faded stain, something that makes her remember he'd been there.

"You okay, Crissa?" dinig niyang bulong ni Linus.

Nagkibit siya ng balikat at mataimtim na bumaling kay Aniyah. "Found the rat under your nose yet, Your Majesty?"

Nag-isa ang bibig ni Aniyah na tila may tinitimping inis. "We don't have any evidence yet but they are working on it."

Tumaas ang kilay niya ng bahagya, gulat ng kaunti na hanggang ngayon ay hindi pa rin nahuhuli ang Elders na tumulong kina Andora. "So he's still in position?"

"Pretty much."

"Edi ano 'to? Bakit ka nagpatawag ng meeting kung wala pa naman palang nangyayari sa imbestigasyon sa Calipto?"

Naningkit ang mga mata ng reyna pagkuwa'y napailing. "You

ought to fear me sometimes, Crissa. I'm still your queen."

She didn't answer that. It's not remotely funny anyway. Tumitig lamang siya kay Aniyah na para bang inuudyukan itong sagutin ang kanyang orihinal na tanong.

"Right, fine. Thing is… I'm appointing new High Queens to sit with you on that throne."

Nanlaki ang kanyang mga mata at napanganga. "You said I'm just a temporary substitute here! Bakit biglang parang ginagawa mo nang permanente ang posisyon ko rito?" pag-angil niya.

She heard Linus sigh at that. "Aniyah, sa tingin ko masyado pang maaga para rito. Nasa gitna tayo ng laban. I'm sure lahat sila rito ay sasang-ayon na ipagpaliban na muna ito."

"Actually," biglang singit ni Kill na naging sanhi ng pagbaling ng lahat ng atensyon nila sa binata. "If I may speak, Your Majesty, I think you're right."

"Really, Kill," she tilted her head to mock him samantalang napangisi naman ng bahagya si Aniyah na tila naa-amuse na may kumampi rito.

"Hear me out, Crissa. What Andora and the other High Queens did is a form of treason already. You have tangible proof of that war through the video recordings captured in the throne hall. Pero hindi ba mas magiging organized at magmumukhang stabilized ang kolonya kapag agad na napalitan ang mga dating High Queens?

"Think about it. Kailangang isaayos ang kolonyang ito. Kailangan nilang maisip na hindi nila ito basta-basta mapapabagsak at makukuha ng gano'n lang. They'll back off when they realize that. They'll buy their time. And while doing that, mas nakakapaghanda tayo sa posible nilang pag-atake. Mas nakakapagplano tayo kagaya ng ginawa natin dati kaya naging matagumpay ang unang laban."

Kinagat ni Crissa ang pang-ibabang labi. Hindi siya tuluyang sumasang-ayon kay Kill ngunit batid niyang may punto ito. Hindi nga lang siya kumbinsido na dapat ay patagalin pa ang labang ito. Naiisip niya, dapat ay sila na ang umaabante. Agrabyado na sina Andora, dapat ay sa kanila na ang sumunod na hakbang.

But then that wasn't Crissa. She likes waiting, buying her time. Kagaya ng sinabi ni Kill. Gusto niyang nakakapagplano siya ng maigi. Gusto niyang perpekto ang lahat ng bagay na kanyang gagawin. So what's happening to her now? Gusto na niya ng madali. Gusto na niya ng mabilis.

What the hell is going on with her?

At bakit parang… parang may mali sa kanya?

"Exactly," naulinagan niyang tugon ni Aniyah. "We have to play their game. So we'll act like we're okay eventhough we're not. Kaya ako magtatalaga ng panibagong set ng High Queens sa inyong kolonya. Una ay para palabasing maayos na kayo sa loob lamang ng ganoong kaikling panahon at lalo pa silang insultuhin. Pangalawa, para ibangong muli ang bansang iyan sa pamamagitan ng pagrerepresenta ng mga taong mas… nakakaunawa sa kalagayan ng mga mamamayan ninyo."

Naghari ang katahimikan sa lugar. Hindi nagsalita si Crissa. Walang nagtangka. They must have heard the seriousness of the situation in Aniyah's voice. It was like something big is going to happen.

"So I'm appointing… Courtney Schneider and Cattleya Gray as head for the Judicial branch." A series of gasps resonated in the area at Aniyah's pronouncement ngunit tila wala itong pakialam na nagpatuloy. "Vina Ray Jensens and Hannah Cassidy Knight will be appointed as head as well to the legislative branch. And you, Crissa, will be both my link and will administer for the executive branch of the colony."

Everyone was shocked except Crissa. She figured then that something was really wrong with her. Hindi niya alam kung ano iyon. But she was too… okay. Too okay with anything it hurt.

"P-pero hindi ko alam kung handa ako para sa ganito," anang mahinhing tinig ni Cassidy. When Crissa looked at her, she looked like a lost child in a room of feral beings waiting to pounce on her.

Napangiti siya ng tipid. Hindi niya ma-imagine si Cassidy sa palasyo.

"I don't think anyone's ever ready to be a queen, you know?" pagkikibit ng balikat ni Aniyah. "Isa pa, I know you will all be good with it. You all are Alphiyas. Alpha females. I'm sure you'll find your way."

"Pasensya na, Kamahalan, pero sa tingin ko..." Tumingin si Rain sa kanya pagkatapos ay muling bumaling kay Aniyah. "Ayokong malagay sa panganib si Vina. If she sits on one of those thrones, that will risk her life ten times than before."

"On the contrary, Rain. Right now the palace is the safest place for all of you. Pagkatapos ng nangyari, hindi muling magtatangka ang mga iyon para sumugod muli sa palasyo. And anyway... there were people who will protect the new High Queens."

Nagkatinginan sila ni Linus sa sinabing iyon ng reyna. Ngunit maski ito'y nakakunot ang noo at tila hindi nauunawaan ang logic ng kapatid ngayong araw.

Well, that makes two of us.

"I'll appoint your very own Commanders of the First Order."

Noon umalerto si Crissa't napamura sa isipan.

Commanders of the First Order are a set of warriors not more than five appointed to personally secure royalties assigned to them. Ang tanging palasyo na mayroong existing na CFO ay ang palasyo sa Calipto kung saan naroon ang reyna at ang mga kapatid nito. Linus was the head of Calipto's CFO.

Commanders are usually exceptionally talented. They can't acquire a lesser man for the job. Kung magtatalaga ngang tunay si Aniyah ng CFO sa palasyong ito, ibig sabihi'y magpapadala ang loka-loka ng sangkaterbang mga talents para rito.

And she doesn't like the idea. It somehow disrupts the status quo.

"Keithran can take part for the meantime," muling wika ng reyna bago seryosong bumaling sa mga nasa harap. "And Keithran will be joined by Kill Schneider, Rain Jensens, Seige Gray and Raphael Strides. You will all form the Commanders of the First Order."

A hysterical laugh bubbled inside her. The Black Beasts. They are the new Commanders of the First Order. The Black Beasts...

God, isn't this so funny?

THE reception hall of the palace sometimes serves as a comfort place to the royalties. Doon nag-uusap ang mga ito ng mga bagay na labas sa trabaho. Doon nagkakape, nagkukwentuhan, nagmemeryenda. Minsan, doon na rin nag-iinuman. Kagaya ng ginagawa nilang lima ngayon.

Sumimsim si Crissa sa beer na hinain ni Cassidy sa kanyang harapan ilang minuto lamang ang lumilipas.

"To be honest, I'm pretty pleased this happened," wika ni Cattleya habang nakadekwatro at hawak ang sariling bote. "I mean… I really really wanted them to be replaced. I just didn't know we're bound to replace them."

Courtney snorted. "Ha! I'm pleased I'm replacing those good for nothing whores."

"Iyon ay kung pumayag sina Kill," kontra ni Vina na nakangisi pagkatapos ay biglang sumimangot saka nangalumbaba. "Ayaw pa ring pumayag ni Rain. He thinks this isn't worth it." Pagkuwa'y bumaling si Vina sa kanya. "Bakla, paano ko kukumbinsihin 'yon?"

Nagkibit siya ng balikat. "You can't convince someone to do what they don't want to do. It's pointless, you may as well shut up and conserve the fluids in your mouth."

Ramdam niya ang pagtahimik ng lahat. She shrugged again and drank from her bottle.

Funny how everything she says seems to revert back to that man. Parang ang dating, ang buong mundo niya'y nakaangkla sa lalaking iyon na iniwan lamang siya ng basta-basta. Walang pasabi. Walang 'ha' ni 'ho'. Dinaan siya sa liham at panggagago.

The coward bastard…

Kung gugustuhin niya, maaari na niyang sundan si Spade gamit ang locating mark. Wala nang bisa ang mahika ni Cattleya sa binata. But she refused to do so. Bakit? Simple lang. Hindi siya ang umalis kaya't hindi rin siya ang gagawa ng paraan para may bumalik. She's better off without him. Better off not knowing where the hell he is.

And at nights, when she's alone, dapat niyang matutunan ang ganitong klase ng pag-iisip. Dahil tuwing gabing hindi siya makatulog, everything would go the opposite way. Iniisip niya kung may magagawa pa ba siya para maibalik sa dati ang lahat. They were so happy before. She'd start to want all of that farce when she's in that bed. In that room.

Everything has to change now, I guess…

Spade is gone. Her heart has to accept that. And fast because all these sleepless nights aren't worth it for a scaredy cat like him.

"TAKE care of her, Linus. I sent you there to do that pero parang mas lumala pa ngayon si Crissa. May balat ka ba sa pwet?"

Inirapan ni Linus si Aniyah na ngayo'y katawagan niya sa silid. He wanted to smash the bottle of cognac he was holding at the hologram screen para lamang mapatahimik ang sariling kapatid. But he knew better than trigger Aniyah's horrible taste for humor.

"It wasn't my fault that Spade Arden tuck tail and ran far far away from here. Hindi ko pa nga siya pinagbabantaan, eh!"

God, the nerve of that asshole! Hindi siguro nito alam pero itinatapon ni Spade ang tanging bagay na nais niyang makuha. God, he's stupid. So stupid! Hindi na lang sana niya ipinaubaya si Crissa sa tarantadong iyon. Hindi na lang sana siya sumuko agad. Siguro'y hindi pa nasaktan ang dalaga. Siguro ngayon...

Hindi niya alam kung anong kakalabasan ni Crissa ngayon. Basta't ang alam niya, kaya niyang pasayahin ito noon. But after Spade, hindi na siya sigurado. He left a big hole in Crissa's heart that will be hard for Linus to fill.

Paano na?

Bumuntong hininga si Aniyah at napahimas sa sentido. "Something's off with Crissa, Linus. I can sense it. Please make this easy for her. This will be really hard kung mawawala pati ang suporta mo sa kanya."

"Hindi ako mawawala kay Crissa, Aniyah. Haven't I proven that many times before?"

Ngunit minata pa rin siya ng kapatid na tila hindi kumbinsido sa kanyang tinuran. "Iyong babaeng iyon... paano 'yon? Weren't you—"

"I already chose Crissa. What's the point of talking about it?"

"Liar. You chose Crissa dahil sanay ka kay Crissa. That woman makes you feel out of your comfort zone. She takes you out of your moral box, you idiot. That is why you chose my friend over that woman. So what happens when you decide you'd like to try and dip your feet on the wild side?"

Bahaw siyang tumawa at nailing saka naglakad patungo sa control ng hologram. "You've got one hell of an amazing imagination, sister. But I feel this has gone too far. I'll stay by Crissa's side forever. So goodbye for now. Rest. I'll see you next time." Pagkatapos ay namatay ang screen nang hindi nakakahabol ng sagot si Aniyah.

Buntong hininga na inilapag niya ang boteng hawak sa coffee table na naroon saka nagderetso sa *en-suite* ng kanyang silid upang maligo. When he immersed out of the bathroom, halos tumalon ang kanyang puso nang makita ang pamilyar na pigura na nakahiga sa kanyang malaking kama.

"Crissa…"

Nakatagilid ito sa kanyang gawi at mataman siyang tinititigan. Yakap-yakap nito ang isa niyang unan na halos tumatakip sa kabuuan ng mukha ng dalaga. If he hadn't known any better, he'd think she was smelling the pillow.

May ilang segundong nag-apuhap siya ng tamang sasabihin. Ngunit sa huli'y napalunok na lamang siya at napatitig kay Crissa.

"Dito ako matutulog. Kung okay lang sa 'yo…"

His heart raced at that declaration. Agad siyang tumango. "Sure. Sure…" ulit niya pagkatapos ay ilang na tumikhim. "Do you need anything else? Food? Kumain ka na ba?"

Tumango ang dalaga. "I just want to sleep. But first…" To his surprise, she held out a hand to him. "I want to—"

Natigilan si Linus. Whatever Crissa wanted, it didn't mattered anymore when they saw that green light glowing from her hand. Agad na napabalikwas ng bangon si Crissa at napatitig sa sariling kamay.

Lumulunok na lumapit si Linus sa kinauupuan ng dalaga at lumuhod sa sahig upang lumebel dito. He held her hand. It was shaking but warm. Too warm. Like… like a baby's warmth.

"K-Keithran… Keithran, I-I'm… I'm…"

Pregnant. That's what he thinks she's trying to say. Ngunit hindi na nito mabigkas pa ang salita dahil sa pagsinghap-singhap ng dalaga na para bang kinakapos ng hininga. Panic rose inside his chest. Tatayo na sana siya upang kumuha ng manggagamot nang biglang malukot ang mukha ni Crissa at humagulhol ito ng iyak.

Nagngalit ang ngipin ni Linus at may kung ilang beses niyang minura sa isipan si Arden. He did this to her. He made her cry. At ang pinakamasaklap sa lahat, iniwan nitong nagdadalantao si Crissa.

"Why am I being treated this way?!" hikbi ni Crissa habang tuloy-tuloy ang pag-agos ng luha sa hilam na nitong mukha. "Anong ginawa kong masama? Ha? Anong ginawa kong masama?! I always do the right thing! I try even when it's so hard sometimes! But why does it seem like I'm being punished for some sin I didn't know I committed? Whyyyy?!"

Hindi nakatiis si Linus at kinabig niya si Crissa sa kanyang bisig upang yakapin. He ran his hands along her back, trying his very best to comfort her. He'd take her pain away if he could. Pero hindi siya ang sanhi ng sakit na iyon kaya't wala siyang kapangyarihang pawiin iyon mula sa dalaga.

God, but this sucks!

"And now the baby... they'd punish my baby too! Ang baby ko na wala namang ibang ginawang masama kung hindi ang magkaroon lang ng mga magulang na kagaya namin ng hayop na lalaking 'yon! God, I hope he rot in hell! I hope he suffers ten times more than I do! I hope... I hope—"

"Sshh. Tahan na, Crissa. Enough of this. I'll take care of you. I'll take care of the pain. Just... give me your pain. I promise you, I'll do the rest."

Hindi niya alam kung ano sa mga sinabi niyang iyon ang tama. Ngunit nang yumakap pabalik sa kanya si Crissa at sa kanyang balikat nagpatuloy na umiyak, alam na niyang game over na si Arden.

He's gone from the palace. And Linus will make sure he'll be gone as well from Crissa's heart and mind in no time.

They don't need him anyway.

21st Blood

DOUBTS

Four Years Later...

Imaginian Autonomous Republic of the Philippines

"CRISSA, are you decent?"

Tiim-bagang na umirap si Crissa nang marinig ang pamilyar na tinig ng kanyang asawa sa labas ng pintuan ng kanilang silid. "Instead of asking me if I'm decent, try asking me if I want to let you in."

Hindi pa niya natatapos ang sinasabi'y bumubukas na ang pintuan. In goes Linus with a boquet of sunflower in his hand. Malaki ang ngiti nito na para bang hindi alintana ang pambungad niyang pamimilosopo.

"Hi, honey! Miss me?"

Napangiwi si Crissa at umaktong tila susuka. "Honey mo mukha mo, Keithran!" Inis siyang tumayo at inihagis sa lalaki ang librong binabasa. Hindi ito umilag kaya't tinamaan si Linus sa tagiliran. Sira na ang aklat nang lumapag iyon sa sahig. "We're in the middle of a funny divorce, I'm aware of that, but for God's sake!—ang mawala ng apat na buwan nang walang pasintabi sa akin o sa anak mo ay sobra na! Hindi na nakakatuwa 'yang pagka-iresponsable mo!"

Nawala ang ngiti ni Linus at pabuntong hiningang inilapag ang mga bulaklak sa paanan ng malaking kama.

"I'm sorry, if that's what you want to hear. I really am sorry, Crissa. Pero alam mo naman na… na hindi ko gusto itong mga nangyayari. I'm trying to be calm, I'm trying to think of a way so we could resolve all this!"

Pakiramdam ni Crissa ay umakyat sa ulo niya ang lahat ng dugo sa kanyang katawan. *God, this man! I can't believe him!*

"For your information, baka kasi nakakalimutan mo na ikaw ang may gawa ng gulong ito. If you were just a little bit discreet in your dealings with your mistress, edi sana wala tayo sa gitna ng gulong ito. Pero sa dinami-rami naman ng mga taong hahayaan mong makahuli sa 'yo, si Courtney pa! Tanga!"

She saw Linus flinched at that last bit. Nakaramdam siya ng kakaunting kirot sa dibdib nang mapagmasdan ang anyo ng binata. He looked really old so suddenly. And maybe he did feel a little like that these days.

Napabuntong hininga si Crissa. Parang kailan lang noong nagpakasal sila ni Linus para kay Dessa. For a moment there, she actually believed that the man still loved her despite everything. In a way, he probably do. But the old adage rang true to her ears: *once a cheater, always a cheater.*

It was summer last year. Lumabas sina Courtney at Kill mula sa palasyo para panandaliang dumalo sa school conference ng anak ng mga ito na si Midnight. It happened in a hotel the two owned. Ayon kay Courtney, nakita raw nito si Linus sa hotel basement, may kahalikang babae na mukhang hindi native Filipino ngunit nagtatagalog.

Short brown wavy hair, tanned skin and blue eyes. The same woman as before.

From then on, their marriage went downhill. Kung anong ikinaganda ng pagsasama nila sa naunang dalawang taon, siya rin namang ikinapanget niyon sa mga sumunod pa. It's like a can of worms went bursting wide in their faces. Lahat ng pagkakamali, lahat ng sakit bumalik.

Their divorce is on its last stage of finalization. Hawak na ni Aniyah ang papel noong isang linggo. And anyway, pareho lamang naman ang sasabihin ng mga papel na iyon. Sasabihin din no'n na ang kasal nila'y matagal nang patay at walang bisa. It ended as soon as it began.

As soon as Linus started denying his love for that woman, it's over.

Para kay Crissa, isa iyong telltale sign na may mali sa kanilang relasyon. Linus wasn't totally honest with his feelings. He kept all of those bottled up dahil ayaw nitong magkagulo silang muli.

Sa isang banda'y nauunawaan niya iyon. For all his flaws, her husband really loved Dessa as if she was his own child. He was scared to shake up the tiny little bubble he built around them so he kept on lying to himself.

Funny really because she spent years figuring out that woman's staying attraction to Linus. Now she thinks his mistress could be his mate, he just either didn't want to acknowledge it or... he probably don't know.

"I'm sorry," wika niya't tumalikod sa binata. "I didn't mean that."

Bahaw na tumawa si Linus. "Yes, you do."

Hindi siya sumagot. Hindi niya naman ipagkakaila iyon. Linus knows her, inside and out. Ano pa bang dapat niyang sabihin?

"My absence... is not intentional," pahayag nito na nakatawag ng kanyang atensyon. Binalikan niya ng tingin si Linus at nakita ang katotohanan sa mga mata nito. "I might have been with Veronica but for a different purpose altogether. And... she's getting married."

May lungkot sa mga mata ni Linus nang sabihin iyon kaya't agad na nakaramdam siya ng simpatya para sa binata. She loved him in a different way. And she cares kahit siguradong hindi ito maniniwala roon. But it makes her sad that he is sad.

Sana kahit isa man lang sa kanila ay sumaya, ayos na siya roon.

"To... to whom?"

He shrugged. "Why should I know? I refused to acknowledge her over and over again. Anong inaasahan kong gagawin niya?"

She tilted her head in slight amusement. At least ay alam naman pala ni Linus ang sarili nitong kamalian.

"Props to her for being so determined. There are people in this world who would rather be hurt once than go through the same pain time and time again, you know?"

Mataman siyang tinitigan ni Linus. Para bang nais nitong dugtungan iyon. She could imagine what he'd say. *Like you, you mean?*

Ah, well, definitely like her.

"Daddy! Daddy, you're here!"

Wala pang ilang segundong bumukas ang pintuan ay agad nang nasa bisig ni Linus si Dessa na nakakunyapit sa ama. "I missed you, Daddyyy!"

"Ah, Dessa... my precious baby girl. I missed you too. Kiss mo nga ako, anak."

Tumalima ang bata at agad na humalik sa pisngi ni Linus. Crissa sighed. Kung maaari lang sanang maibalik ang dating masaya nilang pamilya, she'd give everything to make that happen. Dessa's world would undergo a harsh change after the divorce.

She'd trade anything in this world that she owns just to stop that from happening.

"Baby girl," ngiti siyang lumapit sa anak at saglit na kinuha ito mula kay Linus. Dessa giddily kissed her cheeks. "Baby, I'll let you have your time with Daddy. Pero kapag tapos na kayo ni Daddy mag-usap, come find me so I can bathe you. Okay?"

"Okay, Mama! Love you!"

"Love you too, baby girl. Have fun!"

Matapos niyang ibalik si Dessa sa bisig ni Linus ay umakma na siyang lalabas ng silid. Napahinto lamang siya nang hawakan ng binata ang kanyang kamay.

Nagtaas siya ng kilay upang tanungin ito. For a moment there, Linus was so serious it reminded her of that certain time four years ago.

"Talk to Aniyah. What I found during my absence, you have to know about it. Talk to her."

Nais niya sanang itanong kung ano iyon ngunit pinagkasya na lamang niya ang sarili sa pagtango bilang tugon.

Agad na dumeretso siya sa throne hall. To her surprise, naroon sa mga upuan nito sina Courtney, Vina, at Cattleya. Only Cassidy was missing. Nakabukas din ang hologram screen at naroon si Aniyah na may hawak na tasa ng tsaa at sumisimsim sa inumin habang nakadekwatro.

"What a cosy afternoon you have there, my friend!" sarkastiko niyang bungad habang umaakyat sa elevated area. "Buti ka pa, ang dami mong time para mag-tsaa. Sana all."

Cattleya and Vina both snorted. Si Courtney naman ay umiling lamang na parang na-kornihan sa joke niya.

"Not everyone takes things seriously like you, Crissa. H'wag kang KJ. Kung gusto mo ng tsaa, mag-tsaa ka rin. Libre lang 'yan d'yan, the last time I checked."

She crinkled her nose at nagdekwatro rin sa upuan. "I'm more of a coffee person."

"Ah, suits your personality more, eh?"

"Guess I'll have to find a concubine like yours so I could be more of a tea person. What ya' think, Your Majesty?"

Tinitigan siya ni Aniyah at hindi nagsalita. That alone was a warning. She really didn't like her partner being dragged in any conversations. Napangisi si Crissa. Sino bang mag-aakalang magiging ganito ang kanilang reyna?

"Anyway… what's with the gathering in the middle of the day?" pag-iiba niya ng usapan.

Doon sumingit ang katabi niyang si Cattleya. "Dumating na si Linus, Crissa. Nagkita na ba kayo?"

"Nasa kwarto siya kasama si Dessa. Why?"

"He reported to me about his… uh… recent adventure with Veronica," sansala ni Aniyah na mukhang hindi ibig ang napasukang paksa. *I guess everybody's as uncomfortable about the impending divorce as I am.*

Lumingon siya kay Courtney at nadatnan itong pinipintahan ng nail polish ang kuko. Napangiwi siya. Except Courtney, that is.

"Ever heard of Itachus?"

Bumaling siya kay Aniyah na nakakunot ang noo. Napaisip siya dahil pamilyar ang pangalang iyon sa kanya. Hindi niya lamang maituro kung saan niya narinig iyon. "Familiar. What about it?"

"It's the four kingdoms surrounding Andruselia. They all call it Itachus. Kabilang sa mga kahariang iyon ang kaharian ni Veronica—ang Lykanta."

Napatuwid siya ng upo nang maalala ang kaharian. It was the kingdom nearest to the island of Nepenthe. It was… his kingdom.

Tumikhim si Crissa't tumango. "Right. I remember vaguely pero Lykanta lang. I'm not sure about the rest of the surrounding kingdoms. Anong meron sa Lykanta?"

"There's a council within Itachus. A representative for each kingdom. They were led to believe Gael was hiding in one of those kingdoms."

Nanlaki ang mga mata ni Crissa at agad na nanayo ang balahibo niya. The adrenaline rush started kicking through her system. Parang makinang nag-jumpstart ang kanyang utak.

"Back up a little, tell me everything."

"Some time three years ago, Lykanta's king was assassinated by a bunch of witches that they claim belonged to the kingdom of Miralith. Itinuring nila iyong paglabag sa kapayapaan ng Itachus kaya tinugis nila ang mga mangkukulam at manggagaway na involved. Turns out, the queen was the one behind it all.

"The next year, parehong napalitan ang hari ng Lykanta at reyna ng Miralith. Sa kasalukuyan ay tinutugis pa rin nila ang nagtaksil na reyna. But they have grounds to believe that Gael was either in Miralith or Lykanta, disguising as someone else and gathering resources for their army."

"This Miralith kingdom... are they isolated? Or no?"

"No," sagot ni Courtney na ibinaba ang brush ng nail polish at hinihipan ang kaliwang kamay. "Sa mga nakalap kong impormasyon, parte pa rin ng konseho ng Itachus ang bagong reyna ng Miralith. Same goes with Lykanta. But interestingly enough... ang kasalukuyang hari ng Lykanta ay hindi native sa kaharian nila. In fact, rumour has it he's from the colony."

Crissa chewed the inside of her cheek at saka tumango-tango. "So then let's find Gael and finish this crap once and for all. They can't come to Dreasiana, we'll come to him."

Tumango rin si Aniyah bilang pagsang-ayon. "Love that plan you have, dearest friend, but I doubt this. You know, pwedeng patibong ito para iwan ninyo ang palasyo. I don't trust that Veronica bitch. Tunog pangkontrabida ang pangalan niya."

Tumawa ng malakas si Cattleya. Nginiwian niya iyon. "God, seriously, Aniyah? Mga kailan ka pwedeng makausap ng matino?"

"Seryoso ako, Crissa. She's engaged to marry Lykanta's king and she goes to my brother with this?"

Tumikhim si Vina at tila nahihiyang nagtaas ng kamay. "Uh... technically, ang sabi ni Linus inutusan lang daw ng hari ng Carpathia at Lykanta si Veronica na sabihin sa kanya 'yong mga haka-haka nila dahil natatakot silang malaman ng Miralith na may gano'n silang hakbang."

"Same difference! Nilandi niya ang kapatid kong may asawa.

Would you trust someone who does that?"

Napairap si Crissa. "Yes, because that technically happened years ago. Her involving Linus in this Itachus problem is just months ago, Aniyah. Big difference!"

Pinandilatan siya ni Aniyah. "That Veronica bitch was the woman my brother cheated you with. A total of two times, Crissa. And that same woman will marry *the* king of Lykanta. Napakaswerte naman niya! She screwed your life for like a total of three times. And you'd trust her?"

"I don't completely trust her if that's what you want to hear. So what I plan to do is split the gang up. Linus, Kill, Seige, Cattleya, Courtney, Aleera, and Van will come with me. The rest will stay here to protect the palace. That good enough for you?"

"No, not unless you give her a nasty slap for screwing you up then yes, it'll be good enough for me. For the meantime, I mean."

Marahas siyang nagpakawala ng hininga. "Fine, mag-eeskandalo ako pagdating ko ro'n. Brand the woman as a complete slut. Okay na?"

Matagumpay na nangisi si Aniyah. Napailing si Crissa. Akala niya'y tapos na nang may pahabol ang bruha niyang reyna.

"And oh, before I forgot, finalized na ang divorce n'yo ni Linus. You're no longer man and wife."

Her mouth formed a big *O* at sa gulat ay napatayo siya mula sa kinauupuan. "Aniyah, you bitch! Bakit ngayon? Bakit ngayoooonnnn?!"

"Eh kailan ba?" natatawang anang reyna. "Dati madaling-madali ka. Kung kailan nand'yan na saka naman ayaw mo. Gulo mo, ah!"

Inis na napahilot siya sa sentido.

"God, I'll kill you! Don't announce this publicly yet. Hintayin mong matapos itong pagtungo namin sa Itachus ni Linus!"

"But why?"

"Anong why? Alam mo ba kung gaano kalaking kahihiyan at sampal sa akin ang magpakita sa mga taong sumira sa buhay ko ng wala man lang dalang kahit na anong shield at kahit na anong maipagyayabang? Goodness, is that brain of yours working o masyado ka nang nalunod d'yan sa napangasawa mo?"

Dinig sa buong throne hall ang lakas ng halakhak ni Aniyah. Courtney, Cattleya and Vina exchanged confused looks.

"LOOKS like a Harry Potter set to me," halos pabulong na komento ni Courtney makaraang makababa ng sasakyan at magpalinga-linga sa lugar.

"Harry Potter?" Linus echoed.

"You don't know Harry Potter? It was a film from the two thousands. They have sets that looks as eerily as this one. Trees. Gigantic walls. More trees. You know the likes?"

Crissa snorted and shook her head. "Didn't know you had it in you, Cooey. Harry Potter, huh?"

Pairap siyang binalingan ni Courtney. "It was famous at the time, you idiot! And it was for comparison purposes only!"

"Ah, love you being defensive, Court. Truly amuses the hell out of me everytime."

Sasagot pa sana si Courtney nang magpasya nang pumagitna si Cattleya sa kanilang usapan. "Tama na kayong dalawa, nagsisimula na naman kayo. Pabalik na sina Kill at Seige. Behave, kids."

Nginisian niya si Courtney na inambaan siya ng sapak. Mga ilang minuto lamang ay nakabalik na nga sina Kill at Seige na kasama si Aleera at ang isa pang hindi kilalang mukha. A man in black leather suit and black pants.

Looks like a vampire to her.

Kung bakit kasi iisa lang ang fashion sense ng mga bampirang ito, eh. Madali tuloy mapagkilanlan kahit hindi amuyin.

To her surprise, the guy bowed his head and placed his right fist on his left chest. "Maligayang pagdating, Kamahalan."

Cattleya cringed visibly at si Courtney ay muling napairap. Hindi pa rin kasi sanay ang mga ito na makatanggap ng ganoong pagbati. Whereas Crissa takes it as her due.

"Ako po si Ardo. Emisaryo ako ng mahal na haring Roman ng Carpathia. Ako po ang napag-utusang magdala sa inyo sa inyong pansamantalang tutuluyan."

Crissa eyed Kill beyond the man's shoulders. Ngumiti ito at tumango, senyales na nauna na ngang saliksikin ng kaibigan ang katotohanan sa sinasabi ng lalaki.

"If that's the case, let's not waste our time," aniya at lahat sila'y muling nagpulasan papasok sa mga sasakyang dala.

Nag-convoy sila patungo sa isang malaking bahay sa gitna ng mga kakahuyan. Sa nakikita niya sa paligid, may katotohanan nga yata ang sinasabi ni Courtney. Liblib na liblib sa mga puno at matatayog na pader ang lugar.

The Victorian house looked like it had been there for years. Nag-aaway ang brown at cream na kulay ng bahay. Ardo led them through the huge doors. Bumungad ang mga furnitures na may takip pa ng puting tela, senyal na matagal nang hindi ginagamit ang bahay.

"Ipinapaubaya ng haring Roman ang pagpili ng mga kwarto sa inyo. Malinis na ang buong bahay at handa nang okupahan ito. Kung may kailangan pa po kayo, may telepono sa kusina, maaari n'yo kaming matawagan doon."

Napangiwi ng lihim si Crissa. *Telephone. Very old school.*

"Uhm… where are we exactly?" takang tanong ni Cattleya sa lalaki. "I mean, what do you call this place? Carpathia?"

Ngiting umiling si Ardo. "Ang teritoryong ito ay pinagigitnaan ng Carpathia at Lykanta. Narito rin ang korte kung saan nagaganap ang pulong ng mga konseho. Mercury. Iyon ang tawag sa lugar na ito, Kamahalan."

"Mercury. Nice."

"So ang meeting na magaganap mamayang gabi…" sansala ni Crissa mayamaya. "This is between us, Carpathia, Lykanta… and who else?"

Sumeryoso ang anyo ng lalaki, batid marahil ang bigat sa kanyang naging tanong. "Sa ngayon, ang mga lobo at bampira lamang ang nag-uusap ukol sa isyung ito, Kamahalan. Ang miyembro ng konseho ng Carpathia at Lykanta ay makikibahagi sa usapin ngunit hindi ang Miralith."

"Because you suspect Gael is in Miralith," she supplemented.

"At dahil din minsan nang nagtaksil ang Miralith sa Itachus,

Kamahalan. Napagkasunduan ng lahat na mas makakabuting hindi na muna malaman ng Miralith ang aming mga suspetya."

Walang imik siyang tumango. Kapanabay naman ng pagwawakas ng usapan ay ang pagtunog ng phone ni Seige. She tuned that out dahil lumayo rin naman ang binata. She was about to tour the place around nang bumalik ito't harangin siya.

"Raphael has been calling you, Crissa."

She tilted his head at nagkunot ng noo. "Nasa kotse ang phone ko. What about?"

"Raphael said they have reasons to believe that Dessa came with us here. Nawawala raw siya sa palasyo."

Sa likod niya'y napamura ng malakas si Linus na marahil ay narinig ang iniulat ni Seige. Si Crissa nama'y nanlaki ang mga mata at agad na pumihit para balikan ang sasakyan sa labas ng bahay.

This can't be happening!

NAGPAKAWALA ng malalim na buntong hininga si Veronica bago pihitin ang seradura ng pintuan sa silid ng hari. Nang pumasok siya sa madilim na kwarto'y kumakabog na ang kanyang dibdib. Ewan ba niya pero sa dalas niyang gawin ito'y hindi pa rin siya nasasanay. Para pa ring may malaking batong nakadagan sa kanyang dibdib sa tuwing mailalagay siya sa presensya ng hari.

"Kamahalan? Nasa'n ka?"

Katahimikan ang sumagot sa kanyang tanong. Muli siyang huminga ng malalim at nagtuloy sa adjoined room na sa hula niya'y kinaroroonan ng hari.

Lo and behold, he was there.

Nakaupo ito sa itim na recliner at may hawak ng baso ng brandy sa isang kape. One of his finger is against his lips, rubbing it gently as if he was thinking hard. Dahan-dahan ang pag-aangat nito ng mga mata upang tignan siya. And even when he recognized her, nothing in his blank expression changed.

Spade Arden was a rogue werewolf when she found him at the outskirts of the island of Nepenthe. Kamamatay lamang noon ng dati nilang hari at unti-unti nang bumabagsak ang Lykanta sa kamay ng dating reyna ng Miralith. The women fled from the kingdom leaving the men behind to fight against the forces of the sorceresses and witches.

Long story short, nang makita sila ni Spade ay nag-alok ito ng tulong. Sumama ang binata sa labanan at dahil dito ay nabawi nilang muli ang Lykanta. Magaling makidigma si Spade. Mainit at tila may determinasyon. Tinanghal itong bayani ng mga lobo matapos ang digmaan. Hindi nagtagal, nagpasya ang mga nakatatandang gawing pinuno ng Lykanta si Spade.

And maybe because Veronica was the one who saw him first, siya rin ang unang nakagaanan nito ng loob. She became his confidante. His friend amongst a thousand faces. And now... she became his fiancèe.

Hanggang ngayon ay may hinanakit pa rin siya kay Spade dahil sa ginawa nitong pag-anunsyo sa kanya bilang napili nitong mapapangasawa. The council has urged him to choose an Alpha female to rule beside him. Spade wasn't so interested in women kaya nga siguro siya ang una nitong nabanggit.

But it broke her heart to know she wouldn't be free anymore for her one true love. Gabi-gabi, iniisip niya ang sitwasyon. Paano kung ma-realize ni Keithran na mahal siya nito pero nakatali na siya kay Spade? Paano na lang siya?

She couldn't bear to think this is happening. But it is. And she now have to live with that.

Hindi sa ayaw niya kay Spade. Because really, what's not to like? He's handsome. Brave. And he's... nice sometimes. Pero hindi si Spade ang mate niya. At alam niyang may ibang itinitibok din ang puso ni Spade.

The one woman he cried for every single night. The nameless woman from that colony he wouldn't even want to be mentioned.

Tumikhim si Veronica at tipid na ngumiti. "Nakahanda na ang sasakyan. Papunta na ang lahat sa Mercury's Court, Kamahalan."

Walang imik na ibinaba ni Spade ang baso sa coffee table sa tabi ng upuan nito, hindi nag-aalis ng tingin sa kanyang mukha. Hindi alam ni Veronica kung ganoon talaga si Spade but she had noticed he does that everytime he's in a conversation with anyone.

"Sino-sinong pinadala ng kolonya?" A pause. Then he asked, "Si

Linus lang?"

Umiling siya, feeling a bit of sting when he mentioned that name. "Three High Queens and some of their CFOs."

Something flickered in Spade's eyes na agad ding nawala. Tila nagtatalo ang isip nito sa susunod na sasabihin. Pero sa tingin niya'y hindi rin napigilan ng binata ang sumunod na itinanong.

"Crissa Fierce. Is she… one of them?"

Walang pag-aalinlangan siyang tumango. She'd know that name everywhere. Si Crissa Fierce lang naman kasi ang asawa ng kanyang katipan at ang ina ng anak nito.

Nalimutan ni Veronica ang itinatakbo ng isip nang makitang sinapo ni Spade ang dibdib at bahagyang napayuko. Napalunok siya, naalarma sa nakikita. His other hand clenched the arm of the recliner too hard. Bahagya ring nanginig ang mga labi nito at ang mga mata'y kuminang sa pagdadalamhati.

It was like a punch in the gut. Alam niya ang pakiramdam na iyon. It was hard to breathe, hard to talk. Para bang bigla niyang nakita ang sarili kay Spade. Mas matindi nga lang ang paghihinagpis. Mas malalim.

"Kamahalan… a-ayos ka lang ba?"

"S-she's here? Really here?"

Pinagmasdan siya ni Spade habang tumatango. His shirt crumpled beneath his fists. Pakiwari niya'y anumang oras ay iiyak na ito. But she was wrong. He regained himself in a matter of seconds. Kinuha nito ang natirang brandy sa baso at nilagok iyon ng tuloy-tuloy. Then he stood up and walked past her.

Spade's shoulder-length hair tied in a ponytail swayed as he walked briskly across the hall. Nag-convoy sila patungo sa Mercury's Court at nadatnang marami nang sasakyang nakaparada roon, including the one the king of Carpathia owns.

Pagbaba nila ni Spade ay agad na lumapit sa kanila ang isang taong-lobo na mula sa hanay na nakatalagang magbantay sa hari sa pagpupulong na ito. May hawak ang lalaki na isang puting lobo, may kaliitan at tsokolate ang mata. Agad na natunaw si Veronica. Napakacute ng lobo na iyon.

Ngunit agad ding napawi ang ngiti niya nang mapagtantong hindi galing sa Lykanta ang lobo.

"Kamahalan, nakita namin ito na pagala-gala sa malapit. Hindi namin alam kung saan nanggaling pero mukhang walang kakayahang magpalit ito ng anyo bilang tao."

And it looks eerily like a child wolf.

Akala ni Veronica'y iaabot sa kanya ang lobo kaya't malugod niya sana iyong tatanggapin. Ang gulat niya nang maunang kunin iyon ni Spade sa bisig ng kanilang tauhan. With wide eyes she turned to watch him. He had this look of adoration in his face that Veronica never saw before. He lifted the small wolf, smiled endearingly na para bang nakakausap nito ang lobong iyon.

Smiling, Spade turned to the man and clutched the wolf closer against his chest. "I'll take her with me to the court. Thank you."

Hindi na nakapagprotesta pa si Veronica nang magtuloy si Spade sa korte. He was brushing the wolf's feathers as if he was so fond of the animal. Nahihibang na nga yata itong si Spade.

Pagpasok sa malawak na bulwagan ay agad na napalingon ang mga naroon nang taga-Carpathia. Pareho sila ni Spade na napahintong saglit at sinipat ang hilera ng upuan na dapat ay ookupahin ng mga taga-kolonya ngunit nang mga panahong iyon ay wala pang kahit na isang nakaupo roon.

They settled into their seats. Ang lobo ay inilapag ni Spade sa ibaba at binulungang huwag itong aalis doon. For a moment there, he looked so cute.

All of them waited a few minutes more bago sa wakas ay pumasok ang unang High Queen sa pintuan. That was Cattleya Gray being flanked by her mate and husband and Aleera Teves. Kasunod nito ay si Courtney na pinagigitnaan ni Kill Schneider at ng isa pang taong-lobo. Nang pumasok ang huling pareha ay nagtayuan ang lahat at sabay-sabay na yumukod.

Piniit ni Veronica ang sarili na gayahin ang ginagawa ng mga konseho. But she saw Roman and Spade didn't even wriggled on their seats. Napabuntong hininga siya.

Pinanood niya sina Keithran at Crissa Fierce kasama ang iba pang dugong-bughaw na okupahin ang nakalaang silya para sa kanila. High tension immediately engulfed the room. Looking at Crissa Fierce was a heady sensation. Para bang kumikinang ito sa paningin niya. The woman exudes too much power it was like a massive head trip. Pakiramdam nga niya, maging ang pagtitig dito'y isang mortal na kasalanan kapag nahuli siya.

Nakakainis naman kasi. Bakit ba hindi na lang ibang babae ang napakasalan ni Keithran? Someone that isn't Crissa Fierce. Because as much as Veronica wants to, she couldn't compete with her. She's too beautiful. Too powerful. Too intelligent. Too everything!

Napapitlag siya nang magkasabayang bumaling sa gawi nila sina Keithran at Crissa. Spade was looking at Roman then ngunit tila naramdaman nito ang tensyon ay hinanap nito ang pinanggalingan niyon.

Napatayo si Keithran. Kumabog ang dibdib ni Veronica at sinalakay siya ng kaba sa pag-aakalang gagawa ng eksena ang lalaki roon. But she too felt excited and overwhelmed. Would he finally fight for her? Would he finally do it?

"Dessa... baby girl!"

Napanganga si Veronica. Sinundan niya ang tingin ni Keithran at nakitang tumatakbo na ang puting lobo na galing sa paanan nila ni Spade. Spade too jumped on his feet nang makitang sinalubong ng mag-asawa ang lobo. And before both of them can touch it, the wolf changed into its human form.

She watched Crissa took off her cloak and immediately wrapped it around the female child bago pa man maging ganap ang transpormasyon nito. Dinaluhong ng bata ng yakap si Keithran na yumakap din ng mahigpit dito.

Dessa... Dessa was the name of their daughter. She remembers now!

"Daddy! Daddy!" humahagikhik na inulan ng halik ng bata ang pisngi ni Keithran.

They all heard him exhale. "God, baby girl, you made us so worried. Don't do that again. Promise me!"

Nasapo ni Veronica ang dibdib. She felt too much pain at that moment. Pakiramdam niya'y sinasaksak siya ng paulit-ulit habang pinanonood na magtaas ng kamay ang bata at humalik muli sa ama nito. That could've been her child. Her child with Keithran. If only...

if only Crissa Fierce doesn't exist.

Tumalikod si Keithran at tumungo nang muli sa upuan nito habang kalong si Dessa. Nakita niyang pumihit na rin si Crissa ngunit isang hakbang pa lamang ay lumingon ito sa kanila ni Spade. She first looked at Spade with no expression in her face but nodded acknowledgingly, she guessed it served as a silent thank you for keeping the wolf. Titingin sana si Veronica upang suriin ang ekspresyon ni Spade ngunit napako ang paningin niya kay Crissa nang sa kanya naman ito bumaling at biglang ngumisi saka pumihit patalikod.

Nanayo ang kanyang balahibo. God, that grin. It scared her and at the same time, insulted her. Pakiramdam niya'y bukas na bukas din ay ipapapatay na siya ng reyna.

Lord, what had she done wrong except love the man the queen was married with?

DEAD END

"HINDI n'yo naisip na baka maaaring binibitag lang kayo nina Gael? Na baka hindi sa Miralith kung hindi sa Carpathia talaga o kaya'y sa Lykanta," hinuha ni Linus na tinanguan ng karamihan.

Roman, the king of Carpathia, exhaled. "We've thought about it. Pero simple lang naman ang posible nilang magiging habol, eh. Ang mga manggagaway at mangkukulam. What do they need the vampires and the wolves for, Your Highness? They need the witches because they need the magic to strengthen their ranks against you."

"So then why couldn't you just talk to the queen of Miralith instead? Device a plan to shoo the bastards out or something?"

Umiling ang isang kawani sa gawi ng Lykanta. "Sa ngayon ay hindi maaaring mapagkatiwalaan ang Miralith. Puno ang miyembro ng konseho nila ng mga tapat na tagapaglingkod ng dating reyna. Nakasisiguro ako na anumang maging usapan namin sa kasalukuyang reyna ay lalabas din at mababatid nila."

"That's why we sent for you to help us device that plan you want," the familiar voice said. "We're a hundred percent sure something's going on with Miralith. And it's something involving Dreasiana."

Sa puntong iyon pumihit paharap si Dessa na nasa kandungan niya. Agad na ginawaran niya ng ngiti ang anak nang hawakan nito ang kanyang mukha at lumapit upang halikan siya sa labi. In a way, it made a perfect excuse not to look at that man's face. But this room is just so full of his scent it's making Crissa crazy.

God, but it should be illegal! His changes are massive. Like… like out of this world massive! He'd become bulkier. His facial features a bit edgier than before. Maging ang tinig nito'y mas lumalim. Isa lang yata ang hindi nagbago kay Spade. His hair.

Inis na kinurot niya ang sarili sa ilalim ng mesa. Alam na niyang isang pagkakamali ang pagsama rito nang makapasok sila ni Linus sa bulwagan. Her ex-husband is no use to her too. He's too busy ogling his mistress he couldn't even concentrate properly on the meeting at hand.

Note to self, Crissa: uuwi ka mamayang gaga ka!

"What do you think, Crissa?"

Napatingin siya kay Kill nang banggitin nito ang kanyang pangalan. She smiled sarcastically at him when she realized it was intentional. Nasa kanya na ang lahat ng atensyon dahil doon.

She forced herself to remember the conversation. Ah, they were talking about plans.

Iniayos niya ng upo si Dessa at binalingan ang lahat ng nasa kanyang harapan. New faces but similar circumstances, she thought.

"We're infiltrating Miralith. Carpathia and Lykanta's army combined is enough to secure the whole kingdom down, basing on the numbers Veronica relayed to us beforehand. We'll make sure all exits and entrances to the kingdom is locked down para madaling hanapin ang mga dagang naglalaro sa teritoryo ng mga aso't pusa.

"Roman can give me the ins and outs of the Itachus then we'll device blue prints of the strategy we'll use. For the meantime, let's make sure our presence isn't known to anyone else that isn't in this room or this will all blow up in our faces."

"Paano ang mga sibilyang manggagaway at mangkukulam?" singit na tanong ni Veronica. "H-hindi naman natin sila idadamay, hindi ba? Maybe evacuate them first or—"

Napatigil sa sinasabi ang babae nang ngitian niya ito. Crissa was amused by the way she immediately shook if she even saw her smile. "If we're met with resistance, it means something is really up with them. So we kill them. That simple."

Napasinghap ang babae na lalo niyang ikinangisi. Pasimple siyang bumaling kay Linus na naghihilot ng sentido sa kanyang tabi. This game between her, her ex-husband and his mistress is fun. But unfortunately, she couldn't play this game with that man around. Especially with Dessa here. Baka kung ano pang bomba ang sumabog sa mukha nila pare-pareho, sa huli'y hindi niya pa mapreserba ang kanyang dignidad.

"If we're devicing strategies, I think it's best to have Spade in our group," wika ni Roman na ikinapanting ng kanyang tenga. "He knows a lot about secret passages in Miralith. At isa pa, magiging malaking tulong din kung naroon siya para magabayan niya tayo. And I think it's also best to do this under Lykanta's territory. They are the farthest from Miralith and wolves have good sense of smells."

Sa isip-isip niya, kahit naman nasa malapit na si Gael ay hindi pa rin maaamoy ng mga lobo ito. Pointless.

"In that case, Linus, Kill, and Seige will be with you."

Tatayo na sana siya nang humabol pa ng tanong si Roman sa nalilitong tinig. "You won't... join us?"

Nagkibit siya ng balikat. "They can handle this. I need to go back to Dreasiana tonight, I'm sorry."

"But this is absurd!" sa gulat niya'y sigaw bigla ni Veronica na tumawag ng atensyon ng lahat. "He was your brother, isn't he? That man? 'Tapos hahayaan mo lang ang asawa't tauhan mo na tumapos ng problemang ito samantalang sa 'yo naman nag-ugat ito!"

Dumilim ang anyo niya't muling nagpanting ang tenga. Tiim-bagang siyang tumingin kay Linus na napatayo't napamura. He was glaring daggers at Veronica too but Crissa didn't care. Kung may isang tao man ang may kakayahang magsabi ng kanyang nakalipas sa ibang tao, between Linus and Spade, that would be Linus.

"Please vacate this room, everyone. Kami na muna, please!" naulinagan niyang wika ni Linus.

Everyone bowed out including their guys. Ibinigay niya si Dessa kay Courtney na kusa namang sumama at lumabas din kasama ng karamihan. The only people left there with her are Linus, Veronica and Spade.

Piit ang inis na tumayo siya't lumigid upang harapin ang kinatatayuan ng babae. Almost immediately, she backed away. Nanlalaki ang mga mata nito at tutop ang bibig at dibdib.

"I see you still haven't learned the first thing about marriages, Veronica." Then she stole a glance at Spade na mataman lamang nakatitig sa kanya. Hindi ito gumagalaw sa kinatatayuan ngunit kita niya ang pagkaalarma sa tindig nito. "So this is my wedding advice to you. Let your husband do your dirty laundry. It would really make your life better, you know."

"Y-you're unbelievable..."

"Crissa, tama na," may langkap ng pakiusap ang paghawak ni

Linus sa kanyang kamay. "Let's not do this here, honey, please."

"Oh, let's do this here, hon! 'Tis should be fun especially now that I'm heading back to the palace and I won't be able to catch you doing God knows what when my back is turned! So let's out this now or we'll never get a chance to do this again."

"Wala kaming ginagawang masama ni Keithran!"

Tumaas ang kanyang kilay at napatawa siya ng wala sa oras. It was such an honest lie it was funny. "First: love that you're calling him Keithran. Did he also tell you I used to call him that when we were enjoying our first relationship before you entered the scene? Second: what do you constitute a bad deed, Veronica? So I guess having sex with a married man isn't something bad to you, eh?"

Nakita niyang agad na namula ang babae at lumipat ang tingin kay Linus. Pagkatapos ay kay Spade na hindi pa rin gumagalaw sa posisyon nito. He looked like a statue there, holding his fort as if it would explode if he didn't do that.

Ngising sinundan niya ang tinitignan ni Veronica. Wala naman talaga siyang balak kausapin ang lalaking iyon. Pero ngayong nag-iigting ang galit sa kanyang puso at pakiramdam niya'y sasabog na ang ulo niya sa dami ng emosyong nararamdaman, hindi niya kinayang hindi maisali ang binata sa komprontasyong iyon.

After all, isn't he Veronica's fiancè?

"Spade," she called with a tint of derision mixed with amusement at how his whole expression flickered when she mentioned his name. "Help your soon-to-be queen. She's having a real hard time defending herself. Baka ikaw ang makasagot ng mga tanong ko. After all, you're pretty skilled with making bad look good."

"Shit, Crissa. For God's sake!" malakas na pagmumura ni Linus na hinihila na siya ng paulit-ulit. But she won't budge as she watches Spade slowly places his one foot forward as if to try to walk. "Tama na 'to! This has gone far enough!"

Inis na bumaling siya kay Linus at ibinalibag ang kamay nitong nakahawak sa kanya. "Ayaw mo pala ng ganitong gulo de sana hindi mo na hinarap sa akin 'yang babae mo! You're—"

Whatever insults she was trying to hurl at Linus became lost when she felt that familiar warmth engulfed her whole body. Nahigit niya ang hininga at parang lahat ng wires sa kanyang utak ay nag-short circuit.

May bumikig sa kanyang lalamunan nang mapagtanto kung sino ang mahigpit na nakayakap sa kanya. Ni hindi man lang niya namalayan. Spade was embracing her so tight she could feel the pressure in her ribs.

Noon niya sinimulang itulak ang binata. A whimper escaped from his lips and it sounded like it was torn from a wounded animal.

"Lumayo ka sa akin! Lumayo ka sa akin, Spade!"

That was when she heard him cry out. Sa isang tulak niya'y nabuwal ito sa sahig. Tiim-bagang na sinulyapan niya ang tahimik nitong pagluha bago kagyat na pumihit patalikod upang lumabas na sa bulwagan. But Spade instantly caught her legs. Doon naman kumunyapit ang binata, mahigpit na mahigpit habang patuloy sa pag-iyak.

He cried like a baby. At naiinis siya. Naiinis siya dahil parang pinipira-piraso niyon ang kanyang puso. For all her years alive, she'd never heard someone cry like that. It was like hearing the sound that comes from the depths of hell.

"God, I hope he rot in hell! I hope he suffers ten times more than I do!"

Mariing napapikit si Crissa. She said that. Four years ago, when she was in too much pain, she remembered she said that.

Matalim ang titig na ibinaling niya kay Linus ngunit bago pa man makita nito iyon ay pilit na ring itinutulak ng kanyang dating asawa si Spade. Hindi inaasahan ni Crissa na bibitaw si Spade pero nang gawin nga iyon ng binata para lamang masapak si Linus ay agad siyang tumakbo patungo sa pinto.

Hawak na niya ang bakal na hawakan. Nakaawang na iyon ng kaunti nang biglang-bigla ay itulak iyon ng isang kamay mula sa likuran. Then that same hand wrapped around her chest while the other slid around her stomach.

Ramdam niya ang pisngi ni Spade na nababasa ng luha sa kanyang kaliwang leeg. He isn't saying anything but she could feel him begging.

Nangilid ang luha sa kanyang mga mata. The back of her throat burned. Napasigaw siya't napamura dahil sa nararamdamang magkakahalong emosyon. At isa lang ang taong nakaya niyang sisihin nang mga oras na iyon.

"Linus, you worthless piece of jerk!"

Mas lalong hinigpitan ni Spade ang yakap nito sa kanya. He's desperately trying to make a room for himself in her neck na hindi nito namalayan nang sikuin niya ng malakas ang tagiliran nito. Nang mabitawan siya ni Spade ay agad niyang sinundan iyon ng malakas na sapak sa mukha. From the scream that errupted from Veronica, she could tell she packed a heavy punch.

Nagdugo ang bibig at ilong ni Spade at muntikan itong muling mabuwal sa sahig. Pero walang imik na tumuwid ng tayo ang binata at muling nagtangkang bumalik upang yakapin siya.

She kicked him in the stomach. Hard. Napaatras si Spade at napaubo ng sunod-sunod ngunit hindi pa rin ito natinag. He looked at her, begging, then tried to approach her again as if nothing happened.

Napagtanto ni Crissa na ang lakas palang makapanghina ang sakit sa pusong nararamdaman niya. She did the same thing over and over again but when Spade kept trying to embrace her despite the beatings he received, it made her weak everytime.

Out from under her belt, she retrieved a golden dagger. Muli niyang narinig ang pagsinghap ni Veronica nang itutok niya iyon kay Spade, hoping to discourage him from approaching her. Ngunit tumingin lamang ito ng saglit sa patalim at muli na namang ika-ikang naglakad upang yakapin siya.

Hindi niya ibinaba ang patalim kahit pa nang dumikit na iyon sa kasuotan ni Spade. Ni hindi nito alintana iyon. Basta na lamang siya nitong niyakap ng mahigpit. Sa takot niyang tuluyang bumaon iyon sa dibdib ng binata'y agad niyang binitawan ang hawak. It fell between their feet, kapanabay ng pagbaon ni Spade ng mukha nito sa kanyang leeg.

No words. Still no words. But he cried so much she could swear she feels her whole arm becoming drenched with his tears. He heaved deep breaths na para bang hirap na hirap itong huminga. Ang buong katawan ay nanginginig ng malala.

Kinagat ni Crissa ang labi at kinastigo ang kanyang sarili.

Nararamdaman na niya ang mga sariling luha. Nasa dulo na ito ng kanyang mata at malapit na malapit nang tumulo. She forced herself to remember what he'd done. But in the face of his disposition, it suddenly felt so trivial. It didn't hurt the way it hurt her before. Pakiwari nga niya'y mas nasasaktan siyang makitang nagkaganito si Spade.

"Love…"

Natigilan siya nang marinig ang bulong na iyon. The voice was cracked, shaken.

"Please… love… stop the hurt…"

And something finally broke inside her. Ang pinipiit na luha ay sunod-sunod nang tumulo.

"Hindi ko na kaya, Crissa… Hindi ko na kaya, mahal ko… Tama na… Ayoko na… tama na…"

Hindi niya nauunawaan lahat ng nais iparating ni Spade sa kanyang isipan. But it felt like an omen for her. A sign. She felt it was over of something. The end.

Spade was her dead end.

24th Blood
A KING IN LOVE

"**N**O MARRIAGE. Cancel it. I'm also vacating my post immediately after the colony fixes the problem with Miralith."

Napuno ng bulong-bulungan ang pasilyo na dinadaanan ni Spade patungo sa kanyang sariling silid. Ang mga kawani ng konseho kasama si Veronica ay patuloy lamang sa pagsunod sa kanya. They were pointing at his wounds which began healing hours ago. Ang kaunting naroon ay paniguradong mawawala na rin kapagdaka.

Ito marahil ang isa sa mga okasyong ipinagpapasalamat niyang hindi na siya nakakarinig. At least, hindi niya naririnig ang mga sinasabi ng mga ito sa kanyang likuran. The cries for him to stop whatever he's planning to do. The pleading. The endless debate over who would be his successor.

He didn't care. He stopped caring about everything else when he saw Crissa again.

Naghuhubad na siya ng suot na pantaas nang pumasok si Veronica at tumayo sa kanyang harapan. Lihim siyang humahanga sa determinasyon ng dalaga at sa tapang nito sa mga ganitong pagkakataon. If it was any other person, she'd have been dead.

But maybe being mates with a prince demilord really requires such bravado.

"H'wag mong itapon ang pinaghirapan mo para sa isang babaeng may asawa't anak, Spade. Please!"

And not to mention intelligent too. Wala siyang sinasabi kay Veronica tungkol kay Crissa ngunit nakuha kaagad nito ang nangyayari. But then Spade didn't think it would take a genius to figure out what's going on.

Tipid siyang ngumiti. "I tried to help Lykanta with the best of my ability, Veronica. I've done my job. I need to leave now."

"At anong gagawin mo? Susundan mo si Crissa Fierce? Spade, naman... I know how you feel, trust me. P-pero... pero baka masaktan ka lang. No—scratch that. Masasaktan ka, Spade. Masasaktan ka."

May kung ilang segundong tinitigan niya si Veronica ngunit mayamaya rin ay walang imik siyang dumeretso sa adjoining room. Sumalubong kaagad sa kanyang pang-amoy ang pamilyar na pabangong gamit ni Crissa. It wasn't enough compensation but it gives him hope—or ressurect whatever's left of it anyway. Tinungo niya ang recliner at naupo roon. He rested his head against its back. Pinagmasdan niya ang hubad na kisame ng silid. It was black. Empty. Like him.

Mayamaya'y awtomatikong gumawi ang kanyang kamay sa kanyang kwintas. He fingered it, felt the fine depth of the engraved letters underneath the pendant. Malinaw pa sa kanyang alaala ang mga nakasulat doon. *When the sun rises in the west and sets in the east, only then, my love, will we end.* It was signed, 'C.F.'

Crissa Fierce, his beloved.

Gumuhit ang ngiti sa kanyang labi at ipinikit niya ang kanyang mga mata. He could see her there in all her magnificent beauty. Her wavy black hair, her thin red lips he so longed to kiss. Kabisado niya ang hulma ng katawan ng dalaga. Ang makinis nitong balat. Her never ending legs he'd like to get lost into.

Love... are you listening to this? Do you hear me? Read my mind?

Lumunok si Spade. Mariin niyang kinagat ang labi upang supilin ang panginginig niyon. Para bang may malaking bato ang bumikig sa kanyang lalamunan at puso. He wanted to know so bad if Crissa was listening to his thoughts. And knowing she might not... it breaks something within him. Nag-iinit ang gilid ng kanyang mga matang nakapikit, lumilingid ang mga luhang akala niya'y ubos na.

The sun hasn't risen in the west yet, love. Do you hear this? Please read my thoughts. Go through them. Go through the last four years of my memories, Crissa. Please just... give me something to hold onto.

A semblance of sanity. A little ray of sunshine in his dark world. Si Crissa lamang ang may kakayahang makapagbigay sa kanya niyon. The will to live. To breathe.

But she isn't there, is she? Lumipas ang apat na taon ngunit kahit kailan ay hindi niya naramdaman sa kanyang isipan si Crissa. He still bears her mark but many times he wondered if it still works. O baka sadyang wala nang interes pa si Crissa na alamin ang kanyang iniisip, ang kanyang ginagawa.

And, God, that hurts! It hurts so much he feels like he's bleeding to death with so much pain.

Naramdaman ni Spade ang likidong tumakas mula sa mga sarado niyang mata. His free hand immediately went to cover his eyes.

Four years. Four long years. Half of it was spent wallowing with so much pain. The other half, he immersed himself in the tiring chore of ressurecting a dying kingdom. He would appear strong. Relentless in his duty. Never tiring. But the nights. God, the nights...

It was his own brand of hell. The cold nights with just his memories of Crissa, that was torture. Lalaki siya, hari, pero hindi niya ikakailang iniiyakan niya iyon gabi-gabi. There was never a time he didn't begged for her to respond to him in his thoughts. Kahit sana isang beses lamang sa apat na taon, he'd be able to live peacefully. But she never did anything.

At marahil isa sa mga rason na iyon si Linus. The bastard who couldn't keep his hands to himself. Kilala ni Spade si Crissa. Hindi nito magagawang magtaksil sa asawa. Her morality was never an issue and maybe that's why she would die first bago ito gumawa ng isang bagay na makakaapekto sa pagsasama nila ni Linus.

But things are different now. Wala na sila ni Linus. It had been over the moment the bastard touched another woman.

And you married me first, love. Your promises are mine first. If I have to go crawling back to you, I'd do it. On my knees, everytime, Crissa.

Kasalanan niya kung bakit nangyayari ang lahat ng ito. Kung bakit nasa ganito silang sitwasyon. So he'd be the one to fix it. Kahit sa anumang paraan.

You want me to forgive them, love? I do. I did! Pinapatawad ko na silang lahat kahit ang hirap-hirap gawin. But please, mahal, make it worth my pain! Make all of this worth it...

There was a strange reverence in the way Spade sat up and wiped his tears. Tumayo siya, lumabas sa adjoining room. Hindi na siya nagulat nang makita si Veronica na nagliligpit ng kanyang gamit.

"Spade..."

Hindi niya pinansin ang dalaga at sa halip ay binuksan niya ang closet upang kumuha ng komportableng pang-itaas. He chose the black polo shirt saka iyon madaling-madaling isinuot. Paglabas sa closet ay saka niya hinila sa balikat si Veronica at pinaupo sa kama. The woman was stunned. Nanlalaki ang mga mata nitong nakatitig sa mukha niyang walang ekspresyon.

"S-Spade... M-may problema ba?"

Dama niya sa kamay ang pagpintig ng puso nito. It was racing hard.

"May pabor akong hihingin sa 'yo."

"A-anong pabor?"

"Linus Keithran. Get him away from Crissa." Nakita niyang nanlaki lalo ang mga mata ni Veronica. Lihim niyang ipinagkibit ng balikat iyon. "You did it once without anyone telling you to do so, Veronica. I'm sure you can do it again. Make him choose you."

Kumunot ang noo ng babae roon. "I've tried for like the nth time, Spade, at si Crissa pa rin ang pinili niya."

"Try again. Try hundreds of times until he's irrevocably yours. Consider this as payment to me for saving your life and your kingdom. Do it fast, Veronica. Or I'll be forced to resort to my last option."

"W-what's your last option?"

Napangisi siya nang hindi sadya. "Killing him."

MATAMAN ang pagtitig ni Crissa sa kalatas na hawak ni Cattleya at Seige. Sinusuri pa rin nila iyon na para bang naroon ang lahat ng sagot sa kanilang katanungan. At siguro nga, tama sila. Tama ang suhestyon ni Linus na ipakita ang aktwal na propesiya sa mga ito. But they've been there for hours, hanggang ngayon ay clueless pa rin silang lahat sa dapat na gawin.

Pabuntong hininga siyang tumayo na nakatawag ng atensyon ng lahat. "I'm calling it a day. Ayoko nang mag-feeling matalino."

"Ay grabe siya!" komento ni Cattleya na binitawan ang hawak. "At least may konti naman kaming nai-contribute, noh! Nakuha namin na ang Black Beasts nga ang tinutukoy. Na may poprotektahan silang mga imortal na uupo sa trono. Something like that..."

HEARTRUINER

"Wala kang sinabi na hindi ko pa nade-deduce, Cattleya. Alam ko na 'yan. Walang bago."

"The first verse seemed confusing," sabad ni Courtney na lukot ang mukha sa pag-iisip. "History ba ito ng Dreasiana kaya hindi ko maisip kung para saan iyong pagbibilang niya kung ilang beses nabuksan ang kahon?"

Bago pa man siya makasagot ay umiling-iling na si Linus. "Sa tingin ko'y walang kinalaman ang kasaysayan sa propesiya. Mas malapit siya sa isang analohiya. Hindi ko lang maituro kung anong ibig sabihin ng kahon."

"Pandora's box," she answered that earned a chorus of ooh's and ahh's among the group. "Ever heard of that? Binuksan ni Pandora ang kahon na naglalaman ng mga panget na bagay sa mundo. Galit, lungkot, hinagpis, sakit, digmaan... I don't know how it would connect pero iyon lang ang malapit na analogy sa propesiya."

"Hindi literal na kahon?" suhestyon ni Seige na inilingan siya. "Paano kung literal iyon na kahon? Iniisip lang natin na isang analohiya ang binabanggit pero hindi naman talaga."

Napahawak sa kanyang leeg si Crissa at minasahe ang likuran niyon. "I don't know. But I'll rest for the meantime. Kayo nang bahala r'yan. If you find out something, tell me immediately."

Nagtanguan ang mga naroon. She tried to steal a glance at Linus ngunit hindi pa rin nakakatingin ng deretso sa kanya ang binata.

Mabigat ang loob na umalis siya sa east wing ng Victorian house at binaybay ang kasalungat niyong parte kung saan naroon ang kanyang silid. Saglit siyang dumaan sa silid ni Dessa na kasalungat lamang ng kanya. Itse-tsek lamang sana niya ang anak nang makaramdam siya ng kakatwang presensya sa paligid.

Tahimik niyang inayos ang kumot ni Dessa saka humalik sa noo nito't umalis na sa silid. Her room was dark when she opened it. Saka lamang niya binuksan ang ilaw niyon makaraang mai-lock ang pintuan.

Hindi na niya kailangan pang tumingin sa bintana para kumpirmahing may nakaupo nga roon. Kilala niya ang halimuyak ni Spade kahit saan. It was engraved in her memory. Minsan, kapag hinahayaan niya ang sariling mag-isip, naaalala niya ang amoy nito.

Sometimes, it was as if he was there with her.

Deretso siya sa maliit na cabinet para kumuha ng pantulog. She started to get dressed as if no one was there watching her despite the feeling of being burned through the back. When she finished, binuksan niya ang ilaw sa lampshade na katabi ng kama at pinatay muli ang puting ilaw. She climbed to the bed at hinila ang kumot para matakpan ang kanyang kabuuan.

Ilang minuto pa lamang ang lumilipas matapos niyang pumikit nang maramdaman niya ang paglubog ng kama sa kabilang gilid. Hindi siya gumalaw, hinintay lamang niya ang susunod nitong gagawin.

She wasn't worried about Spade's state of mind. Si Linus, si Kill, si Seige... sila, oo. Pero siya? Spade was perfectly in full control of his faculties. Kaya't nang umangat ang kumot, dumausdos paloob doon ang isang mainit na katawan at magkasabay na gumapang ang kamay nito paikot sa kanyang baywang—sa ilalim at sa ibabaw—hindi na siya nagtaka.

Spade had to be dragged away from her by a handful of men na naabutan ang tagpo nila kanina. Linus had been knocked out, she realized later on, kaya't hindi rin ito nakasaklolo. Spade must have caught him unguarded or he'd grown stronger since the last time she saw him.

Nawaglit ni Crissa ang iniisip nang maramdaman niya ang pisngi ni Spade sa kanyang pisngi. He turned his head slightly, his lips almost touching her skin.

"I'm vacating the throne, love. The wedding won't push through anymore."

Hindi siya sumagot but she was visibly shocked. Now she doubts if he was really in full control of his faculties. Because really, who the hell would vacate his throne just like that?

"It was good I couldn't hear them. Maybe they think I've gone crazy after the stunt I pulled earlier."

Nilunok ni Crissa ang bikig sa lalamunan niya. Ngunit hindi iyon natanggal at sa halip ay nadagdagan pa nga ng pamilyar na init. Spade took her left hand and intertwined it with his. Ganoon din ang ginawa nito sa isang kamay. She could feel him trying to intertwine his legs with hers underneath the sheets.

"It felt... nice helping them. I admit I enjoyed being here. But I never felt like I really belonged there. Do you know that feeling, Crissa? I may have hated the palace... but I felt more comfortable being there than here. Do you think that made sense?"

Hindi siya sumagot but Spade acted as if he received one. Tumawa ito ng mahina at lalo pang isiniksik ang mukha sa kanya. "I miss our bed, love. Our room. You think we can get it back once we're in the palace again or does someone occupies it now? Perhaps Kill? Or Rain? Or Seige?"

Mariin siyang napapikit nang marinig na banggitin nito ang pangalan ng mga kaibigang dating kinamumuhian. There was a certain softness in his voice. Tila may langkap ng kung ano. Wistfulness, perhaps?

He chuckled again. "Pwede naman natin siguro silang kausapin. We can switch rooms with them. Si Dessa ba... does she usually sleep alone?"

Her breathing hitched at hindi na niya napigilang hindi gumalaw para sana harapin si Spade. But his hold on his tightened at ang mga hita nitong nakaangkla sa kanya ay humigpit.

"Spade..."

She tried again. This time he let her but she could still feel his limbs getting ready to restrain her sa oras na matapos ang kanyang pag-ikot paharap.

He was smiling now. Ang kanang braso nito ay nasa ilalim ng kanyang ulo at nagsisilbing unan habang ang kaliwa naman ay nakapaikot muli sa kanyang baywang. Ibinagsak ni Spade ang ulo at pinakatitigan lamang siya na tila minememorya ang kanyang mukha.

"Love... did you know I was here? Or this was just some kind of a co-incidence?"

Muli'y hindi siya sumagot. Pero sa pagkakataong iyon, hindi siya sumagot dahil hindi siya makasagot. She was just realizing that in a way, may parte siya sa nangyari. If Spade was like this, that meant he wanted to come back to her at some point during the previous years. When exactly he made that decision, she'll never know. Pero huli na ang lahat nang mga oras na iyon. Kasal na siya kay Linus. At noong maaari naman niyang ipawalang bisa iyon, hindi pa rin sumagi sa isip niyang ibaba ang kanyang pride at gumawa ng komunikasyon sa pagitan nila ni Spade.

O baka naman hindi iyon pride. Baka takot. Baka imbis na pagmamataas, takot pala ang nanaig sa kanyang puso.

Natatawang suminghot si Spade at lumunok. Crissa found that annoying. Walang nakakatawa sa sitwasyon nilang dalawa ngayon.

"Kahit kailan... sa apat na taon... hindi mo binisita ang isip ko. Though I didn't expect you would. I find it comforting though, love. Talking to you through our mind link. Telling you what happened to my day. Telling you how poorly I did during political talks or how I was intensely annoyed by those women who tries to make a pass at me."

Kung alam mo lang kung gaano ako kahina, Spade... you'd probably spend this night laughing on the floor.

"If you didn't know I was here, that explained why you came with them. But if you do know..." muling natawa si Spade. May kung anong kumurot sa kanyang puso sa ekspresyon nito. He was so full of hope it hurts. "If you knew and you still came out here, pwede ba akong magpanggap na ako ang ipinunta mo rito? To see me? To perhaps bring me back to the palace?"

Nilunok niya ang luhang nakaambang tumulo. Pero para bang may sariling utak ang kanyang kamay, umangat ito't humaplos sa pisngi ni Spade. A whimper escaped from him and he immediately leaned against her hand.

"Babalik naman talaga ako, love. Bumalik ako... Bumalik ako kasi hindi ko naman talaga kailangang lumayo. Kasi kaya ko silang patawarin kung ang kapalit no'n ay ikaw. Kaso..."

Crissa didn't need him to finish. Kinabig niya ang mukha ni Spade at kumintil ng marahang halik sa nanginginig na labing nagpupumilit na ngumiti. Pagkatapos ay mahigpit niyang niyakap ang binata. She heard him laugh against her chest. He laughed like something's so funny to him.

Pero sa kabila niyon, unti-unti niyang nararamdaman ang tela ng kanyang damit na nababasa. And it broke her heart into tiny pieces again.

"I took too long, didn't I, love? I left it too long…"

She wanted to say no. Dahil iyon ang totoo. Hindi nahuli si Spade. Nainip lang siya. Natakot na baka mawalan ng karapatan si Dessa sa pangalan at sa trono niya. It was so trivial but it made a huge impact on her life.

And Spade too…

"Crissa? It hurts again, love. Do you think you can…?"

"Make it better…?" she supplied through mind link.

Ramdam niyang biglang naestatwa si Spade sa kanyang yakap. And then later he howled in mixed joy and pain. Alam niyang may mga nakarinig doon ngunit hindi na nagawa pang mag-alala ni Crissa. She was too busy crying and raining kisses on his cheeks and shoulder.

He was wrong. So wrong. Hindi man niya alam ang lahat-lahat ngunit nakasubaybay siya kay Spade. During her bouts with her weakness, she'd surrender to her urge. Sisilip siya sa isipan ng binata nang hindi nito nararamdaman. Minsan, mapagkakasya na niya ang sarili sa pag-alam kung nasaan ito.

There was never a time that her love for Spade ceased, napagtanto na niya iyon noon pa. Ayaw niyang aminin dahil natatakot siya. Pero ang takot ay walang-wala sa sakit na makitang halos mawala na sa katinuan ang kanyang minamahal. Spade was so strong. God, but she loved him more for being so strong throughout those years.

If only everything happened differently…

25th Blood
MIRALITH

"**S**HAMELESS asshole. That's what I'm going to call your ex-husband starting today."

Naiiling siyang tumawa sa naging komento ni Courtney nang marahil ay nakita rin nito ang nakita niya. It was either nagiging pabaya si Linus o sadyang matalas lamang talaga ang pakiramdam ng asawa ni Kill sa mga ganitong bagay.

"Let him have his fun. He kind of deserves it."

Maang na tumingin sa kanya si Courtney. "Crissa... alam kong sira ulo ka't may sayad sa utak pero ngayon lang ako nakarinig ng babae na sinasabing masaya siyang may kabit 'yong asawa niya."

"Ex-husband, Courtney."

"Sure."

"And may I remind you also, he married me within a week of finding out I was pregnant with Dessa. Just because I was scared shitless the Elders wouldn't acknowledge my daughter as my legitimate child. Hindi ba dapat maging maluwag tayo ng konti kay Linus? He did sacrificed a lot, you know? Mainly, sex."

Courtney cringed at that. Mukhang ayaw nitong malaman ang estado ng sex life ni Linus—o ang kawalan niyon sa loob ng apat na taon. "Fine then. But much as I hate Arden, I'm more of his fan now than that asshole prince who just couldn't decide who he really wanted. Hobby yata n'yang ex mo na mamangka sa dalawang ilog."

Crissa snorted. Napailing na lamang siya at walang imik na iniwanan ang yamot na si Courtney sa hallway.

Hindi niya kabisado ang daan sa loob ng palasyo ng Lykanta ngunit malinaw na malinaw sa kanyang pang-amoy ang pinaghalong halimuyak ni Dessa at Spade. Iyon ang dahilan kung paano siya humantong sa isang silid malayo sa conference hall na ginamit na lugar para sa kanilang pagpupulong.

Binuksan niya ang pintuan. Bumungad sa kanya ang binata na nakaluhod sa tabi ng kama at tahimik na pinagmamasdan ang nahihimbing na batang babae sa kama.

She stilled. Inaatake ng pamilyar niyang pabango ang kanyang ilong. Nagpalinga-linga siya. It came from what it looks like an adjoining room. Saglit siyang napaisip. But when she realized what that meant, pakiramdam niya'y nanghina ang kanyang tuhod.

How Spade must have loved her...

"She... doesn't really like me, love."

Napukaw siya mula sa pag-iisip nang marinig ang tinig ni Spade. He was still by the bed, stroking Dessa's cheek. Unti-nti niyang nilapitan ang binata. Nang marating niya ang tabi nito'y tumayo si Spade saka nakangiting humarap sa kanya.

But there was sadness in that smile. A bit of regret and a tinge of jealousy.

"She's really fond of Linus, isn't she, love?"

Despite herself, she chuckled. "Don't let her fool you, wolfie. She's good at that. H'wag mong masyadong intindihin. Dessa is still a child, she couldn't have known how much this hurts you."

Muling pinilit ni Spade na ngumiti pagkatapos ay mahigpit na yumakap sa kanya. He buried his face into her neck. "Kaya ko, mahal. Just as long as I get this in return. It's all worth it."

Hinaplos niya ang likuran ni Spade, sinubukang iparating kahit sa ganoong paraan man lamang ang paghingi niya ng tawad.

"Wolfie... aren't you scared?"

"Of what?" he asked out loud.

"I'm so sorry, love. Alam ko kung anong mga pinagdaanan mo noon. And I promised to be gentle in handling you. But I seemed to conveniently forget that when I broke your heart. Bakit... Hindi ka ba natatakot na mangyari uli 'yon? Na baka... masaktan ulit kita?"

Kasi siya, takot na siya. Ayaw na niyang magkasakitan silang pareho ni Spade. Ayaw na rin niyang malayo sa binata. But even until now he didn't know she was already divorced. He thinks he's the other man. He thinks these were just stolen moments.

"Mahal ko... mas nakakatakot 'yong mabuhay ng wala ka. Mas nakakatakot mabuhay na hindi mo alam kung hanggang saan ka na lang. I used to live like that, Crissa. When I went back and..." A pause. At para bang may sumundot sa puso niya nang hindi magawang ituloy ni Spade ang sasabihin. "Everyday I pretended I am a puppet. I'd face the day with an empty smile. But in a crowd of people, I was the joke. And it hurts every time, Crissa, because I couldn't be with you.

"Hindi ko naman ipagkakailang naubos ako, eh. Naubos ako, sumuko ako ng pansamantala. Pero no'ng malayo ako sa 'yo, noon ko na-realize na... kahit ubos na ubos na ako, lalaban ako para sa 'yo. Kahit wala nang matira sa akin, lalaban pa rin ako para makabalik sa tabi mo. In any form, in any guise, I promised myself I'll be there. I know I once told you I can't bear it if you act like nothing happened between us. But if push comes to shove and that was the only way I could see you, I'd bear it. For you."

Oh, God...

Nilunok niya ang sakit na bumibikig sa kanyang lalamunan. Magsasalita pa sana siya, lilinawin na sana ang estado ng pagsasama nia ni Linus nang marinig niya ang pamilyar na yabag na iyon. Naramdaman din marahil ni Spade ang panibagong presensya kaya't kahit na ayaw nito ay bumitaw ang binata sa kanya't nagtungo sa kabilang gilid ng kama.

He smiled at her as if nothing happened. Ni hindi ito gumalaw para tignan kung sinong nagbukas ng pintuan. He just looked at her so lovingly.

"Crissa. Spade," wika ng tinig ni Kill na siyang pumasok sa nakaawang na pintuan. "I'm sorry, can we talk to Spade?"

Taas ang kilay na bumaling siya sa kapapasok na binata. "We? Who's we?"

"Me and Seige. We'd like to... you know... try to mend fences and all that shit men do when they've wasted like five years of their adult lives trying to hate each other."

Napangiwi siya sa pagkasarkastiko ni Kill. Bumaling siya kay Spade na noo'y itinatali na ang nakalugay nitong buhok. He must have read Kill's words dahil lumapit ito sa kanya matapos ng ginagawa at humalik sa kanyang pisngi.

"I'll be back, love. What would you want to eat? Ipaghahanda kita."

She smiled and touched his face in adoration. Her man is just so thoughtful. "Surprise me, love. Ikaw na ang bahala."

He nodded. Matapos ang isa pang masuyong halik sa labi ay tumalikod ito't ipinamulsa ang mga kamay sa suot ni jeans saka naglakad patungo sa pintuan.

"Kill," she called warningly nang akmang tatalikod na rin si Kill para umalis. "If I see one bruise on Spade, I'd fucking kill you and Seige both."

Sa inis niya'y tinawanan lamang siya ng kaibigan. "No offense but you've probably done more damage to him the other night than we could ever do given the circumstances."

Tiim-bagang na inambaan niya ng sapatos si Kill. Tumawa lamang ito na lalong nagpainsulto sa kanya.

"AT YOUR cue, Your Highness. We're ready to go in."

Matamang tinitigan ni Crissa ang malawak na battle field sa harapan nila. She could see nothing but wolves, vampires, witches, and sorcerers trying to chase each other between the burning fire.

Tama nga sina Roman at Spade. May presensya sa Miralith na kakaiba at malakas. Iba ito sa amoy at awra ng mga manggagaway at mangkukulam. This is much stronger. Ethereal and raw.

Like Gael.

Mula sa pulang apoy sa kanyang harapan ay ibinaba niya ang tingin sa kulay abong lobo na sinasakyan niya ngayon. Hindi niya alam kung dahil iyon sa tagal niyang hindi nakita si Spade but his wolf certainly grew bigger! Even alongside Seige's huge black wolf, her mate's wolf looks intimidating enough.

"Love... they're near the palace," wika ng tinig ni Spade sa kanyang isipan.

Bumaling siya sa kanyang kaliwa. Nadatnan niyang umuusal pa rin ng kung anong mga salita si Cattleya habang nakasakay sa lobo ni Seige. Her hands are clasped together so tightly. Tiim-bagang na bumaling siya ng tingin sa harapan.

They needed to make sure the witches and the sorcerers are incapable of releasing spells that would endanger the wolves and the vampires in the area. Kaya't simula pa nang dumating sila sa borders ng Miralith ay umuusal na ng incantations si Cattleya para tanggalin ng kakayahan ang mga mangkukulam at manggagaway na hindi kaagad masusupil ng mga bampira't lobo.

Pabuntong hiningang yumuko siya't yumakap sa leeg ni Spade. Lovingly, she kissed his thick smooth fur. Noon siya nagsarado ng mga mata't tahimik lamang na pinakinggan ang ingay na nanggagaling sa malayo.

Screams of battle, the sound the fire makes. It's exhausting. But it's weird because at the same time, it gives her a certain kind of thrill.

However, right now, she just wanted to be with Spade. Matagal na siyang hindi nakaranas ng ganito. Peace. With nothing churning on her mind but the urge to kiss him and cuddle in bed with him. She likes the peace that comes with being with Spade. He makes her whole world quiet.

"What do you want to do when we get to the palace, wolfie?"

Crissa heard the silent chuckle in her mind. Para bang hindi na nagulat si Spade sa kanyang tanong. *"Get married... if that's possible. Then we go hole up in bed."*

Lihim siyang napangiti. *"Okay. We'll do that as soon as we land in the palace."*

"Crissa, I'm done. We can go in," anunsyong bigla ni Cattleya na nagpatuwid sa kanya ng upo. Wala na ring tsansa pa si Spade na sagutin iyon dahil nauna nang umabante sina Roman kasama si Kill at Courtney papasok sa sentro ng Miralith.

The smell of blood and fire assaulted her nose. Nagtuloy-tuloy ang kanilang hukbo hanggang sa palasyo ng Miralith kung saan naroon na ang grupo nina Linus at Veronica at bihag na ang reyna ng Miralith kasama ang mga konseho nito na tila hindi nauunawaan ang nangyayari.

Bumaba siya mula kay Spade. In an instant ay nakapagpalit ng anyo ang dalawa at agad na naabutan ng isusuot. As her mate got dressed, Crissa went to the elevated platform to greet the queen and her cronies.

"Ano ba ito? Roman! Anong nangyayari? Bakit kailangan ninyong gawin sa amin ang bagay na ito?"

Roman looked to her para saluhin ito. She tried to smile at the queen and even curtsied out of respect. "I'm sorry, Queen Rashka. You're housing a traitor of the colony and we needed to perform a surprise attack so you won't unwillingly trigger them to flee."

Accusing eyes were darted beyond her shoulders. Naramdaman niya ang presensya ni Spade doon. "Kailan pa nagkaroon ng alyansa ang Itachus sa kolonya? We don't answer to anyone!"

Her lips thinned. Sa lahat ng ayaw niya ay iyong harap-harapan siyang binabastos. Pero bago pa man siya makapagsalita ay nauna nang mangibabaw ang kalmadong tinig ni Spade.

"I believe it to be our moral duty to surrender a fugitive of any kingdom, Rashka. Hindi ba para sa kapayapaan naman ang nais isulong ng Itachus? Kapayapaan at pagkakaisa para sa lahat ng lahi. And we are honor-bound to fulfill that through uniting with the colony if the situation calls for it."

Napatingin si Crissa kay Linus. Umiling ang prinsipe na parang sinasabihan siyang huwag nang pumatol. Lihim siyang napabuntong hininga. This would be much easier if Linus' family didn't sullied Miralith's name years ago.

Huli na nang malaman niyang sa Miralith nanggaling ang katipan ng kapatid na panganay ni Linus. Dreasiana branded her as a fugitive for years when she tried to escape the engagement with Hector Hailsworth. Hence, dragging Miralith's name along. Kaya pala may motibo rin ang kahariang ito na ikanlong sina Gael. They all wanted to bring the colony down.

And that's for one purpose only: revenge.

"Crissa, we've set all parameters on lockdown," singit ng tinig ni Kill mula sa likuran. "We have men on all borders. We're awaiting for your next instruction."

Ginawaran niya ng huling tingin ang reyna na nakaupo sa yantok nitong trono bago kinuha ang kamay ni Spade at tuluyan nang bumaba sa platform.

"Linus, Roman, and Veronica with their designated groups will stay here to guard the palace. Kill and Courtney, you'll be in charge with the remaining witches and sorcerers that is resisting the infiltration. Cattleya and Seige, scour the southern and eastern part of the kingdom for Gael. Spade and I will take the northern and the western part."

A series of yeses filled the palace. Sabay-sabay silang nagpulasan paalis doon at patungo sa mga nakatalagang pwesto't gawain.

Ang hilagang bahagi ng kaharian ay nakikitaan pa ng ilaw dahil na rin sa apoy na sinilaban ni Cattleya sa kalagitnaan niyon. But even then, she could feel a strange vibrations within the area. At habang palayo sila ng palayo sa palasyo't sa ibang tao, lalong lumalakas iyon.

Crissa was sure he was here. Ngunit halos libutin na nila ni Spade ang hilaga at kanlurang bahagi ng Miralith, hindi pa rin nagpapakita si Gael. She wondered if he was becoming scared of her already. Noong una'y kampante pa siyang saka lamang magpapakita ang kanyang kapatid kapag na-isolate na siya sa iba. Now she wasn't so sure about her brother's bravado.

Pabuntong hiningang tumigil si Crissa sa paglalakad. They have scoured this particular spot already. Nakita na niya ang nag-iisang sulo na iyon sa gitna ng habilog na semento na pinalilibutan ng mga punong-kahoy. That means bumalik lamang sila sa dating nilalakaran.

"Love…"

Hawak pa rin ni Spade ang kanyang kamay. She smiled at him and squeezed his hand. "Maybe we should go back, wolfie. Let's give my brother some time to find his balls."

Nakita niya ang gwapong pagngisi ni Spade. Napangisi rin siya ngunit sa ibang kadahilanan.

Someone laughed so loud she thinks even Spade would feel the vibration of that laugh. Mula sa kung saan ay lumanding sa tabi ng sulo ang isang lalaking nakaitim. Spade's eyes sharpened and he turned around just as Crissa straightened her stance.

"Ah, sister! You never fail to amuse me. You still got that wits with you, huh?"

Tipid siyang napangiti. Aaminin niyang malaki nga ang ipinagbago ni Gael. His soft eyes now turned into calculating ones. His dark hair, now a dash of brown and gold. Maging ang mukha nito'y tumanda't nagbago.

Malalim ang hiningang kanyang pinakawalan. Her heart hurt at that moment. At marahil ay nararamdaman iyon ni Spade kaya't pinisil nito ang kanyang kamay. It gave her strength eventhough she was still a bit unsure if she could do this.

But in the end, she had to. Wala siyang pagpipilian doon.

"Brother."

26th Blood
BROTHERHOOD

CRISSA didn't know what it was. Maybe it's the chillness of the night. Maybe it's the coldness of her hand being gripped tight by Spade's. Or maybe… it was the way Gael's eyes look. Cold. Calculating.

Unremorseful.

"I've almost forgotten the reason why I hate the Hailsworths. Now that I see you, dear sister, I'm being reminded yet again of the things that family stole from me."

Hindi na nagulat si Crissa roon. Gael still believes all of the Hailsworth stole something from him. Na hindi naman totoo at hindi naman dapat. Walang ipinamalas sina Aniyah kay Gael kundi kabutihan at pag-unawa. Pero parang wala lamang ang lahat ng iyon sa kapatid niyang uhaw sa paghihiganti.

"They did not stole me from you. You lost me all by yourself, Gael. At least absolve them of this one time."

Tumawa si Gael at nagsimulang magpalakad-lakad sa sariling pwesto. But Crissa knew he wouldn't dare go an inch to where she stand with Spade.

"Ah, Crissa. You are so loyal to those assholes it's hilarious!"

Napabuntong hininga siya. "If this is your way of insulting me, it's not working. Mas naaawa pa ako sa 'yo kung tutuusin."

"Awa? That's gracious coming from you. Noong trinaydor mo kami ni Kronos at pinili mo ang mga Hailsworth, nakaramdam ka ba no'n? Hindi naman, 'di ba?"

"Hindi kita trinaydor, Gael!" Crissa gritted. Akma siyang aalpas mula sa likuran ni Spade ngunit pinilit ng binata na panatilihin siya roon. "Ang tanging kasalanan ko lang ay nagmahal ako ng isang taong hindi mo gusto! And I've paid greatly for that! I said sorry time and time again! Pero wala kang pinakinggan. Itinuring mo akong parang may nakakadiring sakit dahil lang nagmahal ako ng isang Hailsworth!"

"And you didn't stopped with just that, did you? You befriended a Hailsworth. You even went and took care of all her dirty laundries just to be what? A Duchess? A High Queen?"

"Lahat ng ginawa ko para kay Aniyah, hindi ko hiningan ng kapalit! I didn't do all of that for power! I did all of it because I know she was right to fight for it! Sa lahat ng taong kinamuhian mo, Gael, si Aniyah ang walang kasalanan dito! When I met her, she was the purest of them all! And yet you felt you had to kill her! For what exactly? For having Keros' blood in her veins?"

"Precisely!"

"But what did she do to you that justifies your hatred, Gael? I want to understand you! What exactly is it that you hate about the Hailsworths?"

Gael stopped in the middle. He opened his arms wide as if to gesture everything around them. "This! This exactly, Crissa! Nakikita mo ba ito? They ruined this kingdom in a snap! Para rin silang si Keros! Kayang-kaya nilang sumira ng isang buhay nang hindi kumukurap! Wala silang ipinagkaiba sa hayop na sumira ng buhay nating dalawa! Kaya bakit hindi ko sila kamumuhian? Bakit hindi mo sila kamumuhian?"

Naestatwa si Crissa sa kinatatayuan at tila nanghina.

What was she expecting? That somehow he'd change his mind? Na baka ngayon ay kaya na niyang pawiin ang galit sa puso ni Gael. Pero hindi niya alam na kahit kakaunti ay may pag-asa pa rin pala sa kanyang puso. And maybe they're right when they said that hope is the last one to die.

Dahil hanggang ngayon, ayaw pa ring sukuan ng kanyang puso ang kauna-unahang tao na nagparamdam sa kanya ng pagmamahal at pagkalinga.

"Crissa… step away a little, mahal ko," pabulong na wika ni Spade na tumawag sa kanyang atensyon at pumigil sa luhang nagbabadyang bumukal mula sa kanyang mga mata. "You need to maintain distance away from him so I can protect you."

Nahigit niya ang hininga at tila may kirot na dumaan sa kanyang dibdib. Hindi alam ni Crissa kung naririnig ni Spade ang usapan nila ni Gael. He was facing her brother so he must have been only able to read Gael's words and not hers.

But she realized at that moment, Spade is the most important person in her life right now. Spade and Dessa. At kailangan niyang protektahan sila laban sa banta ni Gael. Kung hindi siya magpapakatatag ngayon, kung hindi niya magagawang tapusin ang kanyang kapatid ngayon, mananatiling may banta sa kanyang buhay at sa buhay ng kanyang mga minamahal.

Because she knows Gael real well. Walang kinikilalang kapatid o kakampi ito kapag paghihiganti ang pinag-uusapan. He'd kill her without even blinking. He'd kill her without feeling anything but satisfaction after it is done.

"Ah, the lycan king. You sure know how to pick your men, don't you, Crissa? You like a little similarity with that werewolf demilord Hailsworth prince when it comes to your boy toys."

Crissa gritted her teeth at that insult. Mas lalo siyang nainis nang maramdamang nanigas din sa kinatatayuan si Spade. Damn Gael! Wala man lang itong konsiderasyon sa pinagdaanan nila ni Spade!

Hell, why am I expecting too much from this asshole?

Dinig niya ang mabigat na pagbuntong hininga ni Spade. Mayamaya'y binitawan nito ang kanyang kamay. It alarmed her for a bit until he turned slightly to her and smiled. "Stay here. I'll take care of him. Don't come near us, love. Please…"

Lumunok si Crissa, tumango ng isang beses. It was all Spade needed. He stepped away from the edge. Unti-unti at maingat itong lumapit kay Gael. She could see her brother grinning as he waited for her mate.

And then everything that happened next was a blur.

Bago pa man makatapak si Spade sa personal na espasyo ni Gael, mabilis na nadaklot ng huli ang kwelyo ng suot na damit ng binata at inihagis ito sa sementong palapag. The ground shook and shattered. Lumubog si Spade sa gitna ng nasirang semento.

Napasinghap si Crissa. Akma na siyang susugod doon para sana daluhan na ang katipan nang makita niyang parang wala lamang na tumayo ito mula roon at dinaluhong mula sa likuran si Gael. His left hand went around her brother's neck, his right on top of his head. Ang isang tuhod nito'y nakatukod sa kaliwang balikat ni Gael at buong lakas na hinahatak ni Spade ang ulo ng kanyang kapatid.

Nanlaki ang mga mata niya sa napapanood. *He'd grown so much stronger. Whatever Spade did within the four years we were apart, he'd grown so much stronger than the last time I saw him. Para bang kayang-kaya na niyang tapatan ang kuya Gael...*

But that's impossible. Even she wasn't sure she could face Gael head on. Kaya siya may takot sa kanyang puso dahil alam niya sa sariling lahat ng kanyang mga galaw ay makikita't makikita ng kapatid niya. Becuase he was her teacher. Her mentor. Dito nanggaling ang lahat ng kanyang kaalaman sa pakikipaglaban.

And maybe that was why Spade volunteered to take care of Gael. Because then Gael wouldn't know how Spade fights. He doesn't know a thing about Spade.

It was a typical werewolf versus vampire fight. Mabibilis ang galaw ng dalawa. Mabilis na nasasanggi ng isa't-isa ang mga pinapakawalang suntok at sipa. There were times Spade would have the chance to repeat his attempt at decapitating Gael's head. Ngunit mabilis ding nababaliktad ng huli ang mga galaw ni Spade.

If her mate would continue to go for Gael's head instead of his heart, pakiramdam ni Crissa'y manganganib si Spade.

"Your king boy toy is strong, Crissa, gotta admit that!" tumatawang sigaw ni Gael upang marahil ay umabot sa kanyang pandinig. "But he's as strong as he is also delusional. He thinks he can have my head? Oh, dear, where'd you pick this boy up, sis?"

Sa ilalim ng suot na kapuisa, kinapa niya sa kanyang baywang ang nakasuksok na metal. Katabi niyon ay ang mga gintong palaso na nakuha niyang baunin mula sa palasyo. There were only ten of them. Hindi siya sigurado kung sasapat iyon kay Gael. But anything is better than close hand to hand combat with her brother.

Doon siya matatalo nito, nakasisiguro siya. She need to maintain her distance. Damage him from afar.

Hinugot niya ang metal mula sa sinturong nakakabit sa kanyang baywang. Pinindot niya ang buton sa gitna at mabilis na naging pana ang metal. She gripped the weapon. Ang mga mata niya'y pirming nakasunod sa dalawang lalaki.

Spade would not shift into his wolf. She predicted that. Sa palagay niya, kung gaano kalakas ang anyong lobo ni Spade, triple niyon ang lakas at bilis ng anyong tao nito. She didn't know what he did to achieve that. But Spade stood a greater chance with Gael than her at this moment.

"Love, make room for me. I'll incapacitate Gael a bit," Crissa instructed Spade through mind link.

Kapanabay ng malalim na paghinga, kumuha siya ng gintong palaso at inangat ang pana na hawak-hawak sa kanan niyang kamay. She loaded the bow and pointed it straight ahead.

Patuloy sa pagsasalpukan ang dalawa. Hindi niya magawang bitiwan ang palaso dahil nasa line of vision pa rin si Spade at nag-aalala siyang mabilis na mabaliktad ni Gael ang sitwasyon at posisyon at ang binata ang matamaan imbis na ang orihinal niyang target. But it was like Spade knew what to do.

Nagpatama ito ng sipa sa sikmura, causing him to be tossed far away from the battleground. Napangisi si Crissa at walang kaanu-anong binitawan ang palaso. She watched as it travelled the distance from her to Gael who turned around to face her. Bago nito makumpleto ang pagpihit, bumaon na ang palaso sa puso ng kanyang kapatid.

His face mirrored surprise as he raised his head to look at her. Tiim-bagang na ibinaba ni Crissa ang pana at bumalik sa dating tindig. Nakita niyang umubo na ng dugo si Gael. She almost closed her eyes to avoid seeing the black blood gushing from his chest and mouth. Ngunit napag-igting lamang ang yamot niya nang tila wala lamang na tumawa si Gael at saka hinatak ang gintong palaso mula sa dibdib nito.

Napangiwi si Crissa. She cursed him in his mind. She knew that would worsen his wound. Sa paghila nito ng pana ay lalo lamang napinsala ang organ na tinamaan niyon kay Gael. What more, the poison in the arrow would spread much faster now that the arrow was no longer in place to serve as a stopper. Ang sugat ay hindi rin maghihilom. *Stupid dimwit!*

Tumawa ng tumawa si Gael. It was as if he couldn't help himself. He laughed as he threw the golden arrow in the ground and spit off the blood from his mouth.

"Ah, sis, you're breaking my heart. If you want to fight me, at least have the decency to step away from your safe zone. I didn't taught you to be a coward, Crissa."

She remained on her ground. And she'd gladly remain there until Gael is killed kung hindi lamang niya narinig ang mahinang angil na iyon.

Napatingin siya sa kung saan napadpad si Spade matapos nitong tumalsik dahil sa tadyak ni Gael. Kumabog ang kanyang puso nang makitang nakaluhod na ito at sapo-sapo ang ulo.

"Spade…"

The cold breeze froze her into place. Nakaamoy siya ng pamilyar na halimuyak na hindi niya maunawaan kung saan nanggagaling. It was as if someone else is a round. Circling the oval, trying to spook all of them.

Tumingin siya kay Gael. Tawa lamang ito ng tawa habang nakatingin sa kanya at kay Spade. Halos mabuwal na nga ito sa sahig dahil sa pagtawa.

"Kuya, you crazy asshole! What did you do?"

"Who, me?" sabay turo nito sa sarili at saka humagalpak muli ng tawa. "Why don't you ask your boy toy? Ah, seriously, Crissa. Where'd you pick that wolf up? Seems like you and Kronos have the same taste for men."

Namilog ang mga mata niya. Tarantang hinanap niya sa isip si Cattleya. *"Cattleya, get here! I need you here! Kronos' stellar is around, I need you to take him down fast!"*

Wala siyang duda na ang may kagagawan niyon kay Spade ay si Kronos. She couldn't forget the time that she thought Spade was hearing voices when they first met. And all the things he said before… hindi na maganda ang kutob niya.

"Ako ang nagbayad para maging masaya sila!"

"I hear voices in my head every damn time, Crissa, and that is truly some fucked up shit because I'm deaf!"

"I sold my soul and morality so I could live!"

Wala sa sariling nabitawan ni Crissa ang hawak na pana at nanghihinang napaupo. She could see Gael quietly walking towards her. Ngunit wala siyang ibang naririnig kung hindi ang tinig ni Spade sa kanyang isipan at ang pagsigaw nito sa sakit dahil sa kung anumang nangyayari rito ngayon.

And her heart broke repeatedly nang magpumilit itong gumalaw mula sa pwesto kahit na may iniindang sakit. Hinarang ni Spade si Gael nang nasa kalagitnaan na ito. He was weak from the unknown pain but he still tried to stop her brother from approaching her.

"Burn, fire, burn, fire…"

Napasinghap si Crissa't napatayo. Nasa kaliwang bahagi si Cattleya, ang mga kamay nito ay nakainat sa gawi nina Gael at Spade. Umihip ang malakas na hangin. Napasigaw bigla si Spade at napaluhod.

"Cattleya, he's here. He's here, he's here somewhere!"

Ngunit hindi siya pinansin ng katabi. Cattleya continued to recite incantations, switching from English to Latin. *"Ambustum, ignis… Incendat tacitas… et qui sedet in animam viventem Incendat tacitas…* burn, fire… burn bright… let the soul that dwells among the living burn bright…"

Yumuko siya para pulutin ang pana na nabitawan niya kanina. Gael looked confused. Palinga-linga ito na tila may hinahanap. Lalong lumalakas ang hangin. And Crissa could swear she heard an anguish scream from the distance.

Noon niya itinutok ang pana kay Gael at muling humugot sa kanyang mga palaso. He looked lost and worried. He was swaying on his feet, the blood from the gaping hole in his chest continues to gush. Sa tabi niya'y sumisigaw na si Cattleya, pinauulit-ulit ang inkantasyon.

"Burn, fire… burn bright! Let the soul that dwells among the living burn bright!"

At doon sa kanyang harapan, lumitaw ng bigla ang isang malaking apoy. May ilang segundong naghugis tao iyon bago tuluyang mahipan ng malakas na hangin.

And then silence reigned. Ang tanging ingay lamang na naririnig niya ay ang mabibigat na paghinga nina Gael at Spade.

"You… you killed him!" Gael's voice broke. Ang mga mata nito'y may luha at may panibagong mantsa ng galit habang nakatingin sa kanya. "You destroyed what we have worked for for years, Crissa! You traitooorrr!!"

Nag-init ang gilid ng kanyang mga mata. A tear escaped from her lids and she closed her eyes. Pagkatapos ay binitawan niya ang palaso.

Tatalikod sana siya at hindi na sana ididilat ang kanyang mga mata ngunit sa tabi niya'y suminghap si Cattleya. Naaalarmang tinignan niyang muli si Gael. Ang palasong bumaon sa leeg nito'y parang wala lamang nitong hinugot saka nagsimulang magmartsa patungo sa kinatatayuan niya.

Ngunit mabilis na nakakilos si Spade. Agad nitong hinigit si Gael at inundayan ng malakas na sapak. Blood flowed from his broken nose and his throat. Bumagsak sa sahig ang bampira.

She thought Spade would finish him then and there dahil hindi na makatayo pa si Gael. But he stopped and looked at her, asking for permission. Ang mga mata nito'y may bahid ng pag-aalala at sakit para sa kanya. Her breathing hitched and she wanted to bawl her eyes out. But she nodded nonetheless. Because she knew it was what she had to do.

"S-Spade, watch out!"

Hindi narinig ni Spade ang sigaw ni Cattleya. Nakatayo si Gael at sinipa ng malakas sa dibdib si Spade. With vampire speed ay nasundan kaagad ni Gael ang binata bago pa ito lumanding sa sahig. Hawak na ng kanyang kapatid ang buhok nito at akmang iuuntog ang ulo sa konkreto kung kaya't taranta siyang napabunot muli ng palaso.

But she realized then that she didn't need it.

Another vampire flashed in front of them. Kasunod ang isang itim na lobo na parehong dinaluhong si Gael. The wolf attacked his body, scratched and bit his stomach. Ang bampira naman ay kaagad na humawak sa leeg at ulo ni Gael at sinubukang ihiwalay iyon. But Gael was still strong. He was still struggling to fight.

Crissa watched as Spade got up. And in one final kick to the shoulder, napaghiwa-hiwalay nila ang ulo at midsection ng bampira.

It was done. Gael was dead. So she crumbled to the ground and wept.

27th Blood
REMAINS

"MAHAL ko… mahal ko, tahan na. Tahan na please?"

Isang buntong hininga pa at pinalis na ni Crissa ang mga luha sa kanyang mukha. It was only then that she realized that Spade's black shirt was soaked with tears nang yakapin siya nito't patahanin.

Ikinulong ng binata ang mukha niyang hilam sa luha pagkatapos ay malambing na kumintil ng halik sa kanyang labi.

It calmed her for a while. Spade's kiss took all the pain from her heart. Ngunit nang lumayo ito't natanaw niyang muli ang bangkay ng kanyang kapatid sa likuran ng binata, sinalakay muli ng paghihinagpis ang kanyang puso.

Gael, her brother. He's dead. The brother she loved so much. The only family she had.

Nang magkalayo sila ni Gael, nakuntento siyang isipin na nasa iisang mundo lamang sila nito. Pareho nilang pinagsasaluhan ang iisang hangin. At least he was alive and well kahit pa puno ng galit ang puso nito. It made everyday a bit tolerable. Salungat naman kasi sa paniniwala niya, araw-araw ay umaasa pa rin siyang darating ang araw na magbabago ang isip ni Gael. That he'd turn back to the brother she used to love and adore.

"If this is my punishment for loving someone I shouldn't have loved… don't you think it's a bit too much?"

"Crissa…" bumuntong hininga si Spade. "Hindi tayo pinaparusahan dahil nagmahal tayo ng maling tao. That doesn't happen. If I learned something during the last four years, it's that everything happens because we want them to happen. We have a hand in everything. Gano'n din ang kapatid mo.

"Up to the last minute, he chose revenge over you, love. This happened because he wanted to make this happen. He knew all of the consequences when he chose vengeance. I know it, I've been there. He knew from the start he was going to lose you. Pero ipinagpatuloy niya 'yon. Hindi ka naging mahalaga sa naging desisyon niya. And yet he wanted you to forsake everything and join him in this."

That was what Spade wanted to before. For her to stand back and let him do what he needs to do. Pero sa huli'y inisip ni Spade ang kapakanan niya. She just realized now that he left not because he wanted to. But because he really, sincerely, wanted to fix himself bago humarap sa kanya. She read the words in that letter for a hundred times. Ngunit kahit na isang beses hindi niya naunawaan iyon. Hindi niya pinaniwalaan.

A fresh wave of tears started to fall from her eyes, this time from so much guilt. Muling bumuntong hininga si Spade at mahigpit siyang niyakap, probably interpreting it as her grief from Gael's death.

"Crissa, I'm sorry to interrupt," anang tinig ni Kill na tahimik na lumapit sa kanila. "He's still breathing. We need to burn him to get rid of him permanently."

Pabuntong hiningang kumalas siya kay Spade, pinunasan ang kanyang mukha at tumango. "Wala kayong ititirang kahit na anong parte niya. Everything needs to turn into ashes tonight."

Kill nodded at once at muling bumalik sa harapan ng bangkay ni Gael. Spade kissed the side of her head bago sundan ang kaibigan. Si Cattleya naman ang pumalit sa binata. Tinapik nito ang kanyang balikat at hinalikan siya sa pisngi.

"I admire you for being so brave like this, Crissa. Kung mangyayari sa akin ang ganito..." malungkot na umiling-iling si Cattleya. "Hindi ko alam kung magagawa ko kay Kuya Rain 'to. Kay Edge baka pwede. Pero mahirap pa rin kahit monggoloyd 'yon."

Crissa snorted. Napangiti roon ang kaibigan.

"See? May silbi naman itong sense of humor ko paminsan-minsan. Napapatawa naman kita kahit tawang-baboy lang."

Naiiling na tinalikuran ni Crissa si Cattleya. Not because she didn't want to talk to her anymore but because she saw Spade took the torch off from its holder. Ayaw niyang makitang sinusunog ang katawan ng kanyang kapatid.

"It's a bit... mixed up, you know. Hindi lang si Gael ang ipinagluluksa ko. Linus... Spade... it's all very messed up, Cattleya."

Malungkot na tumingin si Cattleya sa gawi nina Spade pagkatapos ay bumalik muli sa kanya. "I think... it's destined to be this way. Para na rin siguro sa kapakanan ni Dessa, tama iyong pagpapakasal mo kay Linus. Manganganib ang anak mo kung hindi siya inako ng prinsipe dahil malalaman ng lahat na anak mo si Dessa sa isang taksil. And eventhough you have the Queen at your side, hindi 'yon magiging sapat kapag pinaalis ka na sa posisyon mo sa Seithere at Calipto.

"If we thought you were doing something wrong, pinigilan ka sana namin. Pero naunawaan namin, Crissa. At sigurado ako na naunawaan din iyon ni Spade. Kaya kahit nagbalak siyang bumalik noong kasal pa kayo ni Linus, I'm sure he backed out because he knew he needed to prove himself to everyone to deserve both you and Dessa. Wala ka dapat pagsisihan sa mga ginawa mo. Because you did the right thing. And Spade understand that fully well."

Hindi alam ng lahat kung gaano kadalas niyang itanong sa sarili kung tama nga ba ang ginawa niya. Lalo na noong nare-realize niyang hindi na siya nagiging masaya sa nangyayari. Linus was kind to her. He was also a great father to Dessa. Pero kahit kailan ay wala namang namagitan sa kanila na higit sa pagkakaibigan. He respected her boundaries, she did the same. But it wasn't fair to the both of them.

Napabuntong hininga si Crissa. Maybe Cattleya was right. At the time, she was sure nobody would accept Spade as her husband. More so, Dessa. Kaya niyang mawala sa kanya ang posisyon niya sa Seithere at Calipto pero hindi niya kayang lumaki si Dessa na pinupulaan ang pagkatao ng kanyang anak. But if push comes to shove, if Linus wasn't there, she would probably flee far away from Dreasiana. Para lamang maiwasan ang lahat ng iyon. Para kay Dessa.

"Crissa!" tawag ng humahangos na si Courtney. That jolted her out from her thoughts.

Hinintay nila ni Cattleya na tuluyang makalapit ito sa kanilang kinatatayuan. There was no one with Courtney. Hula niya'y dumaan pa ito sa palayso ng Miralith bago tumungo roon. Kill and her was supposed to be together. Pero dahil ipinatawag niyang bigla si Cattleya, malamang ay nagkasundo na lamang si Seige at Kill na sumunod.

Then what did Courtney do the whole time?

"Any news?"

Tumango si Courtney. "Tama ang naunang hula nina Roman at Spade. May kaanib nga si Gael sa mga Miralithian. There were a total of ten witches who resisted to the infiltration. All of those are loyalists of the former queen. Three of them were killed by our men. The remaining seven were placed in a cell."

Napatuwid ng tayo si Crissa sa nalaman. "Wait... so what did Gael want here? Bakit dito siya nagpunta? Anong kinalaman ng Miralith sa kanila ni Kronos?"

"The seven witches admitted that the former queen was Gael's long time lover. Apparently, ang dating reyna ang tumutulong sa kapatid mo na magsagawa ng ressurection spells kay Kronos. He frequents Miralith for years. Pero nang magtaksil ang dating reyna, ipinagkanulo siya ni Gael sa konseho para kilalanin siyang bayani ng ibang mga taga-Miralith.

"So when he succeeded acquiring their trust and sympathy, halos lahat ng mga tagarito ay itinatago ang kanyang pagkakakilanlan sa mga tagalabas. Even Rashka. That was why she behaved like that when we came here."

Kumunot ang noo ni Crissa sa pagkalito. Something was off. Something didn't sit right with her.

"Hindi ko gets. Maraming mga mangkukulam at manggagaway sa Calipto. Bakit pa niya kinailangang dumayo sa Miralith at ipagpalit ang babae niya para lang makuha ang tiwala ng mga mangkukulam dito?"

"From what I gathered from Roman, Miralithians are best known for a certain type of ressurection spell. Tago sa iba ang detalyeng iyon, maybe that was why even you didn't know about it."

Napaisip si Crissa. Noong bata pa siya, marami silang sinubukang estilo ng pagbuhay kay Kronos. All of them didn't work. But Gael found out ressurection spells are the most effective when it comes to bringing a stellar back to a body stuck in stasis.

But there are three types of ressurection spells. All of them requires the essence of humans and breathing immortals to be successful. Either in the form of blood, life essence or... emotions.

"W-what type?" wala sa sariling tanong niya nang tila sisikilin na naman siyang muli ng sakit na nararamdaman niya sa parte ng kanyang dibdib.

No. No. It couldn't be. They couldn't have done that... could they?

"It's a type of ressurection spell that requires emotions. Ang ancestor ng mga taga-Miralith ay part incubus at succubus. Naging parte ng mga ritwal at spells ng mga Miralithian dati ang sex. They believed that sexual energy can ressurect the dead."

"And it's true, isn't it?" sabad ni Cattleya na tinanguang muli ni Courtney. "I've seen it once or twice. Iyong sinasabi mong ressurection through sexual energies. It happens. The stellar visits a person's dreams and have sex with them. They feed on their sexual energy. Naiipon iyon hanggang sa maging sapat ang enerhiya para mahila ang stellar sa katawang nasa stasis. The stronger the individuals are, the faster the ressurection will be."

"I sold my soul and morality so I could live!"

"Where'd you pick that wolf up? Seems like you and Kronos have the same taste for men."

Nanghihinang napaupo si Crissa nang mapagtanto ang mga nangyari. Nasabunutan niya ang buhok. Her heart hurt so much at the thought of what happened then.

Who instigated it? Who gave him to Kronos? Who?

"Ahhhhh! Fucking bitches, I'm going to kill them all!! Mga hayop sila! Mga hayop silaaaaa!"

Walang nagawa si Crissa kung hindi ang umiyak at sumigaw. It was moments later when she felt Spade's warmth around her that she actually broke down and wept like a baby.

This time, para naman iyon kay Spade. Para sa lahat ng sakit na pinagdaanan nito.

NAGMAMADALI silang bumalik sa palasyo ng Miralith matapos masunog ang lahat ng parte ng bangkay ni Gael. Si Spade ay nagmadali ring bumalik sa Lykanta para kunin si Dessa. Hindi na makontak sina Raphael at Rain sa Dreasiana. Masama na ang kutob ni Crissa dahil sa palagay niya'y isa sa mga taktika ng kanyang kapatid ang nangyayaring ito.

Divide and conquer. The most common but effective offense

strategy in the books.

"Call for the aircraft on standby. Tell them we need them here in five minutes," she instructed. Wala siyang pakialam kung sino sa mga nakasunod sa kanya ang gagawa niyon.

Pagpasok nila sa palasyo'y nakaantabay na kaagad sina Linus at Van. May pag-aalala sa mukha ng prinsipe nang salubungin sila ni Spade.

"There's no contact from the palace. Maski sina Honey Cherise ay hindi makakonekta ro'n. Something is off, Crissa."

Tumango siya, batid na malaki ang posibilidad na may nangyayari na nga sa palasyo na hindi nila alam. "Kaya kami babalik sa Dreasiana ngayon. We'll take care of it. You stay here in Itachus. And tell Aniyah to destroy Kronos' body in stasis. Just so I could be sure he wouldn't be ressurected."

Babaling sana siya kay Roman para ihabilin ang Miralith ngunit agad na humawak si Linus sa kanyang kamay para pigilan siya. "Anong sinabi mo? Mananatili ako rito? This isn't my place, Crissa!"

Laglag ang balikat na napairap siya. May ilang segundong hinanap niya sa likuran ni Linus si Veronica. Nasa 'di kalayuan ito't nakatungo lamang.

Gaano man siya kayamot sa babaeng iyon dahil sa nauna nitong pagkakasala sa kanya, nakaramdam pa rin siya ng awa para kay Veronica. It must be very exhausting fighting for someone who isn't even fighting to be with you.

"Linus… for once in your life, have the balls to choose what you really want. Hindi ka pa ba napapagod? Wala na tayo. Hindi na tayo kasal. Wala ka nang responsibilidad sa akin."

"You're being unfair to me, Crissa!" galit na wika ni Linus na nakapagpamaang sa kanya. "You're being unfair to Dessa too!"

"You're being unfair to yourself, to Veronica, and to me if you continue being like this! Mamili ka na, Keithran. Iyong totoong pinipili mo, hindi 'yong pinipili mo lang dahil safe at hindi mo na kailangang sumugal pa. It is not me you love. It is the idea of being with me. Me who's safe, me who your siblings love and adore, me who the Elders want for you! Don't be stupid! You're wasting your life!"

Tumiim ang bagang ni Linus. Pakiramdam ni Crissa, kahit papaano'y may tumimo naman sa mga sinabi niya sa binata.

"Paano si Dessa? Paano 'yong bata? Ako ang kinalakhan niyang ama. Hindi tamang bigla mo na lang babaguhin 'yon! Crissa, please…"

"Hindi ba mahalaga sa 'yo si Veronica? Wala ba talaga siyang halaga sa 'yo?"

Pinakatitigan niya ang ekspresyon ng prinsipe. There was so much hurt in there na parang maski siya'y nahawa. Parang gusto na naman niyang umiyak ng umiyak dahil sa nakakainis na sitwasyon nila ni Linus.

Hindi naman na niya mababago ang katotohanang minsan niyang minahal ang lalaki. Hindi mawawala sa puso niya si Linus. But Spade occupies a bigger part in her heart. Gaya ng inookupa rin ni Veronica ang mas malaking parte ng puso ni Linus. Hindi na sila kailanman magkakasya sa isa't-isa. They will be just memories. The happy ones.

Lumunok siya. Magsasalita sanang muli nang maramdaman niya ang pamilyar na kamay sa kanyang balikat mula sa likod. Ang isa'y humawak sa palapulsuhan ni Linus at tinanggal ang kamay nitong nakahawak sa braso niya.

Nag-angat siya ng tingin at nakitang si Spade ang naroon. Sa tabi nito ay si Dessa na nakakapit sa laylayan ng kapuisa ng ama.

"I admit that I owe you a lot, Linus," kalmado ang tinig ni Spade nang magsalita. Mataman din ang pagkakatitig nito sa prinsipe. "Inalagaan mo ang mag-ina ko ng apat na taon. You let Crissa borrow your name and protect them with it. I get it. Thank you.

"But I gave you four years, Your Highness. Four long years. So please give me the rest of their lives in return. Hindi ko ipagkakait sa 'yo si Dessa. She grew up knowing you're her father. But she's a smart kid. She knows who I am too. So please respect that. Because I do respect you for what you did for Crissa and Dessa. But enough is enough. I'm here now. And you need to be here for Veronica as well."

Kung hindi man naging epektibo kay Linus ang mga sinabi niya, ang mga salita ni Spade ay paniguradong tumalab sa binata. Her mate didn't even stayed idle. Sa halip ay kinalong na lamang nito si Dessa at malayang ibinigay kay Linus. Albeit a bit sleepy, Dessa went pliantly with the prince.

"Hi, baby girl. You going away now, I heard."

Sumimangot si Dessa at yumakap kay Linus. "Yes, Daddy. I'm going with Papa and Mama back to the palace. Maiiwan ka po rito?" Saglit na luminga-linga ang bata. "Maganda po ba rito?"

Tumawa ng bahagya si Linus at humalik sa noo ng anak niya. "I'm staying at Lykanta. The other palace you came from."

"Papa's palace? It's nice there."

"Mm. I know."

Hindi nagtanong si Dessa kung kailan babalik si Linus sa Dreasiana. And maybe Spade was right. Nauunawaan nga siguro ng bata ang nangyayari. Because she simply hugged Linus tight bago kusang bumalik sa bisig ni Spade.

"Bye, Daddy. Papa promised we will visit again next month. Be here then, okay?"

Napatawa si Linus. Wala itong nasabi ngunit tumango lamang bilang tugon. Pagkatapos ay tumingin ang binata sa kanya. Naroon na ang resolusyon sa mga mata nito. A certain peace settled between his face.

And there is his answer.

Sa wakas, pinipili na rin ni Linus ang sarili. Sa wakas, hindi na nagpadaig sa takot ang kanilang prinsipe.

28th Blood
TOUCH DOWN

"CRISSA, Linus executed connection to Calipto. Pero hanggang ngayon ay wala pa ring response sina Raphael. Honey Cherise is accessing hidden cameras from the palace," kalmadong ani Seige na hindi niya tinugon.

Kung may natira pang ma-aaccess, that is...

Crissa quietly boarded the craft while being followed by Spade and Dessa, Courtney, Kill, Cattleya, Seige, Van and Aleera.

Knowing Gael, this must have been a strategy he deviced to make sure the former High Queens can infiltrate the palace without difficulty. Ang mga natira roon ay magagaling sa depensa, hindi sa opensa. Cassidy and Vina are made to dodge attacks. Pero habang walang umoopensa sa panig nila, mawawalan ng silbi ang depensa ng Dreasiana.

"How many minutes before we'll be able to get there?" she asked no one in particular.

Si Kill ang sumagot ng tanong na iyon. "Kinse minutos, give or take. This craft is the fastest we have."

Tumango siya. "When we land, Van and Aleera will take care of Dessa. Bring her straight to my home and stay there until I give the clearance for your return. Dadaan tayo sa underground passage. Then we wing it from there."

Tahimik silang nagsiupo sa kani-kanilang mga silya. Pagkaupo'y nagtake-off kaagad ang aircraft.

Pinakatitigan ni Crissa si Spade na kalong-kalong si Dessa sa upuan at pilit na pinatutulog itong muli. Wala sa sarili niaiangat niya ang kamay at naihaplos iyon sa buhok ng binata.

Bumaling sa kanya si Spade. His eyes were soft. They're twinkling. Happy. And yet... Crissa's heart continues to shatter inside her.

Nauunawaan na niya si Gael kahit papaano. Maski si Spade. This is what wanting revenge feels like. Iyong nagbabagang galit sa puso niya, parang pakiramdam niya'y sasabog siya ng sobrang lakas kung hindi niya mapapatay ang mga High Queens.

She's so angry it hurts.

"Love… are you okay?"

Pinilit niyang ngumiti. Pinilit niyang ipakitang ayos siya para kay Spade. He doesn't know she knows now. He doesn't know she understands now.

"Of course. You rest first, mahal ko. Take a nap."

Umiling si Spade at malambing na humalik sa kanyang labi. "I'm fine. Fifteen minutes is just a—"

"Papa, don't kiss Mama! That's gross!" biglang protesta ni Dessa na kinuha ang mukha ng ama't ibinaling sa sarili. She was pouting her petulant lips and is trying to glare at her father.

Humalakhak si Spade kay Dessa. Nilunok ni Crissa ang bikig sa kanyang lalamunan.

Sino? Kailangan kong malaman kung sino sa kanila…

Ayaw niyang siyasatin ang isipan ni Spade ngunit wala siyang ibang maisip na paraan para makuha ang mga detalyeng kailangan niya. She was scared to go through all of his memories. She didn't want him to go through that again. Dahil kapag binalikan niya ang mga alaalang iyon sa isipan ng binata, kasabay niya si Spade sa pagbabalik-tanaw doon.

Then I'll have to get it from one of them…

Crissa commended the pilot in charge of the aircraft for getting them in the colony within the ten minute mark. Bago makarating sa palasyo, ibinigay na ni Spade si Dessa kay Van. She watched the two exchange a look of silent trust, proving that even after everything, ang Beta ni Spade ay nananatiling tapat sa binata.

At hindi mapapasubalian iyon ni Crissa. Naaalala pa nga niya nang magtalo sila ni Van dahil sa loyalty na iyon. He was such a good second-in-command he trusted Spade so blindly.

"Ingatan mo si Dessa, Van. We'll come for her ourselves when this is finished."

Tinanguan ni Van si Spade. "Makakaasa ka, Alpha."

"Papa, gusto ko po ng ice cream," singit ni Dessa sa usapan na nagpangiti kay Crissa at nagpatawa naman kay Spade. "Bilhan mo po ako ng ice cream 'pag susunduin mo na ako."

"Okay, baby love. I'll get you many many ice cream."

Isa-isang nagpaalam ang mga naroon kay Dessa. When the aircraft landed right in front of the palace, nagbabaan silang lahat maliban kina Van at Aleera. Tutuloy ang aircraft sa tahanan niya bago siya mapunta sa palasyo noon. It was safer there. Sigurado rin naman siyang naroon na rin sina Midnight, Snow, Lyrica, at Gideon. Those kids knows where they should hide themselves when things like this suddenly occurs.

Nang makaalis ang aircraft ay agad silang lumibot sa likuran ng gate. Walang mga nagbabantay doon, tauhan man ng palasyo o nina Andora, senyal na may kakaiba ngang nagaganap sa loob.

Naisip niya, alin sa dalawa: mukhang naging confident ang dating mga High Queens ngayon at hindi na ito nagposte ng mga bantay sa gate o sadyang kinailangan lamang talaga nila ng dagdag na pwersa pa upang sikilin ang mga nasa loob.

Sa pagkakataong iyon, si Cattleya ang yumukod para katukin ang mga semento sa parteng iyon ng bakuran ng palasyo. When a strange sound came up from one of those walls ay saka lamang tumayo ang dalaga. Sinipa nito ang pader. Bumukas iyon na parang pintuan.

"Ah, well… parang kailan lang ngumangawa ka pa habang pumapasok sa lagusan na ito, Cattleya. Now you're the one opening up this baby right here," nakangising asar niya sa dalaga nang pumasok sila sa madilim na lagusan.

"Very funny, Crissa. H'wag mo akong simulan, bubong queen. Kapag hindi kita natantya baka hampasin kita ng ruler d'yan."

Inis na napaangil si Courtney nang tumawa si Crissa ng malakas. "God, remind me again why I chose to be with idiots like these two?"

"Hindi ba obvious? Kasi idiot ka rin," tumatawang sagot niya sa asawa ni Kill.

"You—"

"Hoy, tumigil nga kayong tatlo!" sigaw ni Kill na maski si Spade ay napatingin sa kaibigan dahil sa lakas ng boses nito. "Daig n'yo pa ang mga aso't pusa! Magsisimula na naman kayo ng kalokohan. Parang wala kayo sa gitna ng giyera. Kayong tatlo na lang kaya ang magpatayan?"

"Then where's the fun in that?" ngising tugon niya. Sukat doon ay umirap lamang ang dalawa.

Ang lagusan na kanilang tinahak ay nakakonekta sa dungeon ng palasyo kaya naman doon din sila humantong ilang minuto ang nakakalipas. Paglabas sa dungeon ay dinig na agad nilang lahat ang mga sigawan at ang kalansing ng espada laban sa espada. The scent of sweat and blood filled Crissa's nose.

And then they appeared.

Nakita na niya ang mga iyon dati. *Mga sugo ni Gael* is what Andora likes to call them. Mga bampirang hindi mukhang ordinaryong bampira.

"Wait, alien ba itong mga ito?" nangingiwing wika ni Cattleya, ang ekspresyon nito'y may bahid ng pandidiri. "O tyanak? Mas mukha silang tyanak na amerikano, eh!"

Courtney rolled her eyes at that. "God, what an idiot."

"Cooey, tigilan mo 'yang kaka-idiot mo r'yan ha. Nagbibigay ako ng matalinong opinyon dito!"

"Anong ikinatalino mo sa parteng 'yan, Cattleya? Gosh, I bet these creatures here are smarter than you are sometimes!"

"Aba't—"

"Tama na, ano ba!" sigaw muli ni Kill na napahawak na sa sentido dahil sa stress. "*Aish!* You guys are the worst queens I've ever came across with! Kailan ba kayo magkakasundong lahat? Kapag pare-pareho na tayong ginagawang midnight snack ng mga panget na 'to?"

Tongue in cheek, napailing si Crissa. What would her world be without this kind of entertainment?

Naghubad ng suot na damit sina Spade at Seige at saka nagpalit ng anyo sa kanilang lobo. There were tons of those creatures in front of them, making her think na sinadya iyon nina Andora. Nahulaan marahil ng mga ito na roon sila dadaan kaya't pinuno nila iyon ng mga alagad ni Gael.

"First agenda of this night is to get us to our seats. Kapag naroon na kami, let's start destroying them one by one."

As if that's their cue, mabilis ang tatlong Black Beasts na umatake sa mga nilalang na iyon.

It wasn't her first time seeing the three of them in action. Sa unang pag-atake noon ng kanilang mga kalaban ay nakita na niya ang galing ng mga Black Beasts. They were not only strong and fast, they were also very intelligent. Ang mga estratehiya at pagkakaisa nila… it was refreshing to see.

Pabuntong hiningang kinapa ni Crissa ang metal sa kanyang baywang. Inilabas niya iyon at pinindot ang buton para maging pana ang hawak-hawak. Nagsimula silang maglakad nang maubos ang mga nilalang sa harapan nila.

The three men were so fast they could barely see them as they walk. But Crissa could feel them moving around them.

"Saan tayo papasok, Crissa?" seryosong tanong ni Courtney. Nang makitang may tauhan sina Andora pagliko sa hallway ay agad nitong sinalo ang pag-atake niyon saka binali ang leeg ng kawawang nilalang. "You pick the door from the throne hall."

"Dulo," walang kagitla-gitla niyang sagot. "We'll start from the bottom."

Nakita niya sa kanyang kaliwa ang maang na pagbaling sa kanya ni Cattleya at ang pag-igkas naman ng kilay ni Courtney sa kanan.

"Huh? Hindi ba parang mas madali sa atin ang pumasok mula sa kaliwa o sa kanang pinto?" litong ani Cattleya. "Mas malapit iyon sa trono. Konti na lang ang lalakarin natin, konti na lang ang sasalagin na pag-atake nina Seige."

Ipinilig niya ang ulo at natawa ng bahagya. "On the contrary. Lahat ng tao ng mga bwisit na 'yon ay nakaharang malamang sa mga pintuang malapit sa trono. Let's assume Vina has her shield up. Sina Raphael at Rain, malamang nasa gitna na ngayon.

"Ang pintuang nasa dulo ang huling pintuang babantayan nila dahil doon mauunang mapuno ng mga tao natin na sumalubong sa mga hukbo ng kalaban. Mas kakaunti ang mga pag-atakeng sasalagin nina Spade kapag sa dulong pintuan tayo dumaan. And not to mention, we'll easily get assistance there from our people."

Cattleya answered that with a whistle. Si Courtney naman ay pinili na lamang na hindi sumagot. Napangisi si Crissa.

CRISSA was greatly impressed when Spade single-handedly destroyed all of Andora's first line of defence at the bottom entrance. Pagkabukas na pagkabukas ng pintuan, tila kidlat ang pag-atake ng lobo ni Spade sa mga naroon. He was fast, he was brutal, he was all that Crissa didn't expect he would be in four years time.

Sa tingin niya'y hindi siya madaling makaka-move on sa pagkaelibs niya sa lakas at galing ng kanyang katipan. *The wolf king... He really deserves that title.*

Sa kabilang banda'y natatanaw niya sa unahan sina Cassidy at Vina. Nakatayo na ang mga ito't may ekspresyon ng magkahalong antisipasyon, takot, at ginhawa sa mga mukha. She could also see the three High Queens in the air, flying around, perhaps trying to find a way para mapasok ang hindi makitang shield ni Vina.

Agad na kumulo ang dugo niya nang maalala ang ginawa ng mga ito. They have to pay. And she will make them pay.

"Crissa, there are new faces alongside the former High Queens," pagbibigay-alam ni Courtney na sa kaliwang bahagi ng Throne Hall nakapokus ang buong atensyon. "Pakiwari ko, sila ang Elders na tinutukoy ninyo."

Matalim ang tinging ipinukol niya sa mga pamilyar na mukhang kalmado lamang na nakatayo roon. Courtney was right. Elders nga ng Dreasiana ang dalawang naroon. The first one she expected to see. But the other one...

"Samuel... you bastard..." hindi niya napigilang bulong sa sarili.

Nang dahil doon, kinuha niya ang armas sa kanyang baywang. She has eight arrows left. Walo pa. That's plenty. Kaya pa siyang itawid niyon hanggang sa marating niya ang trono.

"Catt, you take care of the witches. Stay at the back, Kill and Seige will plank you. Courtney, Spade, cover for me. We'll advance. Destroy anyone who will stop you."

Pinindot ni Crissa ang buton ng metal at sa isang iglap ay naging pana iyon. Halo ang mga mandirigma na nasa paligid nila. Ngunit hindi nila maipagkakaila na lubhang mas marami ang bilang ng tauhan ng kampo ng dating High Queens kaysa sa kanila.

Kaya nga kailangan nilang makaalpas sa layer ng depensang ito nina Andora. Because past it are Raphael and Rain's line of defense.

Madali nang makakarating sina Crissa sa trono kapag narating nila ang teritoryong iyon ng dalawang Alpha.

"Oh, shit!" biglang bulalas ni Cattleya mula sa likuran.

Paglingon ni Crissa, nakita niyang nagdurugo na ang ilong ng kaibigan. Agad siyang naalarma.

"Cattleya, stop using sorcery this instant!"

Namilog ang mga mata ni Cattleya at umiling-iling. "There's a powerful sorceress here, Crissa! Kapag itinigil ko ito, mapupuruhan niya sina Spade at Courtney. You'll lose your protection!"

"Wala akong pakialam! Makakasama sa 'yo 'yan kapag ipagpapatuloy mo pa ang paggamit ng mahika. Stop it! Right now!"

Ngunit umiling lamang si Cattleya. Umuusal pa rin ito ng mga kakatwang dasal at inkantasyon na hindi niya nauunawaan. Tarantang luminga-linga si Crissa. Everyone was engaged in their own fights. Maski si Courtney ay wala na sa tabi niya't parang isang kidlat na lamang na susulpot-sulpot sa kanyang paningin.

Saglit siyang napaisip. Tama si Cattleya. Kapag tumigil ito'y maaaring puntiryahin ng manggagaway sina Spade at Courtney.

Not Spade... not again, damn it!

"Cattleya, get a visual for me. Sino rito? I'll get rid of him for you."

Wala pang ilang segundo ay may mukhang nag-flash sa kanyang isipan. Babae, nakaitim na bistida. Natatabunan ito ng mga mandirigma at pinaiikutan ng mga mangkukulam na umuusal ng mga inkantasyon gaya ni Cattleya. Ngunit ang kaibahan lamang sa dalaga'y may itim na usok na bumabalot sa mga ito. And the woman was wearing a medallion too with a familiar sigil.

Ah, naalala na niya. Sa Miralith niya nakita iyon! Ang sigil ng Miralith!

"Goodness..." maang na bulong niya sa sarili habang dumudukot ng palaso sa ilalim ng kanyang kapuisa. "Nagawa rin ni Gael na gawing kaanib ang dating reyna ng Miralith. How the hell is he able to do all these things?"

Inis na ibinuwelo niya ang pana. She loaded the arrow, aimed, pulled then shoot. Pinanood niyang dumeretso ang pana sa dibdib ng isang mangkukulam na nakapwesto sa harapan nito. Ni hindi namalayan ng mga mandirigma roon ang bilis ng palaso.

Pagkababa sa pana ay muli siyang humugot ng palaso. She loaded the arrow, aimed then shoot. This time ay mas mabilis pa ang paglalakbay niyon, salamat kay Spade na inubos ang mga mandirigma ng dating High Queens na nakaharang sa line of vision niya.

She saw the arrow struck straight to the woman's throat. Napadilat ito ng mga mata sa gulat at napahawak sa nagdurugong leeg. Nanliit ang mga mata ni Crissa, wondering what she'd do next. But to her surprise, hinawakan nito ang dulo ng palaso at mabilis na hinugot iyon mula sa lalamunan.

Sumirit ang napakaraming dugo mula sa butas sa leeg nito. Napangiwi siya. How similar she was to Gael. Maybe that was why her brother took to her.

Sa likuran niya'y narinig niyang napahinga ng malalim si Cattleya. Nang muli niyang lingunin ito'y nagpupunas na ang dalaga ng dugo na umaagos mula sa ilong.

"Gosh, Crissa. I don't know how you do that but your aim is really something!" papuri nito sa kanya na inilingan niya lamang.

"Sa susunod 'wag matigas ang ulo, Cattleya. Kasi 'pag ikaw ang napahamak, ako ang puputukan ni Seige ng galit. Do you think it's fun arguing with that wolf of yours?"

Napangisi ang huli. "I'm sure Spade wouldn't allow anyone to yell at you like that."

"So you'd rather have them fight with each other again?"

"Hey, hobby nila dati 'yon. Pero dati, ako 'yong pinag-aawayan nila. Haba ng buhok ko 'noh?"

Sa inis ay inambaan niya ng hawak na pana si Cattleya. Tumawa lamang ito at binelatan siyang parang bata.

29th Blood
VENGEANCE BE MINE

MATAPOS niyon ay wala nang kahirap-hirap ang pag-abante nila. From that distance, nakakaya nang sumaklolo ng mga mandirigma nila na nasa huling hilera ng hukbo nina Rain at Raphael.

They were moving smoothly. Si Courtney ay halos hindi na rin umaalis sa tabi niya, an obvious sign that their attackers are decreasing as they proceed. And that continued until they reached the two Alphas na agad siyang sinalubong ng magalang na pagyukod.

"Crissa, hinati ni Vina ang shield," agad na pagbibigay-alam sa kanya ni Rain. "Isa rito, isa sa kanila ni Cassidy. We have a shield that was why the former High Queens cannot do anything about us. Pero sa oras na umalis ka rito para magtuloy patungo sa trono, makakasagupa mo silang tatlo pati na ang mga Elders na nag-aabang lamang ng pagkakataon."

Nabaling ang tingin niya kina Said at Samuel na malapit na lamang ang distansya sa kanila. Ang mga kamay nito'y nasa likuran at ang tindig ay nagpapahiwatig ng kapangyarihan at ranggo. Tumiim ang bagang ni Crissa. The traitorous assholes…

There's nothing really special about the Elders. Except of course, they were born with intelligence and the name to fit the political mould in Calipto. Hindi siya nangangamba sa kaligtasan niya kung sina Said at Samuel lamang ang pag-uusapan. But she still wondered: anong ipinagyayabang ng dalawang ito? Anong alas ang hawak nila laban sa kanya?

"Love, shift back. I need you to cover for me."

Agad-agad ay nasa tabi na niya ang kulay abong lobo. It nuzzled her arm first before it shifted into its human form. Mabilis na tinanggal ni Crissa ang kapuisa at ibinalabal kay Spade nang mag-anyong tao ito. Concern immediately showed on his face.

"Mahal, mas maiging dito ka na lang. Don't risk this. Malayo pa ang distansya natin mula sa trono. You could be injured!"

Nakagat ni Crissa ang loob ng kanyang pisngi. "Trust me on this, wolfie. I know what I'm doing. At hindi ako basta-basta na lang mananatili sa isang ligtas na lugar habang pinapanood silang umaatake sa teritoryo ko. We're going to reclaim this whole palace." *And I'm going to get our revenge, Spade. Lock, stock and fucking barrel.*

Pabuntong hininga na lamang na napahawak sa sentido si Spade. Naglalambing na humalik siya sa pisngi nito bago muling bumaling kay Rain na noo'y may amusement na sa mukha habang pinanonood sila.

"You and Raphael, shift into wolf form. Cover for me and Cattleya as well. Babalik kami sa trono. Hayaan ninyo sina Seige, Kill at Courtney dito. They will engage in battle once I get to my seat."

A series of yeses echoed through her ears. Pagkatapos niyon ay humarap siya sa gawi kung nasaan ang trono. She saw Andora, Junial and Farida just below the elevated platform, just outside Vina's shield she presumed. Nakatuon na ang pansin ng mga ito sa kanya. They were grinning like the evil bitches they were.

Mula sa mga ito ay iginala niya ang paningin sa mga mandirigmang nakabantay sa labas ng shield nina Rain. They were all ready to attack once one of them goes out. Iyon marahil ang rason kung bakit nasa gitna lamang ang linya ng depensa ng mga ito. They were outnumbered on both ends except for the middle ground.

"Aatake sila sa oras na tumuntong ang isa kong paa sa labas ng shield na ito. Their strongest warriors are their first and last line of defense. All I need you three to do is fend off their attacks as much as you can. Give me enough wall time unmoved."

"Wall time para saan?" kunot-noong tanong ni Raphael.

Ngising binalingan niya ang binata. "You watch carefully, Strides. You're going to enjoy this part."

"Riiiggghhtt," iiling-iling na ani Raphael. "And then what?"

"Once I decrease the numbers, grab Said. We'll take him inside the throne's shield."

"Why Said? Bakit hindi na lang silang dalawa?" nagugulumihanang tanong ni Rain. Mukhang hindi naging maganda ang impresyon nito sa dalawang Elders.

"I have a purpose for Said. He's easier to get rid of. Whilst

Samuel... we have to keep him alive. He's one big chunk of the puzzle piece in this whole damned picture."

"Alright. We're ready at your cue."

Tumango siya. Ibinulsa niyang muli ang pana na itiniklop niya sa metal saka siya nagtaas ng kamay para senyasan si Vina. She stepped forward, her men shifted into their wolf forms except Spade who fell into step with her.

Sa segundong lumapat ang paa niya sa sahig na hindi na sakop ng invisible shield ni Vina, sunod-sunod na umatake ang mga nilalang na nakasagupa nila kanina sa pasilyo. Huminga siya ng malalim at inayos ang tindig. Hindi na niya makita ang dalawang lobo sa dami ng mga sumusugod sa kanya. Hindi na lamang mga alagad ni Gael, maski na rin ang mga demilords na parte ng hanay nina Andora ay sinusubukan na ring maalpasan si Spade para tunguhin siya.

But she ignored all that.

Sa halip ay itinuon niya ang buong atensyon sa pagpikit at pagklaro ng kanyang isipan. In her mind, there was only darkness. And in the midst of that darkness, she has to find the light.

People didn't know how much she fails to find the light within her everytime. Pero ngayon, pakiramdam niya'y parang napakagaan lamang ng gawaing ito kumpara noon. She didn't even have to turn her make-shift world upside down to find that light. She sees Spade and Dessa in her mind, she sees the light.

Hinawakan niya ang ilaw na iyon. At magmula roon, ang buong katauhan niya'y nagliwanag din.

Tila tumigil ang lahat ng kaganapan nang magdilat siya ng kanyang mga mata. Iginala niya ng dahan-dahan ang paningin. Lahat ng nasa harapan niya'y sa kanya nakabaling. Ang dalawang demilord na sana'y uundayan ng espada ang lobo ni Raphael ay napatigil. Binitawan ng mga ito ang armas at unti-unting naglakad patungo sa kanya.

She wasn't even surprised to realize that the rest of them did the same. Maski ang mga natitirang panget na sugo ni Gael ay ganoon din ang ginagawa. They were walking to her like a zombie, their eyes wide and dilated. Ah, even they aren't immune to god-like abilities like this.

"What the f…" mura ni Spade at napaatras ng dahan-dahan dahil sa nakikita.

"Ah, it's nice to see such weaklings fall for this every damned time," nangingisi niyang tuya.

Noon marahil nag-sink in kay Andora ang nangyayari dahil nagsimula itong sigawan ang mga tauhang malapit sa hanay nito. "Turn around, you fools! Turn around, don't look at her!"

May ibang nasa katinuan pa para sumunod. Ngunit karamihan sa mga ito'y pareho na ng mga nasa unahang tila nawawala sa sarili sa kanya lamang nakatuon ang buong pansin.

"Masaya sana 'to kung marami akong time. But my feet's killing me, I've been up the whole day. Gusto ko na talagang maupo, eh. Kaya hindi ko na patatagalin."

Hinatak niya si Spade sa kanyang likuran. Sina Raphael at Rain ay sinenyasan niya ring tumungo roon. Si Cattleya ay panay pa rin ang usal kahit nakapikit na. She guessed there were still plenty of witches going around. Hindi naman na siya magtataka't buong hukbo ng dating reyna ng Miralith ang nakuha ni Gael.

"In the name of my love… are you all willing to finish yourselves?"

May ibang nagawa pang sumagot sa kanya. But the rest… hundreds of them… they all killed themselves right at that very moment. Ang iba'y nagsaksak. Iyong ibang walang armas, kung hindi iuuntog ang ulo sa semento ng malakas ay sasakalin na lamang ang sarili. Crissa couldn't help but be disgusted.

Iyon marahil ang dahilan kung bakit bibihira niyang gamitin ang abilidad na iyon. Because she is a direct descendant of Venus, taglay niya rin ang kapangyarihan nito. Siguro'y sa ibang anyo lamang, sa ibang pamamaraan. But she can still seduce men and make them do her bidding in just a single snap. Kapag nagliwanag na ang kanyang mga mata at napatingin ang mga ito roon, they were already under the aphrodisiac.

Weaker men won't even have to look at her. Maamoy lamang siya ng mga ito o 'di kaya'y maramdaman ang kanyang presensya habang nasa kanya ang liwanag, they're all finished.

All for the name of love. *Her love.*

But it wasn't real love. Because one can never manufacture love to order. Ilusyon lamang ang sa kanya. Pero para sa ilusyong iyon, handang pumatay at handang mamatay ang mga lalaking ito.

She watched as blood filled the floor. Sabay-sabay, sunod-sunod ang pagbagsak ng mga katawan ng mandirigma ng kanilang kalaban. From the first line, the second line, the third line... ang natira na lang halos ay ang mga nakatalikod na nasa malapit ng hanay nina Andora. Even the Elders were half turned, scared they'd somehow be affected by the light.

"Rain, get him now..."

Kasabay ng pagtango ni Rain ay ang paglalakad niya patungo sa trono. Raphael and Spade planked her. While Rain went the other way para dakpin si Said.

The former High Queens transformed into their ugly form again at saka lumipad-lipad upang marahil ay maiwasan siya. Tila kurtinang biglang humawi ang mga alagad ng mga ito nang madaanan nila. They basically walked in the middle of their enemies. Wala ngang kahirap-hirap na napasok niya ang trono at nakaupo roon sa gitna samantalang si Cattleya ay pumosisyon sa kanyang tabi.

Now, si Courtney na lamang ang nasa labanan. But Crissa knew she prefer it that way. Courtney is a woman of the battlefield. The bitch hates sitting on her throne.

Pumosisyon si Spade at Raphael sa dulo ng elevated platform. A small part of the shield promptly opened nang pumasok si Rain dala-dala si Said na kataka-takang hindi nanlaban. Nakangisi lamang ito maski na nang itulak ito ni Rain at bumuwal ang matanda sa kanyang paanan.

Crissa made the light vanish from her eyes. Bumuntong hininga siya at dumekwatro. Ngisi lamang na pinapanood siya ng Elder at tila ba nais siyang tuyain sa ganoong anyo nito.

"I'm guessing there's an explanation for this, Said. At least let me know kung anong ipinaglalaban ninyo ni Samuel para naman maiparating ko kay Aniyah kung anong pinag-ugatan nito."

Tumawa ng malakas ang lalaki. Parang baliw ang halakhak nito. May kasamang pang-uuyam ngunit kita niya sa mga mata nitong unti-unti nang nawawala sa katinuan ang matanda.

She wondered how this happened.

"Ah, Your Highness, you're greatly missing out on this! Power... more power than we could ever have from your queen! Don't you ever wanted that too?"

Napairap si Crissa at napailing. "What a clichè response."

"You're too loyal!" he sneered then na ikinataas ng kanyang kilay. "Ikamamatay mo ang pagiging matapat mo kay Aniyah, Crissa Fierce! Yes, she might have given you Seithere and the Philippines but what would that entail? More dirty laundries for you to clean? Hindi ka ba nag-aasam na mapasaiyo ang lahat ng iyan ng walang ibinibigay na kapalit sa kahit na sino?

"Listen, Your Highness, you could be our Queen. You could be what Avery failed to be. Because I am sure you can do what she had failed to do. Join us! At ipinapangako ko sa 'yo, hindi mo na kahit kailan kakailanganin pang sumagot sa kahit na sino. We will be the most powerful kingdom on this earth! You can defeat Aniyah! You can destroy all the goddamn Hailsworths of this world!"

Naging bahaw ang ngiti ni Crissa. Naramdaman niyang napatitig sa kanya si Spade, marahil ay naging kuryoso sa kanyang isasagot. Nalipat ang atensyon niya kina Andora na mataman din ang pakikinig mula sa ere. Walang galit na mababakas sa mga mukha nito. They were all expectant. Wari ba'y nasa mga kamay na ng mga ito ang tagumpay kung mapapapayag siya ni Said na umanib sa kanila.

Walang imik na tumayo siya mula sa kinauupuan. Mula sa gilid ng kanyang mga mata'y nakita niyang nagkagitla ang pagitan ng kilay ni Spade dahil sa pagkunot nito ng noo. Si Cattleya't Vina'y tinawag ang kanyang pangalan nang lumuhod siya para lumebel kay Said na lalo namang lumawak ang ngisi.

Tinitigan niya ang mga mata ni Said. They were so open to her na hindi na siya halos nahirapang siyasatin ang nilalaman ng mga memorya nito.

Nakita ni Crissa ang tunay na pinag-ugatan ng pagtataksil ng dating mga High Queens. It was the scroll. Years ago, nang madakip ang mga Black Beasts matapos ang ascension ng kolonya sa lugar na ito ay napagtanto nilang lahat ang tungkol sa kalatas. It was Samuel who told them. Matalik na kaibigan ni Samuel ang dating hari at ang pantas na si Arkidy. He knew about the prophecy and he was the one who wanted to hunt the immortals referred to in the scroll but the former king refused to do so.

Dahil sa Pilipinas nila natagpuan ang mga imortal, tinanggap na ng mga itong ang Pilipinas na nga marahil ang panibagong kahariang itinutukoy ng mga propesiya. So they all planned to get the Black Beasts to side with them. They all assumed it was the former High Queens who the immortals were destined to protect. Iyon ang isinaksak ni Samuel at Said sa mga utak ng mga ito kung kaya't malakas ang loob nina Avery, Andora, Nemaiah, Junial, at Farida na pagtaksilan ang Calipto.

That coupled with Avery's calculated ambitions, it resulted in this.

Binitawan ni Crissa ang memoryang iyon at patuloy na ginalugad ang kasulok-sulukan ng isipan ni Said. She went through it like how she went through files from her tablet. At nang makita na nga niya ang hinahanap, hindi siya nagdalawang isip na buksan iyon at panoorin.

And she went through those agonizing seconds, seeing Junial and Farida suggest ridiculous things to Avery and Andora. Si Spade at Raphael na lamang ang natira noon. And Spade was the only one who pledged allegiance to them. That in exchange for revenge.

Narinig niya ang mga hungkag na pangako ng tinig ni Kronos. Nakita niya ang madilim na abandonadong dungeon. She saw how the former High Queens turned their back on Spade. Dala nito ang hologram screen kung saan kausap ng mga ito si Said. She watched as Spade disappeared into the Elder's view. Kasunod niyon ang mga ungol at hiyaw ng pandidiri at hinagpis na umalingawngaw sa kabuuan ng hungkag na selda.

Agad na pinutol ni Crissa ang koneksyon sa utak ni Said. When she looked at him, namimilog na sa takot ang mga mata nito. He knew. He probably knew now.

Kaya't wala siyang sinayang na sandali. Her fangs elongated and she attacked Said's neck until she snapped the vein that gives life to him. Nakarinig siya ng mga pagsinghap at tili. Ang mga sigaw ng galit ay nanggagaling sa kanyang harapan. Ngisi siyang tumayo at nagpunas ng dugo mula sa kanyang labi. Samuel looked surprised and scared at the same time. Si Andora ay galit, si Junial at si Farida'y magkapanabay ang pagtili.

"Cattleya, finish all the witches," ang tangi niyang sinabi bago tumalikod para kunin ang pana at maupo na sa kanyang trono.

"On it."

She edged on her seat, ang kaliwang kamay ay nasa gilid ng upuan at kumukuha ng palaso. Ang isa nama'y hawak-hawak ang kanyang pana at inihahanda sa muling paggamit nito.

"Hindi... hindi maaari ito!" naringgan niyang hiyaw ni Andora habang lumiligid-ligid na sa throne hall. Marahil ay hinahanap ang mga kaanib nitong mangkukulam at manggagaway na nabibilang na lamang ngayon sa iisang kamay. "Imposible! Hindi! Hindiiiii!"

Iritado si Cattleya nang dukutin nito ang tainga na waring naglilinis. "Gosh, annoying. Crissa, akin 'yang si Andora-basurera. Ikaw na sa friends niya. Malaki ang atraso sa akin ng cheapanggang babaeng 'yan."

Crissa smirked. That made sense. Vina had her revenge against Avery. Si Cattleya naman siguro ngayon ang dapat niyang pagbigyan. "By all means, Catt, the floor is yours."

Nakita niyang ngumisi si Cattleya. Wala pang ilang segundo'y umuusal na muli ito ng mga inkantasyong sa pagkakataong ito'y pinagpapapalit-palit nitong muli sa ingles at Latin.

"See the cruelty and pain that you have caused once again... I turn the tables three times three, what you have done to me will be done to thee... *I creavie per verba!*"

Sukat doon ay napaigtad sa ere si Andora. It lasted for a second or two. Para itong namimilipit sa sakit. Pagkatapos ay biglang nanginig at bumagsak sa sahig. But in Crissa's confusion, nakatulala na lamang ito. Bumalik ito sa anyong tao ngunit parang wala nang lakas pang tumayo o magsalita man. Nakatingin lamang ito sa kanila, pipi, at nakaawang ang bibig.

"Andora!" hiyaw ni Junial na bumaba at dinaluhan ang kasamahan. "Andora! Andora, ayos ka lang? Andora!"

Kasunod na bumaba sa ere si Farida at nagpalit ito ng anyo. Dinuro nito si Cattleya na nakangalumbaba na at amused na pinapanood ang nangyayari. "Anong ginagawa mo? Anong ginagawa mo sa kapatid koooo?"

Cattleya shrugged her shoulders playfully. "Ibinalik ko lang ang ginawa niya sa amin ni Seige. You know… do unto others what others did unto you," saka kunot-noong bumaling ang katabi sa kanya. "Tama ba 'yong sinabi ko? Parang may mali."

Nailing si Crissa at napairap. "Mabuti na lang talaga at maganda ka, bakla. Pretty lang with no brains whatsoever."

"Kill is injured," biglang wika ni Vina na kumuha ng kanilang atensyon.

And true to her words, sapo nga ni Kill ang balikat nitong halos maputol na dahil sa laki ng hiwa. Tumiim ang bagang ni Crissa at humigpit ang hawak niya sa pana.

"Let's finish this then. Raphael, attend to Kill. Sabihin mo bumalik sila ni Courtney dito. Our men can handle the warriors, the numbers are even now. Cassidy, cover for Kill's injury hanggang sa makarating siya rito. Can you do that? Kaya mo pa ba?"

Game na game na tumango si Cassidy. Bagaman at kita na sa mukha nito ang pagod, hindi pa rin ito tumanggi. "Kaya ko pa. Walang problema."

She nodded. Pagkatapos ay mabilis niyang iniangat ang kanyang pana. Itinutok niya iyon kay Andora, kumuha ng palaso at saka mabilis iyong pinakawalan. The arrow landed on Andora's forehead. Napahiga ito sa sahig nang mabuwal.

"Andoraaaaaaa!" Junial screamed in anguish. "Hayop ka, Crissa! Hayop kaaaaa!"

She sneered at that insult. "Mas hayop ka, Junial! Mas masahol pa kayo sa hayop! What you did to Spade… God, you should be thankful you're still breathing when you hurled that insult at me!"

Maang na napatingin sila ni Farida kay Spade na nakatalikod sa kanya. His rigid back tells her he knows they were talking about him.

Itinuro ni Junial ang binata na lalo niyang ikinagalit. "Dahil dito? Dahil lang sa aliping 'to kaya ka nagkakaganyan? That was why you killed Avery, your loyal apprentice? Your greatest fan? We all placed you in a pedestal but you failed us for him?"

Natawa siya ng bahaw. Pagkatapos ay mabilis niyang itinutok ang pana, kumuha ng pilak na palaso at pinatama iyon sa daliring nakaturo kay Spade. Junial screamed in pain then while Farida gasped in surprise.

"I didn't failed you, Junial. You failed me. You all failed me and Aniyah both! At nilapastangan n'yo rin ang asawa ko which was why I'm going to end this foolishness with you turned into ashes in that very same floor you stand on!"

Sukat doon ay muli niyang iniangat ang pana, loaded a gold arrow, aimed and shoot. Tangka pang iiwas noon si Junial ngunit mabilis ang pagbulusok ng palasong lumanding sa noo nito. Pagkabitaw na pagkabitaw ni Crissa sa naunang palaso, sinundan niyang muli iyon ng isa pa. That arrow landed on her open mouth when she gasped in pain. Ginawa niyang muli iyon. Ang pangatlong palaso ay sa lalamunan naman nito bumaon. She'd go for a fourth kung hindi lamang bumuwal ito sa sahig at unti-unti nang nangisay.

Akma siyang kukuha ng isa pang palaso para kay Farida ngunit natilihan siya nang makitang nilalapa na ng abong lobo ni Spade ang dating High Queen. Hindi niya napigilan ang matawa.

And laugh hysterically she did. Because finally, vengeance is hers. At totoo ngang siguro silang mga Dreasianian.

They are vengeance. They are truth. They are honor.

30th Blood
RISE

MARAMING uri ng paghihiganti ang mabilis lamang na naiisip at naisasabuhay ng mga nilalang sa mundong ibabaw kapag nasasaktan sila ng sobra. Kadalasan, naniningil sila ng ngipin para sa ngipin. Ng mata para sa mata. Pero hindi nila napagtatanto na kung ang lahat ng tao sa mundo'y sisingilin ang mata ng isa para sa matang kinuha, lahat ay magiging bulag na't hindi makikita ang tunay na kagandahan ng buhay.

They didn't know that revenge takes everything away from one person. Lahat ng mga mahal mo, lahat ng mga pinakaiingatan mo. Para silang mga domino na isa-isang magtutumbahan. Sunod-sunod, walang matitirang nakatayo.

"Hindi ko pinagtaksilan ang Calipto, Aniyah! Ginawa ko lamang ang hindi nagawa ng iyong ama! Ginawa ko lang ang dapat sana'y noon niya pa ginawa!"

Nagkatinginan sila ni Aniyah dahil sa iginigiit ni Samuel. Napailing si Crissa bago inilabas ang kalatas mula sa likuran ng kanyang kapuisa. Inilapag niya iyon sa mesang nasa harapan nila ngunit nakaharap naman ang kalatas kay Samuel upang matitigan nito ng maayos ang nilalaman niyon.

"What part of that scroll tells you to betray your own friend, your own home, and your own queen? Ako ba ang kulang sa comprehension o ikaw?"

Matalim ang titig ni Samuel sa kanya ngunit kita rin sa ekspresyon nito ang pagsuko at ang pagod. There was regret too. Pero huli na ang lahat sa pananaw ni Crissa. Hindi na maibabalik pa ni Samuel ang mga buhay na nawala nang dahil lang sa mumunting kalokohang ito.

Para sa imbestigasyong ito at para na rin sunduin si Samuel upang maibalik sa Calipto kung saan ito uusigin at paparusahan, nagtungo si Aniyah sa kolonya. Crissa, albeit a bit surprised, was delighted at her friend's arrival. Kahit pa sa ganitong sitwasyon.

"Hindi ko pinagtaksilan ang hari! Ilang beses ko bang uulitin 'yan?"

"I'd believe you, Samuel," wika ni Aniyah na bumuntong hininga at tila napapagod na naupo sa silyang katapat ng kay Samuel. "If only I didn't know how obsessed you were with my mother. Forgive me but in my book, that's one hell of a motivation."

"At ang maliit na motibasyong iyon ay magreresulta sa ilang taon naming pagpaplanong gumawa ng panibagong kaharian? Gano'n ba, Aniyah?" pagkuwa'y tumawa ng bahaw ang matanda. "Ang mga maliliit na bagay na iyan ay hindi importante sa akin. Matagal nang nangyari 'yan, bago pa ikasal ang mga magulang mo. Kaya't bakit ako magkikimkim ng galit kay Cesare? Matalik ko siyang kaibigan!"

Ah, here we go again with the friend story...

Napapalatak si Crissa. "Sige, sabihin na nga nating hindi 'yon ang motivation mo. What then? Tell us, Samuel. You've got nothing to lose now."

Mabigat ang paghinga nito ng malalim. Aniyah and Crissa can both see Samuel's surrender. Pero sa palagay ni Crissa, hindi pa rin totoong natatanggap nito na nagtaksil nga ito sa Calipto. Out of all the Elders, Samuel is the least person she expected to see betraying Dreasiana. Makabayan ito, matalik na kaibigan ng dating hari. Mukha ring wala itong balak na masama laban sa Dreasiana ngunit bakit nga ba ito umanib kina Andora?

Laglag ang balikat ay kinuha ni Samuel ang kalatas para muling suriin. Pagkatapos mayamaya'y bumaling ito sa kanila ni Aniyah.

"There's a force in the future that will destroy all super humans and immortals, the Dreasiana Colony included."

Hindi aaminin ni Crissa ngunit natilihan siya roon. Out of all the interpretations she attempted to deduce in regards to the prophecy, iyon ang kauna-unahang bagay na hindi niya pinaniwalaan.

"Ang imortal ay imortal, Samuel. You can't destroy them, what more an entire nation consisting immortals!"

"I can't, we can't. But there are entities out there that are stronger than us. That are above us!"

Nakita ni Crissa na lumunok si Aniyah saka dumekwatro at umabante sa silya upang maipatong ang magkasalikop na kamay sa ibabaw ng lamesa. "How exactly did Arkidy interpreted the prophecy,

Samuel?"

Umiling-iling ang Elder habang nakakunot ng noo. "Hindi natapos ni Arkidy ang interpretasyon hanggang dulo dahil agad siyang namatay sa sakit na hindi namin maunawaan kung saan nanggaling. But there's one thing he assured me and your parents, Aniyah. Mawawasak ang Dreasiana. At sa pagkawasak lamang na iyon ay saka babangon ang mga imortal na tinutukoy sa propesiya."

"What about the Black Beasts?" panegundang tanong ng kaibigan niya. "Nabanggit sila sa propesiya."

"Yes. They will protect the immortals destined to rule the next generation. Kung sila ngang talaga 'yon, nasa malapit lamang nila ang tinutukoy ng propesiya."

"Pero hindi ko pa rin maunawaan kung bakit n'yo gugustuhing gumawa ng panibagong kaharian para salungatin ang kolonya!" inis niyang sabad sa usapan. It still confused her. What are they all after?

"Naniniwala ako na maaaring mabago ang propesiya kung maaari rin naming mabago ang kasaysayan. A new kingdom is not mentioned in the prophecy. Kung mababago ang nangyari, marahil ay maaaring mabago ang propesiya!"

Aniyah sadly sighed. "Pero lahat ng mga kasamahan mo ay kapangyarihan lamang ang habol, Samuel! Hindi mo ba nakita iyon? Kapangyarihan at paghihiganti! They wanted to harm Dreasiana, not help it!"

Ngunit hindi na narinig pa ni Crissa ang sumunod na sinagot ni Samuel. Natigilan siya sa kinatatayuan at biglang nanigas. It suddenly dawned on her. Tila nga naririnig pa niya sa kanyang isipan ang paulit-ulit niyang pagbabasa ng parteng iyon ng kalatas.

Sa kahon ng pagkakasala, pagkamuhi ay kakawala…

Ang unang pagbubukas ng kahon ay noong mamatay ang haring Cesare ilang taon na ang nakakaraan. Noong araw na in-ambush ng militar at gobyerno ng Pilipinas ang visiting entourage ng kolonya. That day, Aniyah rose to be the queen. That day, Aniyah was so angry she killed hundred thousands of people single-handedly in a matter of hours.

Sumunod ay digmaan, sa pangalawang pagbubukas ay tangan…

Ang ikalawang pagbubukas ay ang unang alon ng digmaan laban

sa mga dating High Queens.

Paghahangad sa kapangyarihang hindi naman ukol, pagsamba'y sa huwad na kaharian ipinukol.

The third one is this war. Ang digmaang ito kung saan napatunayan nilang ninais lamang ng mga taksil na gumawa ng huwad na kahariang hihigitan ang Dreasiana para sa kapangyarihan.

Sa ikaapat na pagbubukas ng kahon, kamatayan ang syang ipababaon. Pagbagsak ng sangkatauha'y magsisimula, hanggang sa bawiin ng langit ang huling hininga...

Shit. Tama nga siya ng hinuha. Isang analohiya ang pagbubukas ng kahon. In a way, ang unang pagbubukas ng kahon ay parang pagbubukas din ni Pandora na nagpakawala ng lahat ng mga pangit na bagay sa mundo. It was the trigger. That one push that made the domino stacks fall one by one.

Ang digmaan ang binibilang ng kahon. Sa bawat pagbubukas nito'y may pangit ding bagay ang lalabas. Noong una'y galit, noong pangalawa'y hinagpis, noong pangatlo'y kasakiman. At ang pang-apat… kamatayan.

"Aniyah. We're in trouble."

"ISA PA, ikabubuti rin ng mga red bloods ang gustong mangyari ni Raphael. It was a well-thought program. Hindi lang para sa mga black bloods."

Naghari ang katahimikan sa loob ng reception hall. Napatigil si Spade sa akmang pag-inom ng alak sa kanyang baso nang maramdamang sa kanya nakatitig ang mga kaibigan. He tilted his head in slight confusion.

"What?"

"What do you think?" tanong ni Kill na nginusuan si Raphael. "Iyong suhestyong programa ni Raphael. Training the red bloods in the Academy to allow them to defend themselves. Do you think it's doable?"

Spade's tongue pressed against the inside of his cheek bago niya dinilaan ang ibabang labi. He contemplated the question.

Sa katunayan, wala naman talaga siyang interes sa Academy. Pero sa eskwelahang iyon sila nanggaling. Kill and Raphael gives back to the Academy by being the President for both the black bloods and the red bloods respectively. Paminsan-minsan, kapag napag-uusapan ang Academy, humihingi ng opinyon sa kanila nina Rain at Seige ang dalawa, checking if they did the right thing or not.

He was only glad to humor them. Besides, what was the harm in trying to do his part to pay tribute to the Academy by doing such small things like this?

"Tingin ko… okay 'yong naisip n'yo. But try to do it in a way that is not alarming to the red bloods. Offer it as a fun addition to extracurricular activities."

Rain snapped his fingers at ngingisi-ngising itinuro siya. "That's what I'm thinking!"

Si Raphael naman ay natawa at walang pasabing hinampas siya sa balikat habang umiinom siya, dahilan kung bakit muntik nang tumapon sa suot niya ang laman ng baso.

"Alam mo dati, brad, hindi ko talaga naisip na matalino ka. I mean, you're good at leading the Midnights—you're superb at it! Pero hindi ko talaga ine-expect na may talino kang taglay. Rain, Kill, and Seige… these are the guys! Pero alam ko talaga dati tayo ang magkalebel ng abilidad at utak, eh."

Nginiwian niya si Raphael na humalakhak nang makita iyon. Aambaan niya pa sana ng tapik ito nang bumukas ang pintuan ng reception hall. Instantly, Spade smelled that all too familiar scent.

Iniluwa ng malaking kahoy na pintuan si Crissa. Walang imik itong nagderetso sa mesang katabi lamang ng inookupa nila. He watched as she picked up the tablet resting above the couch. Pagkatapos ay bumaling ito sa kanila at itinaas iyon, tila sinasabing iyon ang sinadya nito roon.

Napangiti siya ng lihim. Ah, his beloved just couldn't live without her tablet. Tila ito pusang hindi maanak kapag nawawala sa paningin ang gadget na iyon.

Sumimsim si Spade sa basong hawak niya. Alam naman kasi niyang hindi na magtatagal pa roon si Crissa. It was their time and it's very rare that the females barge in on them kapag may ganito silang ganap. Ngunit bago pa makapihit ang dalaga para tumalikod ay nagtama ang kanilang paningin.

And just like that, all that he ever wants to do right now is get the fuck out of this hall and drag Crissa along with him back to their room.

Ngumiti si Crissa at tinawid ang distansya nilang dalawa. Umikot ito sa kanyang sofa para lamang mahagkan siya sa pisngi. Spade's heart automatically raced so hard inside his ribs he thought it would jump out of there.

Sukat doon ay ibinaba na niya sa mesa ang baso. Crissa was starting to walk away now kaya naman minadali niyang tumayo.

"Oh, God, Spade, kailan ka ba tatagal sa upuang 'yan ng ilang oras?" inis na reklamo ni Raphael na inismiran lamang ni Seige.

He exchanged looks with him, Seige merely shrugged. Sa apat, marahil ay si Seige lamang ang malapit na nakakaunawa sa kanya pagdating sa ganito. The guy loved Cattleya so much she was his world. In a way, Spade feels the same for Crissa. Mas matindi nga lamang ng ilang ulit.

"Seriously, Crissa," he saw Kill called out to his mate habang naghahanda siyang umalis. "kailan namin maipipirmi rito si Spade ng ilang oras? Why do you always do this?"

Saglit siyang natawa. Si Rain naman ay nailing at napainom na lang sa sariling alak. "We're crazy asshats when it comes to our women. But your level of crazy, Spade, is just… I don't know, it's different."

Hindi niya sinagot ang komentong iyon at sa halip ay naglakad-takbo na lamang paalis sa hall na iyon. Nasa pasilyo na si Crissa nang maabutan niya. He hugged her from behind and he could feel her laughter when he did that.

"Bumalik ka na ro'n, mahal ko," wika nito sa kanyang isipan na muling nagpaguhit ng ngiti sa kanyang labi. Her voice does wonders to his brain. *"I'll never hear the end of this again from those friend of yours."*

Tawa lamang ang isinagot niya saka itinulak si Crissa gamit ang kanyang katawan upang magsimula ulit itong maglakad.

Two months has passed since the last fight. Sa susunod na buwan, ang lahat ng buhay na kaanib ng dating mga High Queens ay papatayin na bilang kaparusahan sa kanilang pagtataksil. Dinala ang lahat ng mga ito sa Calipto kasama na si Samuel.

These days, both him and Crissa tries to juggle things—from leading the palace and managing the Midnight pack and then taking care of their cute naughty daughter. Halos wala na silang oras para sa ibang bagay. But he'll be damned if he wouldn't make time to be with Crissa everyday.

Pagdating sa kanilang silid, naupo siya sa gilid ng kama at hinatak sa baywang ang dalaga. Nakaharap na ito sa kanya ngayon at nakatayo habang masuyong sinusuklay ang kanyang buhok gamit ang sariling mga daliri.

She loved his hair that was why he refused to cut it off kahit sobrang haba na niyon at sobrang init paminsan-minsan. But that small inconveniences were nothing compared to the feeling of Crissa's hands on his head.

"I think we should get married next month na, love," biglang sabi ni Crissa na ikinataas niya ng kilay. Nakakunot ang noo nito at tila talagang nag-iisip ng malalim. "I know we agreed we'll prepare for a big wedding pero kasi… dapat ginawa na natin ito noon pang nandito si Aniyah. Mas mabilis 'yon, mas convenient. 'Di ba?"

"Mahal…" Napabuntong hininga siya at nagsaliksik ng tamang salitang sasabihin. "Gusto kong ibigay sa 'yo ang nararapat na kasal para sa kagaya mo. Let's not rush things."

"But don't you think we've had enough of this waiting game, Spade? Goodness, I think we've spent more time apart than we did together! Hindi pa ba sapat 'yon?"

"Whether we are together or we are apart, what I feel for you remains the same. I still think love isn't the right word for it but I still loved you when we aren't together. And—" putol niya sa akmang pagsasalita nitong muli. "If it makes you feel better, I'll get the ball rolling on the wedding. But give me at least another month. Hindi ito kakayanin ng linggo lang."

Pinanood niyang magbuga ng hangin si Crissa at mapatingala sa frustration. Pinigilan niya ang ngiti. Pagkuwa'y binuhat niya si Crissa at ibinuwal niya ang kanilang mga sarili sa kama. She squealed in surprise ngunit nauwi rin iyon sa pagtawa.

Spade held Crissa against him. Ang dalaga nama'y ikinulong ang kanyang mukha sa parehong palad nito saka kinintilan ng halik ang kanyang labi.

Ramdam ni Spade kaysa naririnig o nakikita ang ibig sabihin ni Crissa sa mga oras na iyon. Kung may salita nga lamang siguro silang mahahanap para sa kanilang damdamin, mas madali sana ang lahat. But there's nothing there, no word fit to describe what he feels for Crissa.

"You better tell me now, Spade," nakangiting untag ni Crissa. Her thumbs carressing both side of his cheek. Paminsan-minsan ay umaabot ito upang linyahan ang ibaba ng kanyang labi. "Just… try."

Napatitig siya sa dalaga. He asked himself: *how?* But in the end, when he closed his eyes and saw how dark his world would become without her, he tried once more.

"Mahal na mahal na mahal na mahal kita… Higit pa sa pagmamahal, Crissa. Higit-higit pa. And I don't know if… if there will come a day that I can say this without my heart clenching so tight because it knows I'm lying. That this isn't enough. But I love you. So much, love. So much…"

Bilang tugon doon, at marahil para na rin itago ang sarili nitong luha'y kinabig ni Crissa ang kanyang ulo at ipinahinga sa leeg nito. Spade breathed her scent. Peace settled within him.

"You're enough, wolfie. You're always enough for me. And I love you. I love you very very very much… You know that, right?"

He nodded. He knows. He gets it.

And in his heart he feels it too. That he's home.

He's finally home.

EPILOGUE
IN WHICH WE BEGIN

INIS na bumuntong hininga si Spade at pumihit na lamang patalikod mula sa balak puntahan. Mula roon sa kanyang kinatatayuan, tanaw niya ang mga pamilya't kaibigan na nagkakatuwaan sa malaking pool party na inorganisa nina Cattleya, Cassidy, at Vina para magsilbing reception ng kasal nila ni Crissa.

But Crissa was nowhere in sight. Hindi siya nag-aalala pero nagsasawa na kasi siyang sumagot sa lahat ng tanong ng mga taong galing sa Calipto at Seithere na kaibigan at kakilala ng kanyang asawa. They all seemed to be… a bit dense.

Parati siyang tinatanong ng mga ito kung anong trabaho niya noon, kung magkano ang net worth niya, kung gaano kalaki ang Midnight pack, kung bakit hindi siya nanatili bilang hari ng Lykanta. Paulit-ulit. Nakakasawang sagutin.

"Ah, my love… where on earth are you?"

Asiwa at napapailing siyang nagsimulang maglakad pabalik sa pool area. Ngunit bago pa man siya makalayo, may isang babaeng muntik sumubasob sa harapan niya kung hindi lamang niya ito nahigit sa braso.

"Oh, oh no! I'm so sorry!" malanding sabi nito saka tumuwid ng tayo.

Spade didn't need to do a one-over para lang malamang naka-heels ang babae habang two piece bikini lang ang saplot sa katawan. Her lips was lined with what he guessed is an expensive red lipstick. Ang mga mata nito'y hazel brown na may kakatwang kinang sa loob. Ang mga kuko nitong sinusubukang paglakbayin ng babae sa kanyang braso'y pintado ng kulay pink na nail polish.

Agad-agad, nang matunugan ang intensyon nito'y umatras siya. My, but this was a first. And he couldn't help but admire the woman a bit for his courage. But it was a foolish courage. Kung siya ang babae, ang numero unong lalaking iiwasan niya ay ang asawa ni Crissa Fierce—ah, Crissa Arden now. This woman probably has some death wish or something.

"Miss… kasal na ako. This is my reception party, you're in my wife's palace. I don't think I need to mention her name for you to understand it better." Inilingan niya ang kaharap. "Please avoid me so we can avoid a couple of heads rolling around here, too. Okay?"

Nakita niyang tumawa ang babae. Nang akma siyang hahakbang pakaliwa para iwasan na ito ng tuluyan ay humarang naman ito. Napabuntong hininga siya. *"Love, where are you? I'm being propositioned here. Ayokong magahasa ng mga kalahi mo ng wala sa oras. Bumalik ka na."*

"Masama bang lumapit sa lalaking nag-iisa? You look so lonely out here. I can join you, you know. We can have some fun."

He groaned internally. Ilang beses na ba niyang nadinig ang ganitong linya sa samu't-saring babae sa mga nagdaang taon ng kanyang buhay? Pero ngayon lang siya halos masuya ng ganito. Nakakapang-init din pala ng ulo. Kaya ngayon hindi niya maunawaan kung paanong nagagawa ng ibang lalaki ang magloko sa misis nila. God, but he'd rather jump on that cold pool than keep conversing with this woman.

Baka mahuli pa siya ni Crissa at magkatotoo ang hinuha niyang may pagugulungin ngang ulo ang asawa niya.

"Crissa Arden is my wife. She's the Duchess of Seithere… you know, the next big city after Calipto? And she's the main queen here. Kung hindi mo siya kilala, you keep doing what you're doing, and I'm pretty sure you'll be intimate with her fangs soon."

Nakakayamot lang. Paanong may nakapasok na ganito rito? Hindi nga ba talaga nito kilala si Crissa o sadyang may balak lang magpakamatay itong babae? Hindi rin naman amoy alak ito kaya hindi niya masasabing lango lang.

Ah, well, this shouldn't be his problem.

Pairap at naiiling niyang nilampasan ang babae. Nakakatatlong hakbang pa lamang siya nang mula sa kanyang kaliwa'y lumabas ang isa pang babae, nakangisi at pumapalakpak habang papalapit sa kanila.

Natilihan si Spade nang mapagkilanlan ang babaeng iyon. He didn't think he'd see her here. Isa pa'y hindi nga rin nagsabi ito na pupunta dahil nga marami raw gawain sa Calipto. So why the hell is

Dreasiana's Queen here?

"That was nice! Such a loyal husband. Isn't he, Cherise?"

Nilingon ni Spade ang babae sa likuran niya nang balingan iyon ni Aniyah. Naglalakad na ito patungo sa kanila habang nakangiti at tila may bakas pa ng hagikhik.

"I'm sorry, Spade, but your women-evading tactics is funny!" natatawang komento ng babaeng tinawag ni Aniyah na Cherise. Napaisip si Spade. Hindi kaya ito iyong isang matalik na kaibigan ng asawa niya? "Pero hindi rin kita masisisi. If that was any other woman, marinig palang nila ang pangalan ni Crissa, baka naihi na sa takot 'yon."

He tilted his head in confusion. "Who... are you again?"

"Ay, oo nga pala!" sabay punas nito ng kamay sa legs at saka iyon iniabot sa kanyang harapan. "Ako nga pala si Honey Cherise. Best friend ako ni Crissa. Congratulations on your wedding!"

Ah, now he remembered!

Inabot niya ang kamay ni Honey Cherise at saglit itong kinamayan.

"Aren't you even going to bow down to greet me?" biglang sabad ni Aniyah sa usapan. Nakahanukipkip ito't nakataas ang kilay sa kanya.

Pinigilan ni Spade ang mapaungol sa sobrang frustration. Buong buhay niya, isa lang ang taong niyukudan niya ng kusa. Ang asawa niya lang. And she wasn't even his wife then. Nagtalo ang isip niya kung sasagutin ba niya ng magalang itong si Aniyah o tatapatin niya.

It was an easy decision though.

He likes the latter.

"I'm... not really that type."

Napanganga si Aniyah pagkuwa'y biglang tumawa at nailing. "You're kidding, right?"

Mutely, he shook his head. He caught Honey Cherise covered her mouth to hide her laughter. Dinilaan ni Spade ang pang-ibabang labi saka nagkibit ng kanyang balikat. Pagkatapos, para lang mapagbigyan si Aniyah, nagbaba siya saglit ng kanyang ulo.

Aniyah, however, didn't looked satisfied with that. Pero amused itong sinusundan siya ng tingin. Panay pa rin ang iling na tila hindi makapaniwala.

"Dibale na nga. What the hell do I expect with a renegade's husband? Tara ro'n," sabay nguso nito sa isang mesa malapit sa kanilang kinatatayuan. "Let's drink habang naghihintay ka kay Crissa."

Mabigat sa loob na sumunod siya sa dalawa. He wanted to get out of there para hanapin si Crissa. Pero bilang dumating nga ang mga hindi inaasahang panauhin ng kanyang asawa, wala siyang magagawa kung hindi ang estimahin ang mga ito.

Nagsalin si Honey Cherise ng alak sa mga basong naroon. Then the woman raised her own glass to call for a toast. "Cheers tayo para sa masagana at magandang future n'yo ni Crissa. Cheers!"

Pabuntong hiningang itinaas niya ang sariling kopita at nakipag-toast sa dalawa. Sumimsim siya ng kakaunti sa alak bago iyon ilapag sa mesa at dumekwatro ng upo.

"So how many women were there before you married our friend?" walang kagatol-gatol na tanong ni Aniyah.

Napamaang si Spade, hindi niya maitatanggi iyon. Hindi niya naman kasi inaasahang iyon ang kauna-unahang bubuksang paksa ni Aniyah. Hell, and she looked so serious too!

Nag-aalangang napakamot siya sa likuran ng kanyang tainga. "Uh…"

"For every count, I'll break your finger with that corkscrew. Ayos lang ba?"

Napangiwi siya sa sinabing iyon ni Aniyah. Hindi talaga nagbibiro ang kaibigan ni Crissa. Mukha ngang balak nitong baliin lahat ng daliri niya sa kamay sa bawat bilang ng babae niya noong single pa siya.

But hell… he couldn't even remember it. Hindi niya maalala kung ilan, hindi niya maalala ang pangalan lalong hindi na niya maalala ang mukha.

Paano ba 'to?

"I uh… lost count after I turned seventeen."

Tumaas ang kilay ni Aniyah. "Nakailan ka ba bago ka mag-seventeen?"

"Fifteen."

Sukat doon ay naibuga ni Honey Cherise ang iniinom na wine. "W-what? Fifteen? Nakakaloka ka! Dapat pala, Aniyah, bago nagpakasal itong si Crissa rito, na-cross examine muna natin itong kumag na 'to, eh! Fifteen? Fifteen samantalang wala pa siya sa legal age no'n? Aba eh mas malala ka pa kay Crissa, ah!"

Natawag ng huling sinabi nito ang kanyang kuryosidad. "Nakailan si Crissa?"

Nagkatinginan ang dalawang kaharap niya. Mga ilang segundo pa bago siya balingang muli ni Honey Cherise. "Marami rin. Pero hindi lahat seryoso."

"That bitch lived for a hundred years, give or take," panegunda ni Aniyah. "Baka hindi na rin no'n natatandaan kung nakailan siya."

Sasagot sana siya pero umangat ang tingin ng dalawa sa kanyang likuran. He felt her then, her hands circled around her neck and her lips planted a quick kiss against his left cheek. Tumayo siya para makita ng maigi si Crissa. Nadatnan niyang matalim ang titig nito kay Aniyah.

Sa loob-loob ay napangiwi siya. Ramdam niyang magsisimula na naman ang word war sa pagitan ng dalawang ito. Minsan nga'y hindi niya nauunawaan. Because he was so sure Crissa loved Aniyah so much but she blatantly disrespects her at every turn.

Weird.

"Inimbita ka ba rito, Aniyah? Sa pagkakaalam ko, wala naman akong ipinadalang invitation sa 'yo, ah."

Umirap si Aniyah at dumekwatro lamang. "You really should try to learn respecting your Queen, Crissa. Baka mapugutan ka ng ulo ng wala sa oras n'yan kapag hindi ka nag-ingat."

"Sorry, I'm not the bowing down type."

Maang na napatingin si Aniyah sa kanya nang sabihin iyon ni Crissa. Naitiklop ni Spade ang bibig upang itago ang kanyang ngiti.

"I can't believe this. Destiny couldn't give you a better match than this one right here."

Crissa smirked. "Why, thank you. Pero sa susunod na gawin n'yo 'yong ginawa n'yo kanina, walang kaibi-kaibigan sa ating tatlo. Ingungudngod ko kayo sa pwet ng kabayo kapag pinag-tripan n'yo ulit ang asawa ko."

Sukat doon ay napahalakhak si Spade. Tama si Aniyah. Destiny couldn't be more right when it decided to pair him with her.

TINAKPAN ni Crissa ng unan ang kanyang tainga. Abot pa rin sa pandinig niya ang malakas na tugtugan sa kabilang ibayo ng palasyo. Maryosep naman kasi! Ano bang tainga mayroon ang mga naroon?

Natigil siya sa malikot na pagbali-balikwas sa kama nang lumabas mula sa *en-suite* si Spade. Nagpupunas ito ng buhok habang ang tanging saplot lamang ay ang tuwalyang nakatapis sa ibabang parte nito.

My, what a distraction.

Tuluyan na siyang bumalikwas ng bangon at hinintay na tunguhin siya ng asawa sa kama. Hindi naman siya nito binigo. He was smiling as he sat in front of her.

"Naiingayan ka ba, mahal ko? I can feel the vibrations from afar. Mukhang malakas nga ang tugtog sa pool."

Spade never failed to amaze her with his extra abilities that makes up with his loss of hearing. Namamangha siya dahil kahit kinuha ng dating mga High Queens ang isang bagay na importante para sa asawa niya, nagagawa pa rin nitong higitang ibang nilalang pagdating sa mga bagay-bagay.

Gaya na lamang nito. Kayang-kaya ni Spade na malamang malakas nga ang tugtog sa parteng iyon ng palasyo sa pamamagitan ng matalas nitong pandama.

That was probably part of the reason why Spade Arden is a dangerous enemy in battle.

"It's fine. Minsan lang naman 'yan, hayaan na natin sila."

Kinuha niya ang tuwalya mula kay Spade at siya na ang nagkusang magpunas ng mahaba nitong buhok. He stared at her habang ginagawa niya iyon. Hindi naman na bago sa kanya ang ganito pero may mga pagkakataon pa ring hindi siya makahinga ng maayos kapag tinititigan siya ng ganoon ng asawa.

"Mahal?" mayamaya'y untag nito sa kanya.

"Hmm?"

"In the future... kapag... kapag naganap nga ang nasa propesiya, do you think we'll both still be here?"

Napalunok siya sa tanong na iyon. Alam niyang alam ni Spade ang lahat. Isa ito sa mga imortal na hindi nawawasak. At kung mayroon ngang isang mas makapangyarihan na pwersa kaysa sa kanila, nakasisiguro siyang kasama siya sa mga listahan ng mawawala. She's a part of the Dreasiana. And she wasn't mentioned in the prophecy.

Alam niya kung anong ikinakatakot ni Spade. Dahil iyon din ang parehong bagay na ikinakatakot niya. Ayaw niyang maiwan dito mag-isa ang kanyang asawa. Kung mawawala siya at mapipilitang manatili rito si Spade, that would be torture for him. Hindi niya kayang isipin na mangyayari iyon.

Ngumiti siya't ikinulong ang mukha ng asawa sa kanyang palad. Matagal na siyang nagpasya. Simula pa man nang sumagi sa kanyang isipan kung gaano magiging kalungkot si Spade dito sa oras na mangyari ang propesiyang iyon, nakapagpasya na siya.

"I will not die. You will not die. I promise you that. And I never make any promises I can't keep, wolfie. You know that, right?"

Kuminang ang mga mata ni Spade nang ngumiti ito't umanggulo upang mahalikan siya sa labi.

It was true though. Lalaban siya. Lalaban siya hanggang sa dulo para lamang hindi siya mawala sa tabi ni Spade. Hindi na niya hahayaan pang maging mag-isa ang asawa niya. He'd been alone for so long. Hinding-hindi na niya muling iiwanan pa si Spade.

If that meant changing the damn prophecy then so be it.

But she and Spade... they will remain.

Wala silang katapusan. Wala silang hangganan. What they have are only beginnings.

Begginnings in which they begin but will never end.

"Wolfie."

"Hmm?"

"Tapatan natin 'yong ingay sa pool."

Matagal bago marahil nag-sink in kay Spade ang ibig niyang ipahiwatig. But when it did, his eyes twinkled merrily bago siya nito ihiga sa kama at tanggalan ng saplot isa-isa.

The room filled with so much laughter. Ngunit daglit lamang iyon at napalitan ang tawanan ng mga ungol at sigaw na kahit sinong madadaan at makakarinig ay hindi maipagkakamali ang kanilang ginagawa.

MINSAN nang sinabi sa kanya ng Daddy Linus niya na hindi siya ordinaryong bata. Hindi siya kagaya ng ibang mga bata sa pack ng kanyang Papa na nasusugatan kapag nadadapa o nakakapaglaro ng malaya. Hindi siya kagaya nila.

Ang Papa niya ay naging hari ng mga lobo. Ang Mama niya ay dukesa ng Seithere at reyna ng isa sa mga kolonya ng Dreasiana. Her father is a werewolf, an immortal that cannot be destroyed. Her mother is a vampire demigoddess, a direct descendant of the goddess Aphrodite. Kaya't kung susumahin lahat, wala sa sistema ni Dessa ang salitang 'normal' at 'ordinaryo'.

Instead, she was something else. Someone else…

"Bakit ba kayo nag-aaway sa walang kakwenta-kwentang bagay?" bulyaw ni Midnight kay Snow at Lyrica na pinag-aagawan ang maliit na glass sculpture ng anghel na nakita nila kanina sa reception hall.

"I called dibs in this first!" sigaw ni Lyrica bago hilahin patungo sa gawi nito ang sculpture. "I saw this first! Akin 'to!"

Hindi umimik si Snow ngunit patuloy pa rin itong nakipag-agawan kay Lyrica ng bagay na iyon. Napabuntong hininga si Dessa.

Sina Snow at Lyrica ay may limang taong tanda sa kanya. Si Gideon naman ay three years older. Pero minsan pakiramdam niya'y mas matanda pa sila ni Gideon sa mga ito.

"Tama na nga 'yan!" muling saway ni Midnight sa dalawa habang sila ni Gideon ay naiiling na nagkatinginan. "Para kayong tanga na pinag-aawayan 'yan! Sa huli'y mababasag din 'yan kapag hindi n'yo pa binitawan 'yang dalawa!"

Walang imik na pumagitan si Dessa at kinuha ang glass sculpture na pinag-aagawan ng magpinsan. Maang na napatingin sa kanya ang lahat, sina Gideon at Midnight marahil ay nagtataka kung bakit bigla siyang sumawsaw sa argumento ng dalawa.

It wasn't like her to meddle. Pero sa lahat naman kasi ng pinag-awayan nina Snow at Lyrica, ito naman na yata ang pinaka-pointless.

Tahimik na sinuri ni Dessa ang sculpture. There was nothing special about it. It was an angel looking up with its wings spread in full. Maganda ang materyal na ginamit. Makinis. Ngunit wala naman kasing ipinag-iba iyon sa mga pigurin na naka-display sa iba't-ibang parte ng palasyo.

"Let's cut this in half then. If you two really want this so much, hatiin natin. Pareho ng laki, pareho ng parte. Tag-isa kayo."

Namilog ang mga mata ni Snow. "No! Absolutely not! Sisirain mo lang ang sculpture. Why would you do that just to appease us both?"

Nagkibit ng balikat si Dessa. "It's the most convenient solution. You both want the sculpture then let's give you both a piece of it."

"Ayoko!" inis na tanggi naman ni Lyrica. "Gusto ko ng buo, ayoko ng hati, ayoko ng piraso lang."

Marahas na nagbuntong hininga si Snow. "Fine! Give it to her. Mas gugustuhin ko pang makitang buo ang sculpture na 'yan kaysa masira nang dahil lang sa akin."

Tinitigan ni Dessa si Snow. Magsasalita sana siya nang bigla na lamang ay pumintig ang kanyang ulo. Pagkatapos ay may nagdaang biswal sa kanyang isipan. It was so fast, so quick na parang wala lamang. Ngunit nakasisiguro siya sa kanyang nakita.

It couldn't be. What the hell was that?

"ANAK... 'wag kang matatakot. Hindi kita pababayaan, Crissa. Hindi ko kayo pababayaan..."

Napabalikwas ng bangon si Crissa. Nasapo niya ang noo at hapong-hapo na hinanap niya sa kanyang paningin ang asawa. Eksaktong bumukas ang pintuan ng silid at bumungad doon si Spade na may dala-dalang tray ng mga pagkain. Nang makita nito ang kanyang itsura'y agad-agad nitong inilapag sa coffee table ang hawak at dinaluhan siya.

"Love, are you okay? May nangyari ba? Nanaginip ka?"

Pinakawalan niya ang pinipigil niyang hininga at yumakap ng mahigpit kay Spade. Hindi niya intensyong pag-alalahin ang asawa. Pero sa katunayan lang, ang mga panaginip na iyon at ang posibleng kahulugan nila'y nagpapakaba sa kanya.

Spade held her for a moment. Nang masigurong kalmado na siya'y saka lamang siya humiwalay sa asawa at malambing na hinaplos ang nag-aalalang mukha nito.

"I'm fine," ngiti niyang wika upang palubagin ang loob nito. "It's just… my dreams are bothering me these days."

Nangunot ang noo ni Spade. "Crissa…"

"Hindi ko alam kung paano… I have a hint who she is though. But it still confuses me the same."

"I heard it before, mahal ko. There are gods who communicate with people. Isa kang demigodesss. Hindi naman malayong gustuhin nga ni Aphrodite na kausapin ka sa pamamagitan ng panaginip mo."

"That may be the case but it's not a secret that gods hates demilords. They all think we are not worthy to be anything. That we're stuck in the middle of being a talent and almost being a God. Walang Diyos ang nakipag-usap sa kahit na sinong demilord. Kaya bakit ako?"

Napahinga ng malalim si Spade. Kita sa ekspresyon nitong hindi rin nito alam kung anong sasabihin.

"Papa, Mama!" sigaw ni Dessa na biglang pumasok sa kanilang silid.

Napatayo si Spade nang umakyat sa kama ang kanilang anak at niyakap siya. Her hands shook a little around Crissa's neck.

"Hey, baby… anong nangyari? Ayos ka lang ba?"

Dumistansya ng kaunti si Dessa, sa isang kamay nito'y may salaming pigurin na iniabot nito sa kanya. Spade sat beside her looking confused and worried.

Naawa siya sa asawa. Both mother and daughter makes him worried. *Damn this situation.*

"Mama… Papa… will you both be able to save the world?"

Nagkatinginan sila ni Spade. Ano raw ang sabi ni Dessa? Save the world?

"Baby girl, what are you saying?"

"Nakita ko, Mama! Nakita ko no'ng hinawakan ko ito!" tukoy ni Dessa sa glass sculpture na nasa kamay na niya ngayon. "There were many people dead. All the buildings are ruined, destroyed. 'Tapos may maitim na usok. Sobrang itim, Mama, Papa! Ang lahat ng natitirang mga tao at nilalang ay namamatay kapag nalalanghap ang usok na iyon!

"Mama, Papa, sabi po ng anghel sa panaginip ko kaya n'yo raw po iligtas ang mundo. Tutulungan niya raw tayo! Mama... kapag po dumating ang panahong iyon, ililigtas n'yo po ba ang buong mundo gaya ng sabi ng anghel sa panaginip ko?"

Hindi nakaimik si Crissa. Naramdaman na lamang niyang kinuha ni Spade si Dessa at sa kandungan naman nito pinaupo. She was too gobsmacked to think outside what Dessa told her.

"Dessa... panaginip lang iyon, anak. H'wag mong masyadong isipin ha?"

Napatitig si Crissa sa hawak niyang pigurin. An angel. With its wings spread out. Sinasabi ni Dessa na nakakita ito ng anghel sa panaginip. Anghel nga ba o... ang diyosang madalas dumadalaw sa panaginip niya nitong nakakaraan?

"Dessa, anong itsura ng anghel sa panaginip mo, baby girl?" tanong niya sa bata na pumutol ng sinasabi ni Spade. Her husband looked at her as if she'd grown two heads.

"Hmm... maganda po siya, Mama. May mahaba siyang buhok, kulot-kulot. Maganda rin po ang boses niya, parang anghel talaga."

"Her eyes, what's the color of her eyes, baby girl?"

Dessa tilted her cute little head in contemplation. "Uhm... hindi ko matandaan, Mama. Pero blue green. Feeling ko blue green 'yong eyes niya sa panaginip ko."

Blue green... Hindi nga siya nagkakamali.

"Tell me what else you saw, Dessa. Did you see anything else in your vision?"

Tumango ng sunod-sunod si Dessa. Yumakap ito kay Spade at humilig sa dibdib ng ama pagkatapos ay excited na nagkuwento sa kanya.

"May nakita po akong nilalang sa gitna ng maitim na usok. Hindi ko po nakita ang itsura niya pero... pero may dala po siyang isang malaking-malaking karit. 'Tapos... 'tapos wala na po. Super sandali lang 'yong vision ko, Mama, eh."

Muli'y nagkatinginan sila ni Spade. Hindi na kailangan pang

270

sabihin ni Crissa. Alam nito ang kanyang nasa isip. Kaya naman hindi na siya nagtaka nang tumayo ang kanyang asawa bitbit si Dessa. He was now telling her funny stories, making her laugh.

Naiwan siya roong nakatitig sa pigurin. Anghel... *Anghel ka nga bang talaga, Aphrodite?*

"CLAIRVOYANT. Is that what you want to tell me, Linus?"

Spade didn't hear it but he was sure Linus sighed. Parang lito rin ito at hindi malaman kung paano ipaliliwanag sa kanya ng maigi ang ibig sabihin.

They were in the reception hall. Linus arrived in the palace just days ago. Mayroon daw itong nais na sabihin sa kanya at kay Crissa tungkol kay Dessa. Pero hanggang sa mga oras na iyon ay hindi pa rin niya nauunawaan kung ano ba talagang sinasabi nito sa kanya.

"Yes. But more than a clairvoyant, Dessa could be something else. Something much stronger."

Kumunot ang noo niya sa pagkalito. Hindi niya pa rin nauunawaan. "Hindi maaaring manahin ng isang indibidwal ang maraming abilidad, hindi ba, Linus? Or else everything will get cancelled."

Tumango ang prinsipe. "That's true, yes."

"And Dessa is a werewolf now. She's exhibiting signs of being a clairvoyant. There's no room for anymore abilities."

"But what if... her being a clairvoyant is just part of her second ability?"

Natigilan si Spade. He saw that happen with Kill's dead sister before. Pero paanong si Dessa ay magkakaroon ng ibang abilidad na hindi naman nito minana kay Crissa?

"Hindi ko pa rin naiintindihan. Dessa is very much like Crissa. In every form, in every aspect, she is Crissa's daughter. Hindi maikakaila iyon. Her haughtiness, her wise judgment in many things. But Crissa isn't a clairvoyant. Kaya kanino niya mamanahin ang abilidad na iyon?"

"Crissa is a demigod, Spade. At base sa mga inilarawan mong panaginip ni Crissa, may kung anong nangyayari sa itaas na hindi natin alam. If the gods are executing communication to their most hated beings, that means something is up. At dahil direktang descendant si Crissa ng isang diyosa, ibig sabihin no'n ay madali lang para sa diyosang iyon na bigyan ng karagdagang kapangyarihan ang anak ni Crissa—which will also be her direct descendant."

"So what are you saying?"

Akma nang sasagot si Linus. Nakabuka na ang bibig nito't isasatinig na sana ang tugon nang bumukas ang pintuan ng reception hall. Mula roon ay pumasok si Crissa, hapong-hapo at may alarma sa mga mata.

Napatayo si Spade. Agad na sinalakay ng kaba ang kanyang dibdib. Tinungo niya ang asawa. Crissa met him halfway. Ngunit nang magtagpo sila'y wala na ang alarma sa ekspresyon nito. Sa halip ay unti-unti iyong napalitan ng galak at pagkamangha.

"Mahal ko, anong nangyari? M-may masakit ba sa 'yo?" Sukat sa isiping iyon ay hinawakan niya si Crissa at kaagad na sinuri. "Were you hurt? What happened?"

"I'm fine, I'm fine," sagot nito habang pilit na hinuhuli ang nag-aalala niyang mukha upang maikulong nito sa sariling mga palad. Crissa then smiled. "I know now what the fuss is all about."

Nangunot ang noo niya sa kalituhan. "Anong ibig mong sabihin?"

"Nagkaroon ng vision si Dessa habang natutulog. I saw the vision myself, wolfie. And you wouldn't believe it…"

Nilingon niya si Linus na matamang nakikinig. Mayamaya'y muli siyang bumaling kay Crissa. "What did you see?"

"The same vision as the other day. Pero this time, she was the one standing in the middle of that smoke. Dessa. And the creature she described was nowhere to be found."

"Doesn't that mean something bad?"

Umiling-iling ang asawa niya. "Inisip kong lahat, mahal. Magkakadugtong sila. Ang mga panaginip ko at ang mga visions ni Dessa. Tama ako ng hinuha noong una na wala ako sa propesiya. But my dreams showed a goddess trying to help me change what is written. So Linus is right as well. May nangyayari sa itaas na hindi natin nalalaman. And the world that Dessa saw in her visions, iyon ang magiging resulta niyon.

"And the five immortals that the prophecy refers to, sila ang makakapagligtas sa mundo sa tuluyang pagkagunaw. They are created to withdstand and fight the strongest of all creatures, their abilities almost alike of those gods. The new generation of immortals."

Tumigil pansamantala si Crissa. Nagpapalit-palit ang tingin sa kanila ni Linus. Pagkuwa'y ngumiti sa kanya ang asawa at kumintil ng halik sa tuktok ng kanyang ilong. She looks so happy and excited it baffled him.

"Mahal ko…"

"Dessa is one of the five, Spade. Our daughter is one of them."

GLOSSARY

Black Beasts – A group of immortals consisting of one vampire and four Alpha werewolves. They are known to be indestructible, powerful and influential among all black bloods.

Black Blood – A term pertaining to immortals and paranormal talents basing on the popular belief that such creatures bleeds black blood.

Clairvoyant – A person who has a supernatural ability to perceive events in the future or beyond normal sensory contact.

Commanders of the First Order - a set of exceptionally talented warriors not more than five appointed to personally secure royalties assigned to them.

Demigod - a being with partial or lesser divine status, such as a minor deity, the offspring of a god and a mortal, or a mortal raised to divine rank.

Dreasiana Colony – A hidden Kingdom located at the heart of North Atlantic Ocean which houses and breeds the most number of black bloods among any part of the world. The present Queen invaded the then Philippines as retaliation after an ASEAN visit in the middle 2000s where the old King and his cronies were ambushed and killed by the previous government.

High Queen/King – A set of leaders in Dreasiana Colonies consisting of five royalties tasked to oversee the colony and communicate to the Queen. They are divided to serve three departments; the judiciary, the legislative, and the executive.

Itachus – The four kingdoms surrounding Andruselia. The kingdom of Carpathia which houses the vampire race is located North, the kingdom of Lykanta which houses the lycantrophes is located South, Miralith, the kingdom of sorcerers and witches is located West, and Carsea, the house of the enkantas is located East.

Original Sorceress – A term generally referring to the direct descendants of the very first and original sorceresses that ever existed. The ability is cursed to be passed down only to the females in the family in every generation. The only known family with direct descendants are the Hamilton clan.

Red Blood – A term made by old Black Bloods pertaining to mortals which bleeds red bloods.

Stasis – A magical cold compartment that houses dead bodies to keep it from decaying in the event that the body is resurrected to life.

Talents – A term that refers to the immortals with superhuman and inhuman abilities and skills.

Tears of Isis – A potent herb used to kill or weaken a talent. If a werewolf or vampire comes into contact with Tears of Isis in any form, it will burn them. Most of the Dreasianian weapon are loaded with Tears of Isis and is utilized commonly in the form of daggers and guns.

Milton Keynes UK
Ingram Content Group UK Ltd.
UKHW040305181024
449757UK00005B/339

9 798227 785619